INSIGHT PUBLICA®

INSIGHT PUBLICA®
Nadakkavu, Kozhikode, Kerala
Tel:0495–4020666
www. insightpublica. com
e-mail: insightpublica@gmail. com
Athijeevanathinte Kazhchakal
C. V. Ramesan
First Edition: August 2020

ISBN 978-93-90355-96-9

അതിജീവനത്തിന്റെ കാഴ്ചകൾ

സി. വി. രമേശൻ

INSIGHT PUBLICA®

1959 ൽ വടകര താലൂക്കിലെ പതിയാരക്കരയിൽ ജനനം. ഗവ. കോളേജ് മടപ്പള്ളി, ഗവ. ബ്രണ്ണൻ കോളേജ് എന്നിവിടങ്ങളിലെ പഠനത്തിന് ശേഷം 1983 ൽ ചേളന്നൂർ ശ്രീനാരായണ കോളേജിൽ ഗണിതശാസ്ത്ര അദ്ധ്യാപകനായി ജോലിയാരംഭിച്ചു. 2015ൽ ജോലിയിൽ നിന്നും വിരമിച്ചു.

മലയാളത്തിലെ പ്രമുഖവാരികകളിലും, ചലച്ചിത്രസമീക്ഷ, ദൃശ്യതാളം എന്നീ ചലച്ചിത്ര പ്രസിദ്ധീകരണങ്ങളിലും സിനിമ, ഗണിതശാസ്ത്രം, സ്വതന്ത്രസോഫ്റ്റ്‌വെയർ തുടങ്ങിയ വിഷയങ്ങളിൽ ലേഖനങ്ങൾ എഴുതിക്കൊണ്ടിരിക്കുന്നു. പ്രവീൺ ചന്ദ്രനുമായി ചേർന്ന് രചിച്ച പുസ്തകം 'ഗണിതത്തിന്റെ അത്ഭുതലോകം' ശാസ്ത്രസാഹിത്യപരിഷത്ത് പ്രസിദ്ധീകരിച്ചു.

പത്നി : ചിത്രലേഖ, മകൻ അഭിഷേക്.

വിലാസം : സാവേരി, പതിയാരക്കര പി. ഓ.,
വടകര. കോഴിക്കോട് ജില്ല. പിൻ 673105.

മൊബൈൽ : 9447636672, വാട്ട്സാപ്പ്: 7907525440.

ഇമെയിൽ : ramesancv@gmail.com

സി.വി. രമേശൻ

ഉള്ളടക്കം

മുഖക്കുറിപ്പ്

വ്യക്തികളും സമൂഹങ്ങളും നടത്തുന്ന അതിജീവനപോരാട്ടങ്ങളാണല്ലോ മനുഷ്യചരിത്രത്തെ നിർണ്ണയിക്കുന്നത്. മനുഷ്യൻ ഒറ്റയായും കൂട്ടമായും നടത്തുന്ന പ്രതിഷേധങ്ങളും പ്രതിരോധങ്ങളും ലോകത്തിന്റെ പല ഭാഗങ്ങളിലും ഇപ്പോഴും തുടർന്നു കൊണ്ടിരിക്കയാണ്. പലപ്പോഴും വിജയം വരിക്കുകയും ചിലപ്പോൾ പരാജയപ്പെടുകയും ചെയ്യുന്ന ഈ അതിജീവനശ്രമങ്ങൾ എഴുത്തുകാരേയും കലാകാരന്മാരേയും ഏറെ സ്വാധീനിക്കുന്നുണ്ട്. വിവിധങ്ങളായ അതിജീവന ശ്രമങ്ങൾ പ്രമേയമാക്കുന്ന നിരവധി സിനിമകൾ ലോക ചലച്ചിത്രരംഗത്തെ സജീവമാക്കി നിർത്തുന്നുണ്ട് . ഈ രീതിയിൽ, അതിജീവനം കൈകാര്യം ചെയ്യുന്ന ഇന്ത്യൻ സിനിമയിലേയും ലോകസിനിമയിലേയും ശ്രദ്ധേയമായ ചിത്രങ്ങളേക്കുറിച്ച് നടത്തിയ പഠനങ്ങളാണ് ഈ സമാഹാരത്തിൽ ഉൾക്കൊള്ളിച്ചിരിക്കുന്നത്.

ജിവിതത്തിന്റെ വ്യത്യസ്ത മേഖലകളിൽ നടക്കുന്ന അതിജീവന പോരാട്ടങ്ങൾ രേഖപ്പെടുത്തുന്ന ചിത്രങ്ങൾ ഇതിൽ ഉൾപ്പെടുത്താൻ ശ്രമിച്ചിട്ടുണ്ട്. ജർമ്മൻ ഫാസിസത്തിന്റെ തുടക്കം പ്രവചിച്ച 'കാബിനെറ്റ് ഓഫ് കാലിഗിരി', ഇന്ത്യൻ സ്വാതന്ത്ര്യവുമായി ബന്ധപ്പെട്ട അഭയാർത്ഥിജീവിത ദുരന്തങ്ങൾ ആവിഷക്കരിച്ച ഋത്വിക്ക് ഘട്ടക്കിന്റെ 'മേഘാ ധാക്കാ താര' എന്നിവ ഇതിൽ ഉൾപ്പെടുന്നു. അമേരിക്കയിലെ കറുത്ത വർഗ്ഗക്കാർക്കെതിരെയുള്ള അക്രമങ്ങൾ രേഖപ്പെടുത്തുന്ന 'ബ്ലേക്ക്ക്ലേൻസ്മേൻ' എന്ന ചിത്രത്തേക്കുറിച്ചുള്ള, 'വെള്ളിത്തിരയിലെ കറുപ്പിന്റെ പ്രതിരോധങ്ങൾ' മുതലാളിത്ത ലോകത്തിലെ അതിജീവനജീവിതക്കാഴ്ചകൾ വിശദമാക്കുന്ന 'മുതലാളിത്തത്തിലെ അതിജീവന കാഴ്ചകൾ' എന്നിവ ഈ സമാഹാരത്തിൽ ഉൾപ്പെടുന്നു. ആത്മീയ അന്വേഷണങ്ങളിലൂടെ അതിജീവനവഴികൾ തേടുന്ന തുർക്കി സംവിധായകൻ സെമി കപ്ലനാഗ്ലൂന്റെ മുഴുവൻ ചിത്രങ്ങളുടേയും സവിശേഷതകൾ പരിശോധിക്കുന്ന 'കപ്ലനാഗ്ലുവിന്റെ ആത്മീയാന്വേഷണങ്ങൾ', പ്രതിരോധത്തിന്റെ മാനിഫെസ്റ്റോ രചിച്ച സ്റ്റീഫൻ ഹെസ്സലിന്റെ തിരക്കഥയിൽ ടോണി ഗാറ്റ്ലിഫിന്റെ ചിത്രം 'ഇൻഡിഗ്നോദസ്'' പഠനം, 'പ്രതിരോധങ്ങളുടെ മാനിഫെസ്റ്റോ', നൃത്തവും സംഗീതവും പ്രതിരോധവഴികളാക്കിയ

ഗാറ്റ്ലിഫിന്റെ ചിത്രങ്ങളെക്കുറിച്ചുള്ള വിശദാംശങ്ങൾ ഇവയൊക്കെ ഈ സമാഹാരത്തിന്റെ ഭാഗങ്ങളാവുന്നുണ്ട്. കാൻ ചലച്ചിത്രോൽസവമടക്കമുള്ള മൽസരവേദികളിൽ പുരസ്കാരങ്ങൾ നേടിയ ചിത്രങ്ങളാണ് പഠനങ്ങൾക്കായി തിരഞ്ഞെടുത്തിരിക്കുന്നത്. പ്രധാന ചിത്രങ്ങൾക്കൊപ്പം, സംവിധായകരുമായുള്ള അഭിമുഖവും ചേർത്തിട്ടുണ്ട്. ചിത്രത്തേക്കുറിച്ചുള്ള അവരുടെ വിശദീകരണങ്ങൾ, പഠനങ്ങൾക്ക് കൂടുതൽ ഊർജ്ജം നൽകുമെന്ന് കരുതുന്നു. സമകാലീന പ്രസക്തിയുള്ള ലേഖനങ്ങൾ ആണ് 'അതിജീവനത്തിന്റെ കാഴ്ചകൾ' എന്ന് പേരിട്ടിരിക്കുന്ന സമാഹാരത്തിൽ ഉൾക്കൊള്ളിച്ചിരിക്കുന്നത്.

അതിജീവനപോരാട്ടങ്ങളിൽ പരാജയപ്പെട്ടവർ, വിജയിച്ചവർ, രക്തസാക്ഷിത്വം വരിച്ചവർ എല്ലാവരും ഈ സമാഹാരത്തിൽ ഓർമ്മിക്കപ്പെടുന്നു. ഈ മണ്ണിൽ ജീവിക്കുവാനും ഇവിടെ സ്വന്തം അടയാളം രേഖപ്പെടുത്തുവാനും പോരാട്ടം തുടരുന്നവരോടുള്ള എന്റെ എളിയ ഐക്യദാർഢ്യത്തിന്റെ അടയാളമാണ് ഈ സമാഹാരം. വരുംകാലങ്ങളിൽ അതിജീവനസമരങ്ങളിൽ പങ്കെടുക്കാൻ പോകുന്ന നമ്മുടെ യുവസമൂഹത്തിന് അൽപ്പമെങ്കിലും ഊർജ്ജം പകരാൻ ഈ സമാഹാരവും അതിൽ പരാമർശിക്കപ്പെടുന്ന ചിത്രങ്ങളുടെ കാഴ്ചയും സഹായകരമായെങ്കിൽ, ഈ സമാഹാരം അതിന്റെ ദൗത്യം നിർവ്വഹിച്ചു എന്നു ഞാൻ കരുതും. അതുപോലെ, ഗൗരവത്തോടെ ചലച്ചിത്രകാഴ്ചകൾ സമീപിക്കുന്നവർക്കും സമാഹാരം പ്രയോജനം ചെയ്യും എന്ന് ഞാൻ പ്രതീക്ഷിക്കുന്നു.

ലേഖനങ്ങൾ പ്രസിദ്ധീകരിച്ച മാതൃഭൂമി. മാദ്ധ്യമം. സമകാലീന മലയാളം, ദേശാഭിമാനി, കലാകൗമുദി തുടങ്ങിയ പ്രസിദ്ധീകരണങ്ങളോട് നന്ദി പറയുന്നു. ഈ പുസ്തകം യാഥാർത്ഥ്യമായതിന് പിന്നിൽ പ്രവർത്തിച്ച സുഹൃത്തുക്കളെ ഞാൻ ഓർമ്മിക്കുന്നു. ലേഖനങ്ങൾ ശ്രദ്ധാപൂർവ്വം വായിച്ച് അഭിപ്രായങ്ങൾ രേഖപ്പെടുത്തിയവരായ യുവ നോവലിസ്റ്റ് പ്രവീൺ ചന്ദ്രൻ, എഴുത്തുകാരൻ ഹരീഷ്, ക്രിയാത്മകമായ നിർദ്ദേശങ്ങൾ നൽകിയ ചലച്ചിത്രനിരൂപകൻ ഐ. ഷൺമുഖദാസ്, ഇത് പ്രസിദ്ധീകരിക്കാൻ സന്നദ്ധനായ 'ഇൻസൈറ്റ് പബ്ളിക്ക'യുടെ സുമേഷ് എന്നിവരോട് സ്നേഹം നിറഞ്ഞ കൃതജ്ഞത രേഖപ്പെടുത്തുന്നു.

രമേശൻ സി. വി.

വടകര,
2020 ജൂലൈ 12.

മുതലാളിത്തത്തിലെ അതിജീവനക്കാഴ്ചകൾ

'ദക്ഷിണകൊറിയയുടെ തലസ്ഥാനമായ സിയോൾ നഗരത്തിലെ തെരുവിൽ, ബഹുനിലക്കെട്ടിടത്തിന്റെ ഏറ്റവും താഴത്തെ നിലയിലെ ഒരു മൂലയിൽ തിങ്ങിഞെരുങ്ങിക്കഴിയുന്ന കുടുംബം. കടക്കെണിൽപ്പെട്ട് ജോലി നഷ്ടപ്പെട്ട പിതാവ്, ദാരിദ്ര്യം കാരണം പഠനം പാതിവഴിക്ക് നിർത്തേണ്ടിവന്ന മകനും മകളും. ഓൺലൈൻ ഭക്ഷണശാലയ്ക്ക് പിസ്സ പെട്ടികൾ ഉണ്ടാക്കിക്കൊടുത്ത് കിട്ടുന്ന തുച്ഛ വരുമാനത്തിൽ ജീവിതം മുമ്പോട്ട് കൊണ്ടുപോകാൻ പാടുപെടുന്നവർ. മദ്യപന്മാർ മൂത്രമൊഴിച്ചും അസഭ്യങ്ങൾ പറഞ്ഞും അവരെ നിരന്തരശല്യം ചെയ്യുന്നു. ആരോഗ്യപ്രവർത്തകരുടേ കൊതുകു നശീകരണത്തിനായുള്ള മരുന്നിന്റെ അസഹനീയമായ ദുർഗ്ഗന്ധം.'

– 2020 ൽ ഓസ്കാർ പുരസ്കാരവും 2019 ലെ കാൻ ചലച്ചിത്രമേളയിൽ പാം ദി ഓർ അവാർഡും നേടിയ ദക്ഷിണകൊറിയൻ ചിത്രം 'പാരസൈറ്റ്' (Parasite) ഇവിടെയാണ് തുടങ്ങുന്നത്. ഇതുപോലെ, 2019 ൽ കാൻ പാം ദി ഓർ നോമിനേഷൻ ലഭിച്ച 'സോറി വി മിസ്ഡ് യൂ' (Sorry We Missed You) ഇംഗ്ലണ്ടിലെ തൊഴിലാളികളുടെ തികച്ചും വ്യത്യസ്തമായ അതിജീവന കാഴ്ചകൾ തിരശ്ശീലയിലെത്തിക്കുന്നു. 2019 ലെ വെനീസ് അന്താരാഷ്ട്രമേളയിൽ ഏറ്റവും മികച്ച ചിത്രമായി സുവർണ്ണസിംഹ (Golden Lion) പുരസ്കാരം ലഭിച്ച, അമേരിക്കൻ ചിത്രം ജോക്കർ (Joker) തികച്ചും വിഭിന്നമായ ദുരിത ജീവിതകഥയാണ് പറയുന്നത്. 2018 ൽ കാനിൽ പാം ദി ഓർ നേടിയ 'ഷോപ്ലിഫ്റ്റേഴ്സ്' (Shoplifters) ജപ്പാനിലെ സമ്പന്ന നഗരമായ ടോക്കിയോ തെരുവിൽ കഴിയുന്ന ദരിദ്രജീവിതങ്ങളുടെ

• പാരസൈറ്റ്

ദുരന്തപൂർണ്ണമായ കാഴ്ചകൾ ആവിഷ്കരിക്കുകയാണ്. ലോകത്തിലെ മുതലാളിത്ത രാജ്യങ്ങളായി അറിയപ്പെടുന്ന ദക്ഷിണകൊറിയ, ബ്രിട്ടൻ, അമേരിക്ക, ജപ്പാൻ എന്നിവിടങ്ങളിലെ ദാരിദ്ര്യത്തിന്റേയും തൊഴിലില്ലായ്മയുടേയും ഹൃദയസ്പർശിയായ കഥകളാണ് ഈ പുരസ്കാരചിത്രങ്ങൾ പ്രമേയവൽക്കരിക്കുന്നത്.

പൊതുവേ സമ്പന്നമെന്ന് കരുതപ്പെടുന്ന ഈ മുതലാളിത്ത രാജ്യങ്ങൾ ലോകത്തിൽ 'മുന്നേറുന്നത്' ഇത്തരം അതിജീവന ക്കാഴ്ചകളോടെയാണ് എന്ന്, വൻ പ്രദർശന വിജയങ്ങൾ നേടിയ, ലോകപുരസ്കാരങ്ങൾ വാരിക്കൂട്ടിയ ഈ ചിത്രങ്ങൾ ലോകത്തോട് പറയുമ്പോൾ, ഒരു പുതിയ രാഷ്ട്രീയപരിസരത്തിലാണ് നാം എത്തിച്ചേരുന്നത്. അനുദിനം ദരിദ്രരെ സൃഷ്ടിച്ചുകൊണ്ടാണ് സമ്പന്നതയുടെ ലോകം 'വളരുന്ന'തെന്ന യാഥാർത്ഥ്യം ലോകജനതയ്ക്ക് മുമ്പിൽ എത്തിക്കുന്നതോടൊപ്പം, ഇതിൽ ആശങ്കപ്പെടുന്ന ഒരു സമൂഹം ആ രാജ്യങ്ങളിലുണ്ട് എന്ന യാഥാർത്ഥ്യവും നമുക്ക് മുമ്പിൽ വരുന്നു. ഇന്ന് ലോക സമ്പദ് വ്യവസ്ഥ നേരിട്ടുകൊണ്ടിരിക്കുന്ന ഒരു പ്രധാന രാഷ്ട്രീയ വിഷയമാണ് ഈ ചിത്രങ്ങൾ പ്രമേയമാക്കുന്നത്. ഈ നാലു ചിത്രങ്ങൾക്ക് പുറമേ, സമാന പ്രമേയങ്ങൾ കേന്ദ്രീകരിക്കുന്ന നിരവധി രചനകൾ ലോകസിനിമയിൽ കാണാൻ കഴിയും.

സിനിമയുടെ ചരിത്രത്തിലൂടെ അൽപ്പം പുറകോട്ട് സഞ്ചരിക്കുമ്പോൾ, 1980-1990 കളിൽ കിഴക്കൻ യൂറോപ്പിലേയും മറ്റ് സോഷ്യലിസ്റ്റ് രാജ്യങ്ങളിലേയും ദാരിദ്ര്യവും വ്യക്തിസ്വാതന്ത്ര്യവും പ്രമേയമാക്കിയ നിരവധിചിത്രങ്ങൾ ലോകസിനിമയിൽ നിർമ്മിക്കപ്പെട്ടത്

നാം ഓർക്കുന്നു. അവ പലപ്പോഴും മുതലാളിത്ത രാജ്യങ്ങളിൽ നിർമ്മിക്കപ്പെടുകയോ, അല്ലെങ്കിൽ അവയുടെ സാമ്പത്തിക സഹായങ്ങൾ സ്വീകരിച്ച് നിർമ്മിക്കപ്പെട്ടവയോ ആയിരുന്നു. അർഹിക്കാത്ത പുരസ്കാരങ്ങൾ നൽകി അവയെ പ്രോൽസാഹിപ്പിച്ച അമേരിക്ക പോലുള്ള രാജ്യങ്ങളുടെ കൃത്യമായ രാഷ്ട്രീയം അന്ന് ലോകം തിരിച്ചറിഞ്ഞിരുന്നു. ഇന്ന് അതിന് പകരം 'സമ്പന്നതയുടെ പറുദീസകൾ' എന്ന റിയപ്പെടുന്ന രാജ്യങ്ങൾ ദാരിദ്ര്യത്തിലും തൊഴിലില്ലായ്മയിലും വീർപ്പുമുട്ടിക്കൊണ്ടിരിക്കുന്ന കാഴ്ചകൾ നമുക്ക് മുമ്പിലെത്തുമ്പോൾ അത് ചരിത്രത്തിന്റെ കീഴ്മേൽ മറിയലായി നാം തിരിച്ചറിയുകയാണ്. സ്വന്തം രാജ്യങ്ങളിലെ ജനജീവിതത്തെക്കുറിച്ചുള്ള ഉൽക്കണ്ഠകളാണ് ഇത്തരം ചിത്രങ്ങൾ നിർമ്മിക്കാൻ തങ്ങളെ പ്രേരിപ്പിക്കുന്നതെന്ന സംവിധായകരുടെ വാക്കുകൾ, സ്വന്തം ജനതയോടുള്ള അവരുടെ കരുതലുകളായും ഭരണവ്യവസ്ഥയോടുള്ള പ്രതിഷേധമായും നാം ഉൾക്കൊള്ളുന്നു.

ലോകത്തിലെ സമ്പന്ന രാഷ്ട്രങ്ങളെന്ന് ഊറ്റം കൊള്ളുമ്പോഴും, അവിടങ്ങളിൽ അതിജീവനത്തിനായി വഴികൾ കണ്ടെത്താനാകാത്തവരുടെ കണക്കുകൾ നമ്മെ അത്ഭുതപ്പെടുത്തുന്നുണ്ട്. 2019 ലെ കണക്കനുസരിച്ച്, ജപ്പാനിൽ ദാരിദ്ര്യരേഖയ്ക്ക് താഴെ കഴിയുന്നവർ 16. 1% ൽ കൂടുതലായിരുന്നു. തെക്കൻ കൊറിയയിൽ 2016 ൽ അത് 14. 4% വും അമേരിക്കയിൽ 2017 ൽ 14% വും ബ്രിട്ടനിൽ 20% നു മുകളിലും ആയിരുന്നു. ഇതിനു പൂരകമായി വർദ്ധിക്കുന്ന അവിടങ്ങളിലെ തൊഴിലില്ലായ്മയുടെ കണക്കുകളും നമ്മെ അതിശയിപ്പിക്കുന്നുണ്ട്.

സൂചിപ്പിച്ചതുപോലെ, ഈ ദാരുണമായ അവസ്ഥക്കെതിരെ മറ്റ് സാമൂഹ്യ പ്രവർത്തകർക്കൊപ്പം ചലച്ചിത്രകാരും പ്രതിഷേധ സ്വരം ഉയർത്തുന്നുണ്ട്. 2018 പാം ദി ഓറടക്കം പല പുരസ്കാരങ്ങളും നേടിയ 'ഷോപ്ലിഫ്റ്റേഴ്സ്' ന്റെ സംവിധായകൻ ഹിറോക്കാസു കൊറീദ (Hirokazu Koreeda) ഒരു അഭിമുഖത്തിൽ ഭരണകൂടത്തിനെതിരെ ശക്തമായ ഭാഷയിലാണ് പ്രതികരിച്ചത്: ബഡ്ജറ്റിന്റെ ഭൂരിഭാഗവും അമേരിക്കയിൽ നിന്നും ആയുധങ്ങൾ ഇറക്കുമതി ചെയ്യാൻ ഉപയോഗിക്കുന്നതാണ് ജപ്പാനിലെ തൊഴിലില്ലായ്മക്കും ദാരിദ്ര്യത്തിനും കാരണമെന്ന് ചിത്രത്തിന്റെ പുരസ്കാരലബ്ധിക്കുശേഷം നടന്ന പത്രസമ്മേളനത്തിലാണ് കൊറീദ ആരോപിച്ചത്. അതേ പോലെ, 'പാരസൈറ്റ്' സംവിധായകൻ ബോങ്ങ് ജൂൻ ഹോ, കാനിലെ സമ്മാനം സ്വീകരിച്ചതിനുശേഷം നടത്തിയ അഭിമുഖത്തിൽ ചിത്രനിർമ്മാണവുമായി ബന്ധപ്പെട്ട കാര്യങ്ങൾ വിശദീകരിച്ചു:

• ജോക്കർ

ലോകത്തിലെ പല നഗരങ്ങളിലും ഇത്തരം ദരിദ്രജീവിതങ്ങൾ നമുക്ക് കാണാമെന്നും തെക്കൻ കൊറിയയിലെ സബ് വേകളിലൂടെ നടന്നു പോകുന്ന ഇത്തരക്കാരെ നാം തിരിച്ചറിയുന്നത് അവരുടെ പ്രത്യേക ശരീരഗന്ധത്തിലൂടെയാണെന്നും വെളിപ്പെടുത്തുമ്പോൾ 'സമ്പന്ന' രാഷ്ട്രത്തിന്റെ ദരിദ്രമായ അവസ്ഥയിലേക്കാണ് ബോങ് ജ്യൂൻ ഹോവും വിരൽ ചൂണ്ടുന്നത്. ബ്രിട്ടനിലെ മനുഷ്യാവകാശ ലംഘനങ്ങളും തൊഴിൽ രംഗത്തെ ചൂഷണങ്ങളും ഇൻഷുറൻസ് തട്ടിപ്പുകളും തന്റെ സിനിമകൾ വഴിയും രാഷ്ട്രീയ-സാമൂഹ്യപ്രവർത്തകൻ എന്ന നിലയിലും രൂക്ഷമായി വിമർശിച്ചു കൊണ്ടിരിക്കേയാണ് ബ്രിട്ടീഷ് ചലച്ചിത്രകാരൻ കെൻ ലോച്ച് 'എന്റെ ലക്ഷ്യം പോരാടുക തന്നെയാണെ'ന്ന് പ്രഖ്യാപിക്കുന്നത്. എൺപത്തിരണ്ടാം വയസ്സിലും റാഡിക്കൽ ചലച്ചിത്രകാരനായി വിശേഷിപ്പിക്കപ്പെട്ടു കൊണ്ട്, തന്റെ രാഷ്ട്രീയ നിലപാടുകളിൽ ഉറച്ചു നിൽക്കുന്ന ലോച്ച്, തന്റെ ഏറ്റവും പുതിയ ചിത്രം 'സോറി വി മിസ്ഡ് യു' വിന്റെ സ്ക്രീനിങ്ങിനു ശേഷം നടത്തിയ അഭിമുഖത്തിൽ ബ്രിട്ടനിലെ ജനങ്ങളുടെ അവസ്ഥയെക്കുറിച്ച് ഇങ്ങനെ പറഞ്ഞു: "ജനജീവിതമെന്ന നാടകം വളരെ തീക്ഷ്ണമാണ്. അതിജീവിക്കാൻ പാടുപെടുന്നവർ, അവരുടെ പ്രശ്നങ്ങൾ. ഞാൻ എവിടെയാണ്, എങ്ങനെയാണ് ജീവിക്കാൻ പോകുന്നത്? കടക്കെണിയിൽപ്പെട്ടാൽ ഞാനെന്ത് ചെയ്യും? തുടങ്ങിയ ചോദ്യങ്ങളാണ് അവർക്ക് മുമ്പിലുള്ളത്." മറ്റൊരിക്കൽ ബ്രിട്ടീഷ് പ്രധാനമന്ത്രി ബോറിസ് ജോൺസണിനും അദ്ദേഹത്തിന്റെ ഭരണകൂടത്തിനും എതിരെ അദ്ദേഹം ആഞ്ഞടിച്ചു: "അവരെ തല്ലിയോടിച്ചേ പറ്റൂ, നിർബന്ധിച്ചതുകൊണ്ട് ഒരു കാര്യവുമില്ല, അതിനും അപ്പുറത്താണവർ."

വലതുപക്ഷ പാർലമെന്റ് അംഗങ്ങളെ ഇങ്ങനെയാണ് ലോച്ച് വിമർശിച്ചത്: "അവർ സ്വന്തം കച്ചവടം വിപുലീകരിക്കയാണ്, സ്വതന്ത്ര വിപണി പ്രോൽസാഹിപ്പിക്കയാണ്. ട്രമ്പിന്റെ സഹായത്തോടെ രാജ്യത്ത് അമേരിക്കൻ വ്യവസായികൾക്കായി ചുവപ്പ് പരവതാനി വിരിച്ചിരിക്കുന്നത് അവരുടെ താൽപ്പര്യം നിലനിർത്താനാണ്." അത് ഗിഗ് എക്കോണമി (gig economy: കരാർ തൊഴിലാളികളെ ചൂഷണം ചെയ്തുകൊണ്ട് തൊഴിലാളികളുടെ അടിസ്ഥാന അവകാശങ്ങൾ നിഷേധിച്ചുകൊണ്ട് മുമ്പോട്ട് പോകുന്ന സാമ്പത്തിക ക്രമം) വ്യാപിപ്പിക്കയേ ഉള്ളൂ. തൊഴിലാളി സംഘടനകളെ എതിർത്തുകൊണ്ട്, തൊഴിലാളികളുടെ അടിസ്ഥാന അവകാശങ്ങൾക്ക് അവർ തുരങ്കം വെക്കുകയാണ്. "ദീർഘകാലമായി ലോകത്തിലെ രാഷ്ട്രീയ - സാമ്പത്തിക രംഗങ്ങൾ വിശകലനം ചെയ്തു കൊണ്ടിരിക്കുന്ന കെൻ ലോച്ചിന്റെ ഈ നിരീക്ഷണം സൂക്ഷ്മവും പ്രസക്തവുമാണെന്ന് ലോകം തിരിച്ചറിയുന്നുണ്ട്.

പരാമർശിക്കപ്പെട്ട നാലു ചിത്രങ്ങളുടേയും സാമൂഹികവും രാഷ്ട്രീയവുമായ പരിസരങ്ങളും പ്രമേയങ്ങളും പരിശോധിക്കുകയാണിവിടെ. ജോക്കർ ഒരു രാഷ്ട്രീയ ചിത്രമല്ലെന്നു സംവിധായകൻ ടോഡ്ഡ് ഫിലിപ്സ് (Todd Philips) പറയുമ്പോഴും, അത് ആവിഷ്കരിക്കുന്ന ആധുനിക അമേരിക്കൻ സമൂഹത്തിലെ ഉയർച്ച-താഴ്ചകളും അതുണ്ടാക്കുന്ന വ്യക്തിപരവും സാമൂഹികവുമായ സംഘർഷങ്ങളും അക്രമങ്ങളും ഒരു രാഷ്ട്രീയ കാഴ്ചയിലേക്ക് തന്നെയാണ് പ്രേക്ഷകരേയും

• ടോഡ്ഡ് ഫിലിപ്സ്

നിരൂപകരേയും എത്തിക്കുന്നത്. ആഗോളവൽക്കരണവും മുതലാളിത്തവും തമ്മിലുള്ള ബന്ധങ്ങൾ സൂക്ഷ്മമായി വിശകലനം ചെയ്തു, അമേരിക്കയിലെ പ്രസിദ്ധ ഡോക്യുമെന്ററി സംവിധായകനായ മൈക്കൽ മൂറിന്റെ (Michael Moore), ചിത്രത്തെക്കുറിച്ചുള്ള പ്രതികരണം ഇവിടെ ശ്രദ്ധേയമാണ്: "പ്രസിഡന്റ് ഡൊണാൾഡ് ട്രമ്പിന്റെ അമേരിക്ക തന്നെയാണ് ജോക്കറിൽ സൃഷ്ടിച്ചിരിക്കുന്നത്. പുറം തള്ളപ്പെട്ടവനെ, പാവപ്പെട്ടവനെ, സഹായിക്കേണ്ടതില്ല എന്ന് കരുതുന്ന അമേരിക്ക. വൃത്തികെട്ട ധനികൻ കൂടുതൽ ധനികനും കൂടുതൽ വൃത്തികെട്ടവനുമായിക്കൊണ്ടിരിക്കുന്ന അമേരിക്ക. ഇതാണ് "ജോക്കർ സൃഷ്ടിക്കുന്നത്." ന്യൂയോർക്ക് ഫിലിം ഫെസ്റ്റിവലിൽ ചിത്രം കണ്ട മൈക്കൽ മൂറിന്റെ ഫെയ്സ്ബുക്ക് പോസ്റ്റിലാണ് ലോകം ഈ അഭിപ്രായം വായിച്ചത്. 2019 ലെ വെനീസ് മേളയിൽ ഗോൾഡൻ ലയണിനു പുറമെ 2020 വർഷത്തെ ഓസ്കാർ പുരസ്കാരങ്ങളിൽ മികച്ചനടനായി ജോക്വിൻ ഫിനിക്സിനും മികച്ച സംഗീതസംവിധായകനായി ഹില്ഡോർ ഗുനാറ്റഡോറും പുരസ്കാരങ്ങൾ നേടി. പ്രസിദ്ധ കാർട്ടൂൺ പരമ്പരയും സിനിമയുമായ ബാറ്റ്മാനി (Batman) ലെ വില്ലനായ ജോക്കറാണ് ചിത്രത്തിൽ കേന്ദ്രസ്ഥാനത്ത്. പശ്ചാത്തലമായ ഗോഥാം (Gotham) ന്യൂയോർക്കായും, നഗരത്തിലെ വൻവ്യവസായിയും മേയർ സ്ഥാനാർത്ഥിയുമായ തോമസ് വെയിൻ, ട്രമ്പുമായും സാദൃശ്യപ്പെടുന്നത് ആകസ്മികമല്ല. വെയിനിന്റെ വീട്ടിലെ ജോലിക്കാരി പെനി ഫ്ലെക്കിന്റെ മകൻ ആർതർ ഫ്ലെക്ക് ആണ് ജോക്കർ. മാനസികവും ശാരീരികവുമായ ആരോഗ്യപ്രശ്നങ്ങൾ, ദാരിദ്ര്യം, സ്ഥിരവരുമാനമില്ലാത്ത അവസ്ഥ ഇവ ജീവിതകാലം മുഴുവൻ അയാളെ നിരാശനാക്കുന്നു. സാമൂഹ്യസേവനമേഖലയിൽ നിന്നും ലഭിക്കുന്ന മരുന്നിനായുള്ള സഹായം ഒരു ഘട്ടത്തിൽ നിൽക്കുന്നു. തലച്ചോറിലെ തകരാറ് കാരണമായുള്ള ഫ്ലെക്കിന്റെ നിയന്ത്രിക്കാനാകാത്ത ചിരി, അയാൾക്ക് മാത്രമല്ല മറ്റുള്ളവർക്കും അസ്വസ്ഥതകൾ ഉണ്ടാക്കുന്നു. മറ്റുള്ളവരെ ചിരിപ്പിക്കുന്ന അയാൾക്ക്, ജീവിതത്തിൽ സ്വാഭാവികമായി ചിരിക്കാനുള്ള അവസരങ്ങൾ വളരെ അപൂർവ്വമാണ്. രോഗിയായ അമ്മയുമൊന്നിച്ചുള്ള ദരിദ്രമായ ജീവിതം, രോഗം, കരാർ കൊമേഡിയന്റെ ദുരിതപൂർണ്ണമായ അവസ്ഥ ഇവയൊക്കെ അയാളിലെ അസ്വസ്ഥതകൾ വർദ്ധിപ്പിക്കുന്നുണ്ട്.

ഫ്ലെക്കിന്റെ ജീവിതത്തിന്മേൽ പല വഴികളിലൂടെയുള്ള വരുന്ന അതിക്രമങ്ങൾ തീവ്രമായി ചിത്രം ആവിഷ്കരിക്കുന്നുണ്ട്. ജീവിക്കാനായി, ഒരു സ്ഥാപനത്തിന്റെ പരസ്യബോർഡും പ്രദർശിപ്പിച്ച് തെരുവിൽ നിൽക്കുന്ന അയാൾ ആക്രമിക്കപ്പെടുന്നു. ബോർഡ്

നശിപ്പിച്ച്, അതിക്രൂരമായി മർദ്ദിച്ച് അക്രമികൾ അയാളെ തെരുവിൽ ഉപേക്ഷിക്കുന്നു. അവിടെ അനാഥനായി വീണുകിടക്കുന്ന ഫ്ലെക്കിന്റെ അവസ്ഥ അതിദാരുണമാണ്. മറ്റൊരിക്കൽ, ട്രാമിൽ വെച്ച്, വെയ്ൻ എന്റർപ്രൈസിലെ മൂന്നു സ്യൂട്ട് ധാരികൾ അയാളെ അകാരണമായി മർദ്ദിക്കുന്നു. സ്വയം രക്ഷക്കായി രണ്ടുപേരെ അയാൾക്ക് കൊല്ലേണ്ടി വരുന്നു. മൂന്നാമനെ, തെളിവ് നശിപ്പിക്കാനായി ഫ്ലെക്ക് കൊല്ലുന്നു. ഇതുമായി ബന്ധപ്പെട്ട് വെയിൻ നടത്തിയ പ്രകോപനപരമായ പ്രസ്താവന നഗരത്തിലെ പാവപ്പെട്ടവരെ ഇളക്കിവിടുന്നതാണ്. അതോടെ ഗോഥാം തെരുവിൽ അക്രമങ്ങൾ അരങ്ങേറുകയാണ്. ഇവ സാമ്പത്തികവും സാമൂഹികവുമായ വേർതിരിവുകളാൽ ധ്രുവീകരിക്കപ്പെട്ട അക്രമങ്ങളായി തിരിച്ചറിയുമ്പോഴാണ് ചിത്രത്തിന്റെ രാഷ്ട്രീയ മാനങ്ങളിലേക്ക് നാം എത്തുന്നത്.

ഇവയ്ക്ക് പുറമേ, തന്റെ പിതൃത്വവുമായി ബന്ധപ്പെട്ട അപമാനവും ഫ്ലെക്ക് അനുഭവിക്കുന്നു. അയാളുടെ അമ്മ, തോമസ് വെയിനിന് സഹായം അഭ്യർത്ഥിച്ചുകൊണ്ട് എഴുതിയ കത്തിൽനിന്നാണ് തനിക്ക് ജന്മം നൽകിയത് വെയിൻ ആണെന്ന് ഫ്ലെക്ക് തിരിച്ചറിയുന്നത്. ഇതിന്റെ പേരിൽ വെയിൻ അയാളെ മർദ്ദിക്കയും അപമാനിക്കയും ചെയ്യുന്നു. തന്റെ ജനനവുമായി ബന്ധപ്പെട്ട് വ്യാജരേഖകൾ ഉണ്ടാക്കി, അമ്മയെ ഭ്രാന്തിയായി ചിത്രീക്കരിക്കയായിരുന്നു വെയിനെന്ന് ബോദ്ധ്യപ്പെടുന്നതോടെ, തന്റെ ജീവിതം ഒരു ക്രൂരമായ കോമഡിയാണെന്ന്, ആദ്യമായി വേദനയോടെ ഫ്ലെക് തിരിച്ചറിയുന്നു. പാർശ്വവൽക്കരിക്കപ്പെട്ടവരുടെ പ്രതിനിധികളായ ഫ്ലെക്കും അമ്മയും അമേരിക്കൻ സമൂഹത്തിലെ ദരിദ്രനിസ്സഹായയതയുടെ പ്രതീകങ്ങളായാണ് നമ്മുടെ മനസ്സിൽ ഇടം പിടിക്കുന്നത്.

ഇന്നത്തെ അമേരിക്കൻ സമൂഹത്തിൽ, ഫ്ലെയക്ക് പോലൊരാളുടെ മുമ്പിൽ പ്രതികാരത്തിന്റെ വഴികൾ മാത്രമേ തെളിഞ്ഞ് വരികയുള്ളൂ. കാരണം തന്റെ ജീവിതത്തിൽ ഇനി തിരുത്തലുകൾ സാദ്ധ്യമല്ലെന്ന് അയാൾക്ക് പൂർണ്ണബോദ്ധ്യമുണ്ട്. അങ്ങിനെയാണ് ഗോഥാം പട്ടണത്തിൽ ഒരു കൊലപാതകപരമ്പര അരങ്ങേറുന്നത്. തന്നെ വഞ്ചിച്ചവരെ, സ്വന്തം അമ്മയെ, കോമഡി ഷോ അവതാരകൻ മറി ഫ്രാങ്ക്ലിനെ അയാൾ നിഷ്ക്കരുണം വെടിവെച്ച് കൊല്ലുകയാണ്. അതോടെ നഗരം ഇളകിമറിയുന്നു, സാധാരണ ജനങ്ങൾ അക്രമങ്ങളിലേക്ക് നീങ്ങുന്നു. ഇവയ്ക്കിടയിലൂടെ രക്ഷപ്പെടാൻ ശ്രമിക്കുന്ന തോമസ് വെയിനിനേയും പത്നിയേയും കൊന്നതിനുശേഷമാണ് ഫ്ലെക്ക് പോലീസിന് പിടികൊടുക്കുന്നത്.

ജീവിതത്തിൽ ഒരു നിമിഷം പോലും സന്തോഷിക്കാൻ തനിക്ക് കഴിഞ്ഞിരുന്നില്ല എന്ന് ദുഃഖത്തോടെ പറയുന്ന ഫ്ലെക്ക്, അമേരിക്കൻ സമൂഹത്തിലെ അരികുജീവിതങ്ങളുടെ ദാരുണമായ അവസ്ഥയെയാണ് പ്രതിനിധീകരിക്കുന്നത്. ആദ്യമായി സ്വന്തം പേരിനു പകരം ജോക്കറെന്ന പേരിലാണ് അയാൾ അവസാന ഷോയിൽ പ്രത്യക്ഷപ്പെടുന്നത്. തനിക്ക് യോജിച്ചത് ജോക്കറെന്ന പേരാണെന്ന് അപ്പോഴേക്കും അയാൾ തിരിച്ചറിഞ്ഞു കഴിഞ്ഞിരുന്നു. തെരുവിലും സബ് വേകളിലും പ്രത്യക്ഷപ്പെടുന്ന അനവധി ജോക്കർ മാർ, അടിത്തട്ടു ജീവിതത്തിലെ അതിജീവനത്തിനായുള്ള ഐക്യ പ്പെടലിന്റെ കാഴചയായി നമുക്ക് മുമ്പിലെത്തുന്നു. അത്യാവശ്യമായ മരുന്നു പോലും വാങ്ങാനാകാതെ, കൃത്യമായ വരുമാനമില്ലാതെ, സ്വന്തം ജനനം പോലും തിരിച്ചറിയപ്പെടാതെ കഴിയുന്ന ആർതർ ഫ്ലെക്ക്, അമേരിക്കൻ സമൂഹത്തിലെ അപൂർവ്വമല്ലാത്ത കാഴ്ചയാണ്. തന്റെ മരണം, ജീവിതത്തേക്കാൾ പണം നേടിത്തരുമെന്ന് കരുതുന്ന ഫ്ലെക്ക് ജീവിതത്തിൽ തനിക്ക് പ്രതീക്ഷിക്കാനുമൊന്നുമില്ലെന്ന യാഥാർത്ഥ്യത്തിലേക്ക് എത്തിച്ചേർന്നുകഴിഞ്ഞിരുന്നു.

കാലങ്ങളായി അമേരിക്കൻ അടിത്തട്ടു ജീവിതത്തിൽ നിലനിൽ ക്കുന്ന ക്രിമിനിൽവൽക്കരണം ചിത്രം ആവിഷ്കരിക്കുന്നുണ്ട്. തനിക്ക് ചുറ്റും നടക്കുന്ന സംഭവങ്ങൾ മാനസിക അസ്വാസ്ഥ്യമുള്ള ഫ്ലെക്കിനെ കൂടുതൽ മാനസിക വിഭ്രാന്തിയിലാണ് എത്തിക്കുന്നത്. അമേരിക്കൻ "സമ്പന്നത"യുടെ നടുവിലെ തൊഴിലില്ലായ്മയുടേയും സാമൂഹ്യസുര ക്ഷയില്ലായ്മയുടേയും അവസ്ഥ ജനങ്ങളെ എത്തിക്കുന്നത് അച്ചട ക്കരഹിതമായ, അക്രമാസക്തമായ, അരാകത്വത്തി ലേക്കാണ്. സാമൂഹികവും സാമ്പത്തികവുമായ അന്തരങ്ങളെ ശക്തമായി ആവി ഷ്ക്കരിക്കുന്ന ജോക്കർ, പരാജയപ്പെടുന്ന അതിജീവനശ്രമങ്ങളുടെ തികച്ചും വേറിട്ട കാഴ്ചകളായി പ്രേക്ഷകർക്ക് മുമ്പിലെത്തുന്നു.

അമേരിക്കയുടെ സമകാലീന അവസ്ഥയാണ് ജോക്കർ വരച്ചിടു ന്നതെന്ന് ചിത്രത്തെപ്പറ്റിയുള്ള പഠനത്തിൽ മൈക്കിൾ മൂർ സൂചിപ്പി ക്കുന്നു. ചിത്രത്തിലെ മാനസികവിഷമമുള്ള കോമാളിക്കൊപ്പമാണ് നാം നിൽക്കുന്നതെന്ന് മൂർ കൂട്ടിച്ചേർക്കുന്നു. സ്വയം നശിച്ചുകൊണ്ടിരി ക്കുന്ന ഒരു സമൂഹത്തിനു നേരെ പിടിച്ച കണ്ണാടിയാണ് ചിത്രമെന്ന് പറഞ്ഞ അദ്ദേഹം, ജനങ്ങളിൽ നിന്നും അകന്നു കഴിഞ്ഞ, ഒരു കൂട്ടം ധനികരെ അംഗീകരിക്കാൻ മടിയുള്ള സമൂഹത്തേയാണ് നാം കാണു ന്നതെന്നും നിരീക്ഷിക്കുന്നു. നിരപരാധികളായ അനവധി കറുത്ത വർഗ്ഗക്കാരെ ആയുധം കൈയ്യിൽ വെച്ചെന്നു പറഞ്ഞ് വെടിവെച്ച്

കൊല്ലുന്ന സമൂഹം, ഏറ്റവും പുതിയ തോക്കുകളും ചുമലിലിട്ട് നടക്കുന്ന ഉന്നതരെ കണ്ടില്ലെന്ന് നടിക്കുകയാണ്. ഇരുപത്തൊന്നാം നൂറ്റാണ്ടിലെ അമേരിക്കയെ പ്രതിനിധീകരിക്കാൻ, ഒരു പക്ഷേ നിങ്ങളെ കൊല്ലാൻ പോകുന്ന, പരാജയപ്പെട്ട ഒരു കോമാളിയല്ലാതെ മറ്റാരാണ് കൂടുതൽ യോജിക്കുക എന്ന് അമർഷത്തോടെ ചോദിക്കുന്നു മൂർ.

ജോക്കറിന്റേത് ഒറ്റപ്പെട്ട കാഴ്ചാനുഭവമല്ല. നടിയും സംവിധായികയുമായ ലോറേൻ സ്കഫറിയ (Lorene Scafaria) സംവിധാനം ചെയ്ത 2019 ചിത്രം ഹസ്ലേഴ്സ് (Hustlers) അമേരിക്കൻ സമൂഹത്തിലെ സ്ത്രീചൂഷണവും അത് മറികടക്കാൻ ശ്രമിക്കുന്ന സ്ത്രീകളുടെ ദുരിതപൂർണ്ണമായ സാഹസങ്ങളും പ്രേക്ഷകരിലെത്തിക്കുന്ന ചിത്രമാണ്. നടനും ടെലിവിഷൻ കലാകാരനുമായ ജോർഡാൻ പെലീ (Jordan Pelee) 2019 ൽ നിർമ്മിച്ച ക്രൈം ത്രില്ലർ 'അസ്' '(US) ആണ് ആഗോള ശ്രദ്ധ നേടിയ സമാനമായ മറ്റൊരു രചന. അമേരിക്കൻ സമൂഹത്തിലെ സാമ്പത്തിക വേർതിരിവുകളും അസമത്വവും ചലച്ചിത്രരംഗം ഗൗരവമായി നോക്കിക്കാണുന്നു എന്ന അവസ്ഥ ഭരണകൂടം ഗൗരവപരമായി പരിഗണിക്കുമെന്ന് പ്രതീക്ഷിക്കാം.

അമേരിക്കയിൽ നിന്ന് ദക്ഷിണ കൊറിയയിലെത്തുമ്പോൾ സാമൂഹിക സാമ്പത്തിക വൈരുദ്ധ്യങ്ങളുടെ ശക്തമായ കാഴ്ചയായ 'പരസൈറ്റ്'' എന്ന ലോക പ്രശസ്ത ചിത്രമാണ് നമുക്ക് മുമ്പിൽ വരുന്നത്. മുതലാളിത്തം ലോകത്തിൽ പിടി മുറുക്കിക്കൊണ്ടിരിക്കുന്ന സമകാലീന അവസ്ഥയാണ് തന്നെ ചിത്രമെടുക്കാൻ പ്രേരിപ്പിച്ചതെന്ന് വെളിപ്പെടുത്തുന്നു പാരസൈറ്റ് സംവിധായകൻ ബൂങ് ജൂൻ ഹോ. തെക്കൻ കൊറിയയിലെ സാധാരണ ജനങ്ങൾ നേരിടുന്ന തൊഴിലില്ലായ്മ, ദാരിദ്ര്യം, കടക്കെണി എന്നിവ ദൃശ്യവൽക്കരിച്ചുകൊണ്ട്, സമൂഹത്തിൽ ധനികരും ദരിദ്രരും തമ്മിൽ വർദ്ധിച്ചു വരുന്ന അന്തരം ആവിഷ്കരിക്കുകയാണ് സംവിധായകൻ. കടക്കെണിയിൽപ്പെട്ട്, ഡ്രൈവർ ജോലി നഷ്ടപ്പെട്ട കി തയെക്ക്, കായിക താരമായിട്ടും ജോലിയൊന്നും ലഭിക്കാത്ത ഭാര്യ ചും സൂക്ക്, പരീക്ഷകൾ തോറ്റ്, ജീവിതത്തിൽ ഒന്നും പ്രതിക്ഷിക്കാൻ ഇല്ലാതെ വെറുതേയിരിക്കുന്ന മക്കൾ കി സു, കി ജൂൻ എന്നിവരടങ്ങുന്ന കുടുംബം.

ജീവിതം മുമ്പോട്ട് കൊണ്ടുപോകാൻ കി തായെക്കും കുടുംബവും നടത്തുന്ന ഹീനമായ വഴികൾ അവരെ എത്തിച്ചത് ദുരിതങ്ങളുടെ പടുകുഴിയിലാണ്.

• കെൻ ലോച്ച്

ദാരിദ്ര്യത്തിന് മുമ്പിൽ ധാർമ്മികത അപ്രസക്തമാകുന്ന കാഴ്ച നമുക്ക് മുമ്പിൽ പലപ്പോഴും വന്നെത്താറുണ്ട്. കി തായെക്കിനും മറ്റുള്ളവർക്കും ഉള്ള പൊതു ഗന്ധം സമൂഹത്തിന്റെ അടിത്തട്ടിലുള്ളവരുടെ ഗന്ധമാണിതെന്നാണ് സംവിധായകൻ സൂചിപ്പിക്കുന്നത്. എന്തൊക്കെ മറികടന്നാലും പൊതു ഗന്ധം മറികടക്കാൻ അവർക്ക് കഴിയുന്നില്ല. കടക്കെണി മൂലം നിലവറയിൽ കഴിയുന്ന മറ്റൊരാളുടെ ജീവിതവും ചിത്രം സൂചിപ്പിക്കുന്നുണ്ട്. രക്ഷപ്പെടാനായി കൊലപാതകം വരെ നടത്താൻ അയാൾ തയ്യാറാവുന്നത് അതിജീവനത്തിന്റെ അവസാന ശ്രമമായിത്തന്നെയാണ് പ്രേക്ഷകർ തിരിച്ചറിയുന്നത്. മോചനം ആഗ്രഹിക്കുന്ന അരികുജീവിതങ്ങൾ, ഒടുവിൽ എത്തിപ്പെടുന്ന കൂടുതൽ അപകടകരമായ അവസ്ഥയാണ് നാം ഇവിടെ തിരിച്ചറിയുന്നത്. തങ്ങളുടെ ദുരന്തചാക്രികതയിൽ നിന്നും പുറത്തേക്ക് കടക്കാൻ വഴിയൊന്നുമില്ലാതെ, വ്യർത്ഥമായ ശുഭപ്രതീക്ഷകളോടെ അവർ ജീവിതം തള്ളിനീക്കുന്നു.

പരസ്പരവിരുദ്ധമായ രണ്ട് കുടുംബജീവിതങ്ങൾ, രണ്ട് വിരുദ്ധ സമൂഹങ്ങളുടെ ജീവിതക്കാഴ്ചകളായാണ് പ്രേക്ഷരിലെത്തുന്നത്. സ്വന്തം ജീവിത വൃത്തത്തിനകത്തേക്ക് മറ്റുള്ളവരെ അനുവദിക്കാതെ പാർക്ക്, അവിടെ കയറാൻ എല്ലാ ശ്രമങ്ങളും നടത്തുന്ന കി തയെക്കമാർ. സ്വാഭാവികമായ മേലോഡ്രാമയിൽ നിന്നു മാറി കറുത്ത നർമ്മത്തിൽ നിർമ്മിച്ച പരസൈറ്റ്, കൊറിയൻ അടിത്തട്ട ജീവിതത്തിന്റെ ദുരിതകാഴ്ച്ചകൾ തീവ്രമായി ആവിഷ് ക്കരിക്കുന്നു. സംവിധായകൻ ബോങ് ജൂങ് ഹോയുടെ വാക്കുകൾ അതുതന്നെയാണ്

വെളിപ്പെടുത്തുന്നത്: " ദരിദ്രരായും ധനികരായും ഈ ലോകത്തിൽ ആളുകൾ വേർതിരിക്കപ്പെട്ടിരിക്കുന്നു. അത് ആവിഷ്കരിക്കാനാണ് ഞാൻ പരസൈറ്റ് നിർമ്മിച്ചത്." തെക്കൻ കൊറിയയിലെ ജനങ്ങൾക്കിടയിലെ സാമൂഹിക വേർതിരിവുകളുടെ ചിത്രീകരണം എന്ന നിലയിൽ ലോക ശ്രദ്ധ നേടുന്ന പരസൈററ്റ് എന്ന രാഷ്ട്രീയചിത്രം. ആ രാജ്യത്തെ ഇത്തരം കാഴ്ചകൾ പ്രമേയമാക്കിയ മറ്റൊരു പുരസ്കാരചിത്രമാണ് 2018 ൽ ലീ ചാങ് ഡോങ്ങ് (Lee Chang Dong) സംവിധാനം ചെയ്ത ബേണിങ്ങ് (Burning).

ബ്രിട്ടീഷ് സംവിധായകൻ കെൻ ലോച്ചിന്റെ പുതിയ ചിത്രം' സോറി വി മിസ്ഡ് യു 'തികച്ചും വ്യത്യസ്തമായ പ്രമേയമാണ് കേന്ദ്രികരിക്കുന്നത്. രാഷ്ട്രീയ ചലച്ചിത്രകാരൻ എന്ന രീതിയിൽ ലോകപ്രസിദ്ധനായ ലോച്ചിന്റെ മിക്ക ചിത്രങ്ങളും സാമൂഹികവും രാഷ്ട്രീയവുമായ പ്രമേയങ്ങൾ പരിശോധിക്കുന്നു.

2017 ൽ കാൻ പാം ദി ഓർ നേടിയ 'ഐ ഡാനിൽ ബ്ലെയ് ക്ക്,' ബ്രിട്ടനിൽ, പാവപ്പെട്ടവരുടെ ക്ഷേമത്തിനായി രൂപീകരിക്കപ്പെട്ട പദ്ധതികളിലെ പൊള്ളത്തരങ്ങൾ ലോകത്തിനു മുമ്പിൽതുറന്നു കാട്ടിയത് സിനിമാലോകത്തിൽ മാത്രമല്ല, രാഷ്ട്രീയ മണ്ഡലങ്ങളിലും ഏറേ ചർച്ച ചെയ്യപ്പെട്ടിരുന്നു. ഹൃദയാഘാതം മൂലം ജോലി നഷ്ടപ്പെട്ട ബ്ലെയക്ക്, സർക്കാരിന്റെ സഹായം തേടുന്നതും, ഒടുവിൽ ഒന്നും ലഭിക്കാതെ മരിക്കുന്നതും ആവിഷ്കരിച്ചത് ബ്രിട്ടനിൽ കോളിളക്കം സൃഷ്ടിച്ചിരുന്നു. പുതിയ ചിത്രം 'സോറി വി മിസ്ഡ് യൂ', ബ്രിട്ടനിലെ പുത്തൻ സാമ്പത്തികക്രമമായ ഗിഗ് എക്കോണമിയിൽ,

• സോറി വി മിസ്ഡ് യു

• ഹിരാക്കോസു കോറീദ

ജോലികളുടെ സ്വഭാവത്തിൽ വന്നിട്ടുള്ള മാറ്റം തൊഴിലെടുക്കുന്നവരെ എന്തുമാത്രം പീഡിപ്പിക്കുന്നു എന്നും അവരുടെ അവകാശങ്ങൾ എങ്ങനെയൊക്കെ നിഷേധിക്കുന്നു എന്നും നമ്മെ ബോദ്ധ്യപ്പെടുത്തുന്നു. ഇത് കൂടാതെ, രാജ്യത്ത് നിലനിൽക്കുന്ന രൂക്ഷമായ തൊഴിലില്ലായ്മയുടെ വ്യക്തമായൊരു ചിത്രവും അത് പുറത്തുവിടുന്നുണ്ട്.

ശവക്കുഴി കുഴിക്കുന്നതുൾപ്പടെ, മിക്കവാറും എല്ലാ ജോലികളും ചെയ്തു, റിക്കി തൊഴിൽ തേടി ഒരു വൻകിട പാഴ്സൽ കമ്പനിയിലെത്തുകയാണ്. മറ്റ് വഴികളൊന്നുമില്ലാത്തതിനാൽ, പതിവ് രീതികളിൽ നിന്നും വ്യത്യസ്തമായ അവിടുത്തെ നിബന്ധനകൾ സ്വികരിക്കേണ്ടിവരുന്ന അയാൾ, ജോലി ആരംഭിച്ചതോടെ കടുത്ത മനസികസമ്മർദ്ദത്തിലാകുന്നു. ഒഴിവു സമയമില്ലാതെ, വിശ്രമമില്ലാതെ, തികച്ചും യാന്ത്രികമായി ജോലി ചെയ്യുന്ന റിക്കി മാനസികവും ശാരീരികവുമായ തകരുന്നു. റിക്കിയുടേയും, സമാനമായ അവസ്ഥയിലുള്ള അയാളുടെ ഭാര്യ അബിയുടേയും ജീവിതം അവരുടെ കുട്ടികളെ അക്ഷരാർത്ഥത്തിൽ അനാഥരാക്കുന്നു. ചെറിയ പിഴവ് മൂലം റിക്കിക്ക് ഉണ്ടാകുന്ന വൻ സാമ്പത്തികബാദ്ധ്യത, രോഗബാധിതനായപ്പോഴും ജോലി ചെയ്യേണ്ട അവസ്ഥയിലേക്കാണ് അയാളെ എത്തിക്കുന്നത്. തൊഴിലാളികളുടെ അടിസ്ഥാന അവകാശങ്ങൾ മുഴുവൻ കവർന്നെടുക്കുന്ന, അവരെ വെറും യന്ത്രങ്ങളായി മാത്രം കാണുന്ന മുതലാളിത്തത്തിന്റെ ഭാഗമായ പുത്തൻ സാമ്പത്തികക്രമത്തിന്റെ ഇരയായി മാറുന്ന റിക്കിയും കുടുംബവും.

തൊഴിലാളികൾ നിരവധി സമരങ്ങളിലൂടെ നേടിയ അവകാശങ്ങളൊന്നും അനുവദിക്കാത്ത ബ്രിട്ടനിലെ പുതിയ സാമ്പത്തിക സംവിധാനത്തെ ശക്തമായ വിമർശനത്തിന് വിധേയമാക്കുകയാണ് കെൻ ലോച്ച്. ഇത്തരം സാമൂഹിക വിഷയങ്ങൾ, തന്റെ ചിത്രങ്ങൾ വഴിയും അല്ലാതേയും എതിർത്തുകൊണ്ടിരിക്കുന്ന റാഡിക്കൽ ചലച്ചിത്രകാരനും രാഷ്ട്രീയപ്രവർത്തകനുമാണ് ലോച്ച്. ബ്രിട്ടനിലേയും ലോകത്തിലേയും മുതലാളിത്ത ഭരണകർത്താക്കൾക്കെതിരെ വർഷങ്ങളായി ശബ്ദമുയർത്തിക്കൊണ്ടേയിരിക്കയാണ് അദ്ദേഹം. ബ്രിട്ടനിലെ പുത്തൻ തൊഴിലാളി ജിവിതത്തിന്റെ, മുതലാളിത്ത ഭരണകൂട കടന്നുകയറ്റങ്ങളുടെ നേർക്കാഴ്ചയായി മാറുന്ന 'സോറി വി മിസ്ഡ് യു.'

ഈ നിരയിൽ വരുന്ന മറ്റൊരു ചിത്രമാണ് ഹിരാക്കോസു കോറീദ സംവിധാനം ചെയ്ത ഷോപ്പ്ലിഫ്റ്റേഴ്സ് എന്ന ജപ്പാനീസ് ചിത്രം. ലോകത്തിലെ സമ്പന്ന രാഷ്ട്രങ്ങളുടെ പട്ടികയിൽ മുകളിലുള്ള ജപ്പാന്റെ തലസ്ഥാനമായ ടോക്കിയോ നഗരസമീപം ഉള്ള തെരുവിലെ ജീവിതക്കാഴ്ചകൾ ദൃശ്യവൽക്കരിക്കുന്ന 'ഷോപ്പലിഫ്റ്റേഴ്സി' ലേക്ക് സംവിധായകനെ എത്തിച്ചത്, രാജ്യത്ത് ഇപ്പോഴുള്ള ദാരിദ്ര്യത്തെക്കുറിച്ചുള്ള സ്ഥിതിവിരക്കണക്കുകളും പഠനങ്ങളാണ്. പരസ്പരം യാതൊരു രക്തബന്ധവുമില്ലാത്തവർ ചേർന്നുണ്ടാക്കിയ ദരിദ്രകുടുംബം, അവരുടെ ജീവിതം എന്നിവ ചിത്രത്തിന്റെ സവിശേഷതകളാണ്. ലോകത്തിലെ ആഡംബര നഗരങ്ങളിൽ ശ്രദ്ധേയമായ ടോക്കിയോയ്ക്ക് സമീപമുള്ള ഇത്തരം കാഴ്ചകൾ നമ്മുടെ പ്രതീക്ഷകൾക്കുമപ്പുറത്താകുന്നുണ്ട്. ജോലിക്കിടെ ഉണ്ടായ അപകടം കാരണം

• ഷോപ്പ്ലിഫ്റ്റേഴ്സ്

ഒസാമുവിന് തൊഴിലെടുക്കാൻ പറ്റാതാവുന്നു. വീട്ടിലെ പ്രായമായ സ്ത്രീ ഹത്സുയെ യുടെ പെൻഷൻ കൊണ്ടാണ് കുടുംബകാര്യങ്ങൾ ഒരു വിധം മുമ്പോട്ട് പോകുന്നത്. ഒസാമുവിന്റെ 'ഭാര്യ', ക്ലബ്ബിൽ ജോലി ചെയ്യുന്ന പെൺകുട്ടി അകി, ബാലനായ ഷോട്ട എന്നിവരടങ്ങിയ താണ് ഒസാമു 'കുടുംബം'. മറ്റ് വഴികളൊന്നുമില്ലാതെ, കടകളിൽ നിന്നും സാധനങ്ങൾ മോഷ്ടിക്കുക സ്ഥിരം പതിവാക്കുന്ന ഒസാമുവും ഷോട്ടയും കൊച്ചു യുനിയും. മരണം പുറത്തറിഞ്ഞാൽ പെൻഷൻ നിർത്തുമെന്ന് ഭയന്ന്, മരിച്ച ഹത്സുവിനെ ആരുമറിയാതെ വീട്ടിനക ത്താണ് അവർ സംസ്കരിക്കുന്നത്. അപകടകരമായ വഴികളിലൂടെയും അധാർമ്മിതകളിലൂടെയും അവർ ജീവിതം തള്ളിനീക്കുന്നു. എന്നാൽ അധികകാലം ഇത് തുടരാൻ അവർക്ക് കഴിയുന്നില്ല. പല വഴികളിൽ, പല ജീവിതങ്ങളായി വേർപിരിയുന്ന 'ഒസാമു' കുടുംബത്തിന്റെ കാഴ്ച കളിൽ ചിത്രമവസാനിപ്പിക്കുന്നു സംവിധായകൻ കൊറീദ.

ജീവിതം നിലനിർത്താൻ പാടുപെടുന്ന, അതിനായി എന്തും ചെയ്യാൻ തയ്യാറാവുന്ന ആളുകൾ ജപ്പാനിൽ സാധാരണകാഴ്ചയാണ് എന്ന് ചിത്രത്തോടൊപ്പം സംവിധായകൻ കൊറിദയും വ്യക്തമാ ക്കുന്നുണ്ട്. ജപ്പാനിലെ 'അദൃശ്യ' രായ ഇത്തരം ആൾക്കാരെക്കുറി ച്ചാണ് തന്റെ ചിത്രമെന്നു പറയുന്ന അദ്ദേഹം ആരാണ് അവരെ അദൃശ്യരാക്കുന്നതെന്ന് ചോദിക്കുന്നു. നാമും നമ്മുടെ സമൂഹവുമാണ് അതിന് ഉത്തരവാദികൾ എന്നാണ് അദ്ദേഹം അഭിപ്രായപ്പെടുന്നത്. അപകടം മൂലം തൊഴിലെടുക്കാൻ കഴിയാതെ മോഷണത്തിലേക്ക് കടക്കാൻ നിർബ്ബന്ധിതനായ ഒസാമു അതിന് സഹായമായി ഷോട്ടയെ ഉപയോഗിക്കുന്നു. ഈ സംഘർഷങ്ങൾക്കി ടയിലും യൂറിയെന്ന നിരാലംബയായ പെൺകുട്ടിയെ സംരക്ഷിക്കാനുള്ള മനസ്സ് അയാൾക്കുണ്ട്. ജപ്പാന്റെ 'വികസന' അവസ്ഥയെ ചോദ്യം ചെയ്യുന്ന ഇതുപോലുള്ള ജീവിതങ്ങൾ ഒറ്റപ്പെട്ട കാഴ്ച്ചകൾ അല്ല എന്ന് തന്നെയാണ് ചിത്രം ജപ്പാനിൽ നേടിയ വൻവിജയം സൂചി പ്പിക്കുന്നത്. തന്റെ രാജ്യത്തിൽ ദരിദ്രരുടെ എണ്ണം വർദ്ധിച്ചു വരിക യാണെന്ന കണക്കുകൾ ഉദ്ധരിക്കുന്ന കൊറിദയുടെ പ്രതിഷേധത്തി ന്റെ രേഖപ്പെടുത്തലായിട്ടാണ് ഷോപ്ലിഫ്റ്റേഴ്സിനെ ചലച്ചിത്രലോകം വിലയിരുത്തുന്നത്.

നേരത്തെ സൂചിപ്പിച്ചതു പോലെ ലോകസിനിമാരംഗത്തെ ഏറ്റവും ഉന്നതമായ പുരസ്കാരങ്ങൾ നേടിയവ എന്ന നിലയിലാണ് ഈ നാലു ചിത്രങ്ങൾ പഠനവിധേയമാക്കിയത്. ഇതേ പ്രമേയം കേന്ദ്രീകരിക്കുന്ന നിരവധി പ്രശസ്തവും സമകാലീനവുമായ രചനകൾ

ചലച്ചിത്രലോകം രേഖപ്പെടുത്തുന്നുണ്ട്. ആഡംബര ജീവിതങ്ങൾക്കും ആഘോഷങ്ങൾക്കുമിടയിൽ ജീവിതം നിലനിർത്തിപ്പോകാൻ ഏറെ പാടുപെടുന്നവരുടെ സംഘർഷഭരിതമായ ജീവിതക്കാഴ്ചകൾ ചലച്ചിത്രരംഗത്ത് ഒരു പുതിയ സാമൂഹിക-രാഷ്ട്രീയ ധാരയായി ഇന്ന് പ്രേക്ഷകരും നിരൂപകരും തിരിച്ചറിയുന്നുണ്ട്. ലോകസമ്പദ് വ്യവസ്ഥയിൽ നിർണ്ണായക സ്വാധീനമുള്ള ഇത്തരം രാജ്യങ്ങളിലെ ദുരന്തജീവിതങ്ങളുടെ ആവിഷ്കാരങ്ങൾ ചലച്ചിത്രരംഗത്ത് മാത്രമല്ല പ്രതികരണങ്ങൾ ഉണ്ടാക്കാൻ പോകുന്നത്. മുതലാളിത്ത ലോകത്തിന്റെ പൊള്ളത്തരങ്ങളിലേക്ക് ലോകജനതയെ എത്തിക്കുക വഴി പട്ടിണി മാറ്റാനും അടിസ്ഥാന സൗകര്യങ്ങൾ വർദ്ധിപ്പിക്കാനുമുള്ള ശ്രമങ്ങൾ അവിടങ്ങളിൽ അത്യന്താപേക്ഷിതമാണ് എന്ന സന്ദേശം ഈ ചിത്രങ്ങൾ നൽകുന്നുണ്ട്. ചലച്ചിത്രങ്ങൾ സാമൂഹിക ജീവിതത്തിന്റെ കണ്ണാടികളാവുക മാത്രമല്ല, അവ സാമൂഹിക -സാമൂഹിക മാറ്റങ്ങൾക്ക് വഴിയൊരുക്കുക കൂടി ചെയ്യുന്നുണ്ട് എന്ന വലിയ പാഠത്തിലേക്കാണ് ഇവ നമ്മെ എത്തിക്കുന്നത്.

അഭയാർത്ഥി ജീവിതങ്ങൾ നേരിടുന്ന ദുരന്തങ്ങൾ

I want the right to life,
of the leopard at the spring,
of the seed splitting open -
I want the right of the first man.

നസീം ഹിക് മെറ്റ്, തുർക്കി കവി (1902-1963)

ജീവിച്ചുകൊണ്ടിരിക്കുന്ന രാജ്യം ഒരു നാൾ തിരിച്ചറിയൽ രേഖകൾ ആവശ്യപ്പെടുകയും അവ തൃപ്തികരമല്ലെന്നും ഇനി മുതൽ നിങ്ങൾ ഇവിടെ അഭയാർത്ഥികളാണെന്നും ഭരണാധികാരികൾ പ്രഖ്യാപിക്കുമ്പോൾ, പോകാൻ ഒരിടമില്ലാതെ, നിസ്സഹായരായി നിൽക്കേണ്ടി വരുന്ന ജനസമൂഹത്തിന്റെ അവസ്ഥ ദയനീയമാണ്. കടൽക്കരയിൽ മരിച്ചുകിടന്ന അഭയാർത്ഥി അലൻ കുർദിയുടെ ചിത്രം നമ്മുടെ മനസ്സുകളിൽ അവശേഷിക്കുന്നു. ലോകജനത എക്കാലവും അഭിമുഖീകരിച്ച സ്ങ്കീർണ്ണമായ വിഷയമാണ് അഭയാർത്ഥിപ്രശ്നം. അഭയാർത്ഥിസഞ്ചാരങ്ങളും പലായനങ്ങളും ലോകരാജ്യങ്ങൾ അഭിമുഖീകരിക്കുന്ന മുഖ്യവിഷയമായി മാറിക്കഴിഞ്ഞു. ആനന്ദിനെപ്പോലുള്ള എഴുത്തുകാർ ചരിത്രത്തെ അടയാളപ്പെടുത്തുന്നത് തന്നെ അഭയാർത്ഥി സഞ്ചാരങ്ങളുമായി ബന്ധപ്പെട്ടുത്തിക്കൊണ്ടാണ്. ആനന്ദിന്റെ പ്രസിദ്ധ നോവൽ അഭയാർത്ഥികൾ' ഇത്തരം സഞ്ചാരങ്ങളുടേയും പലായനങ്ങളുടേയും അപഗ്രഥനങ്ങളാണല്ലോ. മനുഷ്യചരിത്രത്തിന്റെ ആരംഭം മുതൽ അഭയാർത്ഥികളുടെ സഞ്ചാരങ്ങളും ആരംഭിച്ചിരുന്നു. പിൽക്കാലത്ത്, കുരിശുയുദ്ധങ്ങൾ, ലോകമഹായുദ്ധങ്ങൾ, നാസിഭീകരതകൾ, മതഭീകരതകൾ ഇവയുണ്ടാക്കിയ

/ ഉണ്ടാക്കിക്കൊണ്ടിരിക്കുന്ന അവസ്ഥകളിൽ നിന്നും അഭയാർത്ഥി പ്രവാഹം ലോകമെമ്പാടും വ്യാപിച്ചു കൊണ്ടിരിക്കുന്നു. സ്വാതന്ത്ര്യല ബ്ധിയുമായി ബന്ധപ്പെട്ട ഇന്ത്യാ-പാക് വിഭജനം ഉണ്ടാക്കിയ അക്ര മങ്ങളും അഭയാർത്ഥിപ്രവാഹങ്ങളും വൻപ്രഹരമായിരുന്നു നമ്മുടെ നാടിന് നൽകിയത്. അതിന്റെ പ്രത്യാഘാതങ്ങൾ ഇപ്പോഴും നാം അനുഭവിച്ചുകൊണ്ടിരിക്കുന്നുണ്ട്. അതിന്റെ കൃത്യമായ ഉദാഹരണ മാണ് ഒരിക്കലും നമുക്ക് പരിഹരിക്കാൻ കഴിയാതിരിക്കുന്ന കാശ്മീർ പ്രശ്നം.

ലോകത്തിൽ സജീവമായിക്കൊണ്ടിരിക്കുന്ന അഭയാർത്ഥി പ്രവാഹം സാംസ്കാരികമണ്ഡലത്തെ ഏറെ സ്വാധീനിക്കുന്നുണ്ട്. ലോകസാഹിത്യത്തിലും കലാമാദ്ധ്യമങ്ങളിലും കൃത്യവും ശക്തവുമായ ആവിഷ്കാരങ്ങൾ അതുമായി ബന്ധപ്പെട്ട് ഉണ്ടാവുന്നുണ്ട്. അഭയാർ ത്ഥിസഞ്ചാരങ്ങളും ജീവിതങ്ങളും പ്രമേയമാക്കുന്ന പ്രധാന ചലച്ചി ത്രങ്ങൾ പഠനവിധേയമാക്കുകയാണ് ഇവിടെ ചെയ്യുന്നത്.

ഒരു രാജ്യത്തു നിന്നും മറ്റൊരിടത്തേക്കുള്ള പലായനത്തിന് പല കാരണങ്ങളും നമുക്ക് കണ്ടെത്താൻ കഴിയും. പ്രധാനമായി, ആഭ്യ ന്തരകലാപങ്ങൾ, മറ്റ് രാജ്യങ്ങളുമായുള്ള ഏറ്റുമുട്ടലുകൾ, മതഭീകരരു മായുള്ള സംഘർഷങ്ങൾ, കാലാവസ്ഥാ വ്യതിയാനം സൃഷ്ടിക്കുന്ന ദാരിദ്ര്യം, ക്ഷാമം, പകർച്ചവ്യാധികൾ, നമ്മുടെ രാജ്യത്ത് നിലവിൽ വന്നതുപോലുള്ള പുതിയ പൗരത്വ നിയമവ്യവസ്ഥകൾ, പ്രകൃതിദു രന്തങ്ങൾ ഇവയൊക്കെ അഭയാർത്ഥികളെ സൃഷ്ടിക്കുന്നുണ്ട്. ഇവ ആവിഷ്കരിക്കുന്ന നിരവധി ഡോക്യുമെന്ററികളും കഥാചിത്രങ്ങളും ലോകസിനമയിൽ നിർമ്മിക്കപ്പെടുന്നുണ്ട്. അവയിൽ ശ്രദ്ധേയ ചിത്രങ്ങൾ സംക്ഷിപ്തമായി പരിശോധിക്കുന്നു.

ഹ്യൂമൺ ഫ്ലോ (Human Flow)

അഭയാർത്ഥിപ്രശ്നവുമായി ബന്ധപ്പെട്ട് പുറത്തുവന്ന ഡോക്യു മെന്ററികളിൽ ഏറ്റവും പ്രശസ്തമാണ് 'ഹ്യൂമൺ ഫ്ലോ' (Human Flow, മനുഷ്യപ്രവാഹം). ഇപ്പോൾ ജർമ്മനിയിൽ കഴിയുന്ന ചൈനീസ് കലാകാരനും ആക്റ്റിവിസ്റ്റുമായിരുന്ന അയ് വെവെ (Ai Wei Wei) യാണ് ഇതിന്റെ സംവിധായകൻ. ഒരു ചെറിയ പദ്ധതിയായി ആരംഭിച്ച ചിത്രം വൻ പ്രൊജക്റ്റായി മാറി, 2017 ൽ ആണ് അവസാനിക്കുന്നത്. ഇരുപത്തിമൂന്ന് രാജ്യങ്ങളിലെ അഭയാർത്ഥി ക്യാമ്പുകൾ സന്ദർശിച്ച സംവിധായകനും മുന്നൂറിലേറെ വരുന്ന സാങ്കേതികവിദഗ്ധരും ചേർന്ന് നിർമ്മിച്ച ചിത്രം അഭയാർത്ഥി

• അയ് വെവെ

സഞ്ചാരങ്ങ ളേക്കുറിച്ചുള്ള ഏറ്റവും ആധികാരിമായ ഡോക്യുമെന്ററിയായി ലോകം അംഗീകരിച്ചു കഴിഞ്ഞു. പലപ്പോഴും ഡ്രോണുകളും പുതിയ സാങ്കേതികവിദ്യകളുമുപയോഗിച്ചാണ് ചിത്രീകരണങ്ങൾ നടത്തിയിരുന്നത്. മറ്റ് ഡോക്യുമെന്ററികളെ താരതമ്യം ചെയ്യുമ്പോൾ സാങ്കേതിക മികവിലും ഏറെ മുൻപിൽ നിൽക്കുന്നു ഹ്യൂമൺ ഫ്ലോ. ചിത്രം പ്രധാനമായും നാലുതരം അഭയാർത്ഥികളെ കേന്ദ്രീകരിക്കുന്നു.

യുദ്ധങ്ങൾ, വംശീയകലാപങ്ങൾ, ഭീകരാക്രമണങ്ങൾ, ക്ഷാമം ഇവ സൃഷ്ടിക്കുന്ന അഭയാർത്ഥികൾ, ജീവനും ജീവിതവും നിലനിർത്താനായി സ്വന്തം രാജ്യത്തിനകത്തും മറ്റ് രാജ്യങ്ങളിലേക്കും നടത്തുന്ന ദുരന്തയാത്രകൾ വിശദാംശങ്ങളോടെ പ്രേക്ഷകരിലെത്തിക്കുന്നു സംവിധായകൻ. സ്വന്തം അതിർത്തികൾ അടച്ചുപൂട്ടിക്കൊണ്ട് അഭയാർത്ഥികളെ തടയുന്ന സമീപകാല ലോകകാഴ്ചകളും നമുക്ക് ചിത്രത്തിൽ കാണാം. ഇരുപത്തിമൂന്ന് രാജ്യങ്ങളിൽ ക്രമീകരിക്കപ്പെട്ട ക്യാമ്പുകളിലെ ദുരന്തജീവിതകാഴ്ച്കൾ അഭയാർത്ഥി പ്രശ്നത്തിന്റെ വ്യാപ്തിയും ഗൗരവവും പ്രേക്ഷകരെ ബോദ്ധ്യപ്പെടുത്തുക തന്നെ ചെയ്യും. അഭയാർത്ഥികളുമായും ക്യാമ്പുകളിലെ സാമൂഹ്യപ്രവർത്തകരുമായും ഡോക്റ്റർമാരുമായും യുനിസെഫ് അടക്കമുള്ള സന്നദ്ധ സംഘങ്ങളുമായും നടത്തിയ അഭിമുഖങ്ങൾ ക്യാംപുകളിലെ ദുരിതപൂർണ്ണമായ അവസ്ഥയുടെ നേർക്കാഴ്ചകളായി മാറുന്നുണ്ട്. ഇത് ചിത്രത്തിന് ഏറെ ആധികാരികത നൽകുന്നു.

ബോട്ടിൽ വന്നിറങ്ങുന്ന അഭയാർത്ഥികളുടെ ദൃശ്യത്തിൽ ആരംഭിക്കുന്ന ചിത്രം അവസാനിക്കുന്നത് നാവികസേന കടലിൽ നടത്തുന്ന സുരക്ഷാ നിരീക്ഷണത്തിലാണ്. കരയിൽ വന്നിറങ്ങിയവരെ

സന്നദ്ധസേനാംഗങ്ങൾ ക്യാമ്പുകളിൽ എത്തിക്കുന്നു. മാസങ്ങൾക്ക് മുമ്പ് സ്വന്തം നാട്ടിൽനിന്നും കൈയ്യിൽകിട്ടിയതുമെടുത്ത് പലായനം തുടങ്ങിയവർ, ലക്ഷ്യമെന്തെന്നറിയാത്ത യാത്രയ്ക്കിടയിൽ വഴിയിൽ മരിച്ചുവീണവർ, വെടിയേറ്റവർ, രോഗബാധിതർ ഇവർ എത്രയെന്ന് ആർക്കുമറിയില്ല. ക്യാമ്പുകളിൽ നിന്നും ക്യാമ്പുകളിലേക്ക് അഭയാർത്ഥികൾ നടത്തുന്ന യാത്രകൾ. ഭരണാധികാരികളെ ഒരു ദിവസമെങ്കിലും ക്യാമ്പിൽ താമസിപ്പിക്കേണമെന്ന് അമർഷത്തോടെ പറയുന്ന ക്യാമ്പിലെ സ്ത്രീ. കിലോമീറ്ററുകളോളം നടന്ന് ശേഖരിക്കുന്ന ദുർലഭമായ വെള്ളം. ക്യാമ്പുകളിലെ കുട്ടികളുടെ ഏറ്റവും ദയനീയമായ ജീവിതം. സിറിയയിൽ നിന്നും പാലസ്തീനിൽ നിന്നും വന്ന് ലെബനോനിലെ ക്യാമ്പിൽ കഴിയുന്ന കുട്ടികളേക്കുറിച്ചുള്ള നിരീക്ഷണം ഇതായിരുന്നു:"പ്രതീക്ഷ്കളൊന്നുമില്ലാതെ, ഭാവിയെപറ്റി ഒന്നും ചിന്തിക്കാനാകാതെ, വിദ്യാഭ്യാസം തീരെ കിട്ടാതെ, മതിയായ ഭക്ഷണമില്ലാതെ വളരുന്നവർ. അവർ ഏതു സാഹചര്യത്തിലേക്കും വഴിമാറിപ്പോകാം, നാളെ അവർ സമൂഹത്തിലെ ക്രിമിനലുകൾ ആയി മാറിയാലും അത്ഭുതപ്പെടാനില്ല ". ലെബനോനിലെ ക്യാമ്പ അറുപത് വർഷങ്ങളായി തുടരുകയാണ്. ലോകത്തിൽ ഏറ്റവും കൂടുതൽ അഭയാർത്ഥികൾ പാലസ്തീനിൽ നിന്നാണ്, നാൽപ്പത്തേഴ് ലക്ഷം പേർ. ലോകത്തിൽ ദിനം പ്രതി 34,000 പേർ അഭയാർത്ഥികളായി മാറുന്നു ! ഈ കണക്കുകൾ അത്യന്തം ഭീതിജനകം തന്നെയാണ്. കൃത്യമായ സുരക്ഷയില്ലാതെ സഞ്ചരിക്കുന്നതിനാൽ അഭയാർത്ഥികളുടെ യാത്രയ് ക്കിടയിൽ അപകടങ്ങൾ സാധാരണമാണ്. 2016 ൽ മെഡിറ്ററേനിയൻ കടൽ കടന്നവരിൽ 5000 ലേറെ പേർ മുങ്ങിമരിച്ചിരുന്നു. യാത്രക്കിടയിലെ കൊള്ള, കൊല, ബലാൽസംഘം ഇവ വേറേയും. ആധികാരികമായ ഈ കണക്കുകൾ പ്രശ്നത്തിന്റെ തീവ്രത കൃത്യമായിത്തന്നെ പ്രേക്ഷകരിൽ എത്തിക്കുന്നുണ്ട്.

ചിത്രത്തിൽ ദൃശ്യവൽക്കരിച്ചിരിക്കുന്ന ക്യാമ്പുകളിൽ ചിലത് മാത്രം നോക്കാം. മ്യാൻമാറിലെ റോഹിൻത്യാൻ അഭയാർത്ഥികൾക്ക് അഭയം നൽകിയത് ബാംഗ്ഗ്ലാദേശാണ്, സിറിയൻ യുദ്ധത്തിലെ പതിനഞ്ച് ലക്ഷം അഭയാർത്ഥികളും അറ്ബ്-ഇസ്രയേൽ യുദ്ധത്തിലെ 14 ലക്ഷം പേരും ജോർഡാനിൽ കഴിയുന്നു. ജോർഡാൻ രാജ്ഞിയുമായി നടത്തുന്ന അഭിമുഖം അവരുടെ രാജ്യത്തിന്റെ അഭയാർത്ഥികളോടുള്ള സമീപനത്തിന്റെ അടയാളമായി ചിത്രത്തിലുണ്ട്. ഇത്തരം പ്രവൃത്തികൾ മനുഷ്യസമൂഹത്തോടുള്ള

• Fire at Sea

തങ്ങളുടെ കടമയാണെന്ന് പറയുന്നു അവർ. ആഫ്രിക്കൻ രാജ്യങ്ങളിലെ ക്ഷാമവും സംഘർഷങ്ങളും ഇറ്റലിയിലെത്തിച്ചത് 2,10,000 പേരെയാണ്. അഫ്ഗാൻ അഭയാർത്ഥികൾ പാക്കിസ്ഥാനിലും ജർമ്മനിയിലും സിറിയ, ഇറാഖ എന്നിവിടങ്ങളിലുള്ളവർ ഗ്രീസിലുമാണ് അഭയം തേടുന്നത്. ഇതിനിടയിൽ മുള്ളുവേലികൾ പണിത് അഭയാർത്ഥികളെ തടയുന്ന രാജ്യങ്ങളേയും ചിത്രം നമുക്ക് കാട്ടിത്തരുന്നു. ഈ പശ്ചാത്തലത്തിൽ, പാല്സ്തീൻ ലിബറേഷൻ ഓർഗനൈസേഷന്റെ സാംസ്കാരികവകുപ്പ് മേധാവി ഡോ: ഹനൻ ഹഷ്റാണിയുടെ വാക്കുകകൾ ഏറെ ശ്രദ്ധേയമാണ്: "ഒരാളോട് ഒരു രാജ്യത്തിന് ചെയ്യാൻ പറ്റുന്ന ഏറ്റവും വലിയ ക്രൂരതയാണ് അയാളെ / അവളെ അഭയാർത്ഥിയാക്കുക എന്നത്. ഒരാളെ മറ്റുള്ളവരുടെ കരുണയ്ക്ക് വിധേയമാക്കുക എന്ന ഈ അവസ്ഥ അതീവദാരുണമാണ്".

ചിത്രത്തിന്റെ സംവിധായകൻ അയ് വെവെയുടെ വാക്കുകൾ അദ്ദേഹത്തിന്റെ ലക്ഷ്യം വെളിപ്പെടുത്തുന്നു.: "എന്നെ നേരിട്ട് ബാധിക്കുന്നുണ്ടോ, ഇല്ലയോ എന്ന് അന്വേഷിച്ച് നാം കാര്യങ്ങളെ വിശകലനം ചെയ്യുന്നു. അങ്ങിനെ കേക്ക് മുറിച്ചെടുക്കുന്നതു പോലെ നമ്മുടെ സഹതാപവും നാം മുറിച്ചെടുക്കുന്നു. ഈ ചിത്രത്തിന്റെ നിർമ്മാണത്തിന് പിന്നിൽ കൃത്യമായൊരു ലക്ഷ്യമുണ്ടായിരുന്നു. വളരെ സങ്കീർണ്ണമായ ചുറ്റുപാടുകളെ കൃത്യമായി കണ്ട്, മാനുഷികത, മനുഷ്യാവകാശം എന്നിവയ്ക്ക് മുൻതൂക്കം കൊടുത്തു. മനുഷ്യാവകാശങ്ങൾ എവിടേയും പിന്തുണക്കേണ്ടവ തന്നേയാണ്, അതുവഴി മാത്രമേ നമുക്ക് എല്ലാവരേയും സഹായിക്കാൻ പറ്റുകയുള്ളൂ."

മനുഷ്യമനസ്സാക്ഷിക്കു മുമ്പിൽ വെല്ലുവിളിയുയർത്തിക്കൊണ്ട് അഭയാർത്ഥിക്യാമ്പുകൾ ലോകമെങ്ങും പ്രവർത്തിക്കുമ്പോൾ ലോകക്രമത്തിന്റെ പരാജയത്തിന്റെ അടയാളങ്ങളായി മാറുകയാണ് അവ. ഇത് തിരിച്ചറിഞ്ഞിട്ടും പുതിയ വിഭാഗീയപ്രശ്നങ്ങൾ പൊന്തിവരുന്നു, പുതിയ അഭയാർത്ഥികൾ സഞ്ചാരങ്ങൾ തുടങ്ങുന്നു. ഇവയുടെ അവസാനമാണ് മനുഷ്യരാശി ലക്ഷ്യം വെക്കേണ്ടത് എന്ന് ബോധത്തോടെയാണ് നാം 'ഹ്യൂമൺ ഫ്ലോ' കാഴ്ച അവസാനിപ്പിക്കുന്നത്.

ഫയർ അറ്റ് സി (Fire at Sea)

പ്രസിദ്ധ ഇറ്റാലിയൻ ഡോക്യുമെന്ററി സംവിധായകൻ ജിയാൻ ഫ്രാങ്കോ റോസി (Gianfranco Rosi)യുടെ സാമൂഹികപ്രതിബദ്ധത അയാളെ എത്തിച്ചത് ഗംഗാനദിയുടെ തീരത്തേക്കും കാലിഫോർണിയയിലെ മരുഭൂമിയിലേക്കും, മെക്സിക്കോയിലെ കുപ്രസിദ്ധമയക്കുമരുന്നു കച്ചവടക്കാരുടെ സങ്കേതത്തിലേക്കു മൊക്കെയായിരുന്നു. അതിന് ശേഷം തന്റെ ക്യാമറയുമായി റോസി പോയത് ഇറ്റലിയിലെ ലാമ്പെദ്യൂസ ദ്വീപിലേക്കാണ്. ആഫ്രിക്കയിൽ നിന്ന് 70 മൈലും സിസിലിയിൽ നിന്ന് 120 മൈലും അകലെയുള്ള ദ്വീപിൽ, ആഫ്രിക്ക, പശ്ചിമേഷ്യ എന്നിവിടങ്ങളിൽ നിന്ന് അഭയാർത്ഥികളെ നിറച്ച ബോട്ടുകൾ മെഡിറ്ററേനിയൻ വഴി എത്താറുണ്ട്. അനുവദിക്കപ്പെട്ടവരിൽ നിന്നും വളരെക്കൂടുതൽ ആളുകളെ കയറ്റിയ ബോട്ടുകൾ കടലിൽ മുങ്ങുക ഇവിടെ പതിവാണ്. ഇങ്ങനെ അഭയാർത്ഥികളുടെ ജീവിതം കടലിൽ അവസാനിക്കുന്നത് ഒരു സാധാരണ സംഭവമായി അവിടെ മാറിക്കഴിഞ്ഞു. ഇറ്റലിയിലെ തീരദേശ നാവികർക്കൊപ്പം രക്ഷാപ്രവർത്തനങ്ങളിൽ പങ്ക് ചേർന്നുകൊണ്ട് റോസി അവ ചിത്രീകരിച്ചു. അതാണ് പ്രസിദ്ധ ഡോക്യുമെന്ററി 'ഫയർ അറ്റ് സി '(Fire at Sea) ആയി 2016ൽ പുറത്തു വന്നത്. 'ഫയർ അറ്റ് സി 'ഒരു പ്രസിദ്ധ ഗാനമാണ്. ചിത്രത്തിൽ, കപ്പലിൽ ജോലിചെയ്യുന്ന മകന്, അയാളുടെ പ്രായമായ അമ്മ ഈ ഗാനം റേഡിയോ വഴി സമർപ്പിക്കുന്നുണ്ട്. ഇതു കൂടാതെ യുദ്ധങ്ങൾ നടക്കുമ്പോൾ, മിസൈൽ ആക്രമണങ്ങൾ കടലിൽ ഉണ്ടാക്കുന്ന തീജ്വാലയും ചിത്രത്തിൽ ഫയർ അറ്റ് സീയായി പരാമർശിക്കപ്പെടുന്നു. ഒരേ സമയം വീടിനകത്തെ സുരക്ഷിതമായ അന്തരീക്ഷവും പുറത്തെ അനിശ്ചിതത്വ ങ്ങളും ചിത്രം ദൃശ്യവൽക്കരിക്കുന്നു. ബോട്ടിൽ ശ്വാസം കിട്ടാതെ വിശപ്പും ദാഹവും സഹിച്ച്, പുരുഷന്മാരും സ്ത്രീകളും കുട്ടികളും വീണ് മരിക്കുന്ന ദയീനകാഴ്ച ലോക മനസ്സാക്ഷിയെ ഞെട്ടിക്കുക തന്നെ ചെയ്യും.

നൈജീരിയയിൽ നടന്ന യുദ്ധങ്ങളിൽ അഭയാർത്ഥികളായവർ തങ്ങളുടെ ജീവിതം ഇങ്ങനെ ഓർമ്മിക്കുന്നു: "ബോംബിങ്ങിനിടയിൽ ലിബിയയിലേക്ക് ഓടിപ്പോയവർ, അവിടെ ജയിലിൽ കിടന്ന, വിശപ്പും ദാഹവും മർദ്ദനങ്ങളും സഹിച്ചവർ. ദാഹമകറ്റാൻ സ്വന്തം മൂത്രം കുടിക്കേണ്ടി വന്നവർ. ഒടുവിൽ കടലിലേക്ക് ഓടി രക്ഷപ്പെടാൻ ശ്രമിച്ച് മുങ്ങി മരിച്ചവർ. ബാക്കിയാവർ മാത്രം ലമ്പദൂസ ദ്വീപിൽ എത്തുന്നു പതിനായിരങ്ങൾ ലക്ഷ്യം കാണുമ്പോൾ ആയിരങ്ങൾ മരിക്കുന്നു."

ചിത്രുലെത്തി ദ്വീപ് വാസികളായ പിയട്രോ ബാർട്ടിലോ എന്ന ഡോക്ടറും സാമുവെൽ എന്ന കുട്ടിയും തമ്മിലുള്ള ബന്ധം ശ്രദ്ധേയമാണ്. ദ്വീപുകാരുടെ പ്രിയങ്കരനായ ഡോക്ടർ അഭയാർത്ഥികൾക്കും ഏറെ സഹായങ്ങൾചെയ്യുന്നുണ്ട്. ചിത്രത്തിന്റെ ആരംഭത്തിൽ ചവണകളുണ്ടാക്കി പക്ഷികളെ എറിഞ്ഞു വീഴ്ത്താൻ ശ്രമിച്ച കുട്ടികൾ, ചിത്രമവസാനിക്കുമ്പോൾ തോക്കുകളുപയോഗിച്ച് ആളുകളെ വെടി വെക്കുന്ന യുദ്ധരംഗങ്ങൾ ` അനുകരിക്കുന്നു. ഭാവിയിൽ അവർ യുദ്ധരംഗത്ത് എത്തിപ്പെടുമെന്ന് തീർച്ചയാണ്. ഒരു മണിക്കൂർ നാൽപ്പത്തെട്ട് മിനുട്ട് ദൈർഘ്യമുള്ള 'ഫയർ അറ്റ് സി 'അനവധി പുരസ്കാരങ്ങൾ നേടിയിരുന്നു.

സലാം നൈബർ (Salam Neibhour)

അഭയാർത്ഥികളെ ഏറെ സഹാനുഭൂതിയോടെ സമീപിക്കുന്ന രാജ്യമാണ് ജോർഡാൻ. തങ്ങളുടെ സഹോദരങ്ങളെ ആപത്തിൽ നിന്നും രക്ഷിക്കുക സ്വന്തം കടമയാണെന്നാണ് അവർ കരുതുന്നത്. അമേരിക്കക്കാരായ ക്രിസ് ടെമ്പിളും സാക്ക് ഇൻ ഗ്രാഷിയും ചേർന്ന് 2015ൽ നിർമ്മിച്ച ജോർഡാൻ ഡോക്യുമെന്ററി 'സലാം നൈബർ` (Salam Neibhour) വളരെയേറെ പ്രത്യേകതയുള്ള ഡോക്യുമെന്ററിയാണ്. സംവിധായകർ രണ്ടുപേരും ഒരു മാസക്കാലം 85, 000 ലേറെ സിറിയൻ അഭയാർത്ഥികൾ കഴിയുന്ന ജോർഡാനിലെ ഡഫാരി ക്യാമ്പിൽ താമസിച്ച് അവരുടെ ജീവിതം സസൂക്ഷ്മം പഠി ക്കുകയായിരുന്നു. ജീവിതത്തിന്റെ വ്യത്യസ്തമേഖലകളിൽ നിന്നും ക്യാമ്പിലെത്തിയ അഞ്ചു പേരുടെ അനുഭവങ്ങൾ പഠന വിധേയമാക്കിയ ശേഷം, എല്ലാം വിശദാംശങ്ങളും ചേർത്തുവെച്ചു കൊണ്ടാണ് ചിത്രം പൂർത്തിയാക്കുന്നത്. അതു വഴി, അഭയാർത്ഥി ക്യാംപ് ജീവിതത്തിന്റെ സമഗ്രമായൊരു കാഴ്ച അവർ പ്രേക്ഷകനു നൽകുകയാണ്. അഭയാർത്ഥികളോടുള്ള അവരുടെ ആത്മാർത്ഥമായ

സമീപനത്തിന്റേയും സഹാനുഭൂതിയുടേയും കൃത്യമായ ഒരു ആവിഷ്കാരമായി മാറുന്നു സലാം നൈബർ.

യു. എൻ. ഓയുടെ 2018 അവസാനത്തെ കണക്കനുസരിച്ച് ആ വർഷത്തിൽ ആകെ 710 ലക്ഷം പേർ ലോകത്താകെ രാജ്യഭ്രഷ്ടരാക്കപ്പെട്ടു. മുൻ വർഷ ത്തേക്കാൾ 23 ലക്ഷം കൂടുതലാണിത്. അടുത്ത വർഷം സംഖ്യ കൂടുകയേ ഉള്ളൂ എന്നാണ് ലോകസംഭവികാസങ്ങൾ സൂചിപ്പിക്കുന്നത്. ലോകത്ത് അഭയാർത്ഥികളെ സൃഷ്ടിക്കുന്നതിൽ വലിയൊരു പങ്ക് സിറിയക്കുണ്ട് എന്ന അവിടെ നടന്നുകൊണ്ടിരിക്കുന്ന സംഭവങ്ങൾ വ്യക്തമാക്കുന്നു. ലോകത്തിലെ അഭയാർത്ഥികളിൽ ഇരുപത്തഞ്ച് ശതമാനവും സിറിയയിലെ ഭീകരാക്രമണങ്ങളിൽനിന്നും ഓടി രക്ഷപ്പെടുന്നവരാണ്. പുരുഷന്മാർ ഏതെങ്കിലും ഒരു വശത്ത് നിന്ന് യുദ്ധം ചെയ്യുമ്പോൾ. അനാഥരാക്കപ്പെടുന്ന കുട്ടികളും സ്ത്രീകളും അഭയാർത്ഥികളായി രാജ്യത്തിനകത്തും പുറത്തും അലയുന്നു. ഇതാണ് 2016 ൽ നിർമ്മിക്കപ്പെട്ട 'ചിൽഡ്രൻ ഓഫ് സിറിയ'(Children Of Syria) യിലെ പ്രമേയം. മാഴ്സൽ മെറ്റൽസിഫെൻ ആണ് ചിത്രം സംവിധാനം ചെയ്തിരിക്കുന്നത്.

ഇസ്ളാമിക ഭീകരസംഘടന ഐസിസ്

(ISIS) അഫ്ഗാനിസ്ഥാനിൽ നടത്തിക്കൊണ്ടിരിക്കുന്ന ഭീകരതകളെക്കുറിച്ച് ഏറെക്കാലമായി നാം കേട്ടുകൊണ്ടിരിക്കുന്നു. 2018 ൽ സിറിയ കഴിഞ്ഞാൽ ഏറ്റവും കൂടുതൽ അഭയാർത്ഥികൾ വന്നത് അഫ്ഗാനിസ്ഥാനിൽ നിന്നായിരുന്നു. അഫ്ഗാനിസ്ഥാനിൽ നടക്കുന്ന താലിബാനും അമേരിക്കൻ അനുകൂല ഭരണകൂടവും തമ്മിലുള്ള പോരാട്ടം റിപ്പോർട്ട് ചെയ്ത മുതിർന്ന അഫ്ഗാൻ പത്രപ്രവർത്തകൻ നജീബുള്ള ഖുറേഷി, ഒരു ഐ. എസ് പ്രവർത്തകൻ കുട്ടികൾക്ക് വെടിവെക്കാൻ പരിശീലനം നൽകുന്നത് കണ്ടപ്പോൾ പറയുന്നു: "ഇല്ല, ഒരിക്കലും ഇവിടെ യുദ്ധം അവസാനിക്കുകയില്ല". 2018 ൽ ലോകത്തിലാകെ കണക്കാക്കപ്പെട്ട അഭയാർത്ഥികളിൽ 23 ലക്ഷം പേർ സുഡാൻകാരാണെന്നാണ് കണക്കുകൾ സൂചിപ്പിക്കുന്നത്. ആഭ്യന്തരയുദ്ധവും അതുണ്ടാക്കിയ ഭക്ഷ്യക്ഷാമവുമാണ് ഇത്രയും പേരെ സ്വന്തം രാജ്യം വിടാൻ പ്രേരിപ്പിച്ചത്.

കൃഷിയും കൃഷിയിടങ്ങളും ഗ്രാമങ്ങളും ഉപേക്ഷിച്ച് അവർ പുറം രാജ്യങ്ങളിൽ അഭയം തേടുകയാണ്. അതാണ്'' ഓൺ ദ ബ്രിങ്ക് ഓഫ് ഫാമിൻ (on the brink of famine) എന്ന 2016 ഡൊക്യുമെന്ററിയുടെ പ്രമേയം. മാഴ്സലെ ഹോപ്കിൻസ്, ഇവാൻ വെക്സ്ലർ, ബെൻ മൊറാൻ

• തിയോ അഞ്ജെലോപൗലോസ്

എന്നിവർ ചേർന്ന് സംവിധാനം നിർവ്വഹിച്ച ചിത്രം സുഡാനിലെ ദാരിദ്ര്യവും പട്ടിണിയും ശക്തമായി ആവിഷ്കരിക്കുന്നുണ്ട്.

2018 ൽ പതിനൊന്ന് ലക്ഷം അഭയാർത്ഥികളാണ് മ്യാന്മറിൽ നിന്നും പുറത്തു പോയത്. അവിടെ നടന്ന റോഹിംഗ്യ മുസ്ളീം വേട്ടയുടെ പ്രത്യാഘാതം നമ്മുടെ രാജ്യത്ത് നാം കണ്ടിരുന്നതാണല്ലോ. മ്യാന്മറിലെ ബുദ്ധമത വിശ്വാസികളും റോഹിംഗ്യകളും തമ്മിൽ നടന്ന പോരാട്ടം അഭയാർത്ഥികളെ എത്തിച്ചത് ബാംഗ്ലാദേശിലെ ക്യാമ്പുകളിലേക്കായിരുന്നു. അവരുടെ ദാരുണകഥകൾ പറയുന്ന 'മ്യാന്മാർസ് കില്ലിങ് ഫീൽഡ്' (Mianmar"s Killing Fields) എന്ന 2018 ഡോക്യുമെന്ററി. പാഡി വെൽസ് സംവിധാനം ചെയ്ത ചിത്രം റോഹൊംഗ്യകൾക്ക് നേരെയുള്ള മ്യാന്മാർ പട്ടാളത്തിന്റെ ക്രൂരതകളും അവരുടെ പലായനവും ആണ് ആവിഷ്കരിക്കുന്നത്. പിഞ്ചുകുട്ടികളെ അറുത്തുകൊല്ലുക, കൂട്ടബലാൽസംഘം ചെയ്യുക തുടങ്ങി അവിടെ നടന്ന ക്രൂരതകളുടെ കാഴ്ചകൾ ലോകമനസ്സാക്ഷിയെ അക്ഷരാർത്ഥത്തിൽ ഞെട്ടിപ്പിക്കുന്നവയാണ്.

ഡോക്യുമെന്ററികൾ അഭയാർത്ഥിജീവിതങ്ങളുടെ നേർക്കാഴ്ചകൾ തന്നെയാണ് നമുക്ക് നൽകുന്നത്. കഥാചിത്രങ്ങൾ മിക്കവയും യഥാർത്ഥസംഭവങ്ങളെ അടിസ്ഥാനമാക്കി, ചരിത്രത്തോട് ചേർന്ന് നിന്നുകൊണ്ട് നിർമ്മിച്ചവയായതിനാൽ കേവലം കഥകളായി തള്ളിക്കളയാൻ പറ്റാത്തവയുമാണ്. ലോകത്തിലെ പ്രധാനപ്പെട്ട അഭയാർത്ഥി ജീവിതങ്ങളുടെ വ്യത്യസ്തമായ കഥാചിത്രങ്ങളിലേക്കാണ് ഇനി കടക്കുന്നത്.

തിയോ അഞ്ജെലോപൗലോസ് - അതിർത്തികൾ അവഗണിച്ച ചലച്ചിത്രകാരൻ സംഘർഷഭരിതമായ ഇറാഖ്, സിറിയ, അഫ്ഗാനിസ്ഥാൻ എന്നിവടങ്ങളിൽ നിന്നുമെത്തുന്ന ലക്ഷക്കണക്കിന് അഭയാർത്ഥികൾക്ക് ആശ്രയമൊരുക്കീ സംരക്ഷണം നൽകിവരുന്ന ഗ്രീസിലെ പ്രധാന ചലച്ചിത്രകാരനായിരുന്ന തിയോ അഞ്ചെലോപൗലോസ് തന്റെ ചിത്രങ്ങളിൽ അഭയാർത്ഥിജീവിതങ്ങൾ

പ്രമേയമാക്കുന്നത് തികച്ചും സ്വാഭാവികമാണ്. ലോകസിനിമയിൽ തന്റെ സവിശേഷ സ്ഥാനമുറപ്പിച്ച അദ്ദേഹം, 2012 ജനുവരിമാസം ഒരു റോഡപകടത്തിൽ മരിക്കുമ്പോൾ തന്റെ പുതിയ ചിത്രം 'ദ അദർ സൈഡ് ഓഫ് സി' (The Other Side of Sea)യുടെ സെറ്റിലായിരുന്നു. ആ ചിത്രവും പ്രമേയമാക്കിയിരുന്നത്, അനധികൃത കുടിയേറ്റക്കാരെ നിയമവിരുദ്ധമായി ഗ്രീസിലെ പിരയേസ് ദ്വീപിൽ എത്തിക്കുന്നതുമായി ബന്ധപ്പെട്ട കഥയായിരുന്നു. തന്റെ പ്രിയപ്പെട്ട സംവിധായകന് ആദരാഞ്ജലിയായി, പ്രസിദ്ധ ഫ്രഞ്ച് ചലച്ചിത്രകാരി എലോഡി ലേലു (Elodi Lelu) അഞ്ജെലോപൗലോസിന് പൂർത്തിയാക്കാൻ കഴിയാതിരുന്ന ആ ചിത്രം പരിശോധിച്ച്, അദ്ദേഹത്തിന്റെ ചിത്രങ്ങളിൽ നിന്നും ചില ഭാഗങ്ങളോടെ ഒരു ഡോക്യുമെന്ററി നിർമ്മിച്ചു.

തിയോ അഞ്ജെലോപൗലോസ്: ദ ഇൻടേണൽ ജേണി (Theo Angelopoulos: The Internal Journey) എന്ന ആ ചിത്രം തിയോയുടെ ചിത്രങ്ങളിൽ ഇടയ്ക്കിടെ ആവർത്തിക്കുന്ന അതിർത്തികൾ, അഭയാർത്ഥിജീവിതങ്ങൾ, നാടുകടത്തൽ എന്നിവ പ്രമേയമാക്കുന്നു. ഗ്രീസിനെ ഒരു 'വെയിറ്റിംഗ് റൂം' എന്ന് വിശേഷിപ്പിച്ച അവർ, അഭയാർത്ഥികൾക്കായി ഗ്രീസിൽ ഒരുക്കിയിരിക്കുന്ന പ്രത്യേക ഓഫീസിലെ നീണ്ട ക്യൂ ആ ചിത്രത്തിൽ ചേർത്തിട്ടുണ്ട്. 'പ്രവാസത്തിന്റെ ചലച്ചിത്രകാരൻ' എന്നാണ് അവർ തിയോയെ വിശേഷിപ്പിക്കുന്നത്.

അഞ്ജെലോപൗലോസിന്റെ ചിത്രങ്ങളുടെ ദൃശ്യാനുഭവം ഏറെ സവിശേഷമാണ്. ഏറ്റവും മികച്ചത് ഏതാണെന്ന് തീരുമാനിക്കാൻ പറ്റാത്ത നിരവധി ചിത്രങ്ങൾ, ദൃശ്യങ്ങളുടേയും സംഗീതത്തിന്റേയും അപൂർവ്വാനുഭവങ്ങളായി മാറുന്നു. അദ്ദേഹത്തിന്റെ പ്രസിദ്ധങ്ങളായ 'ബാൾക്കൻ ചിത്രത്രയം' (Balakan Trilogy) 'ബോഡർ ചിത്രത്രയം' (Border Trilogy) എന്ന് വിശേഷിപ്പിക്കപ്പെടുന്നത് അവയിൽ രാജ്യാതിർത്തികളും കുടിയേറ്റ- അഭയാർത്ഥി സമസ്യകളും ഗൗരവമായി ചർച്ച ചെയ്യുന്നത് കാരണമാണ്. അതിലെ ആദ്യ ചിത്രം 'ദ സസ്പെൻഡഡ് സ്റ്റെപ്പ് ഓഫ് ദ സ്റ്റോർക്ക് (1991) (The Suspended Step of the Stork) അതിർത്തികളും അഭയാർത്ഥിജീവിതവും ആവിഷ്കരിക്കുന്നുണ്ട്. ഗ്രീസ്-അൽബേനിയ അതിർത്തിയിൽ നിൽക്കുന്ന പട്ടാള ജനറൽ കാലെടുത്ത് അതിർത്തിക്കപ്പുറത്തേക്ക് വെച്ചാൽ വെടിയുതിർക്കാൻ ഒരുങ്ങി നിൽക്കുന്ന തുർക്കി പട്ടാളം. അതിർത്തിക്കടുത്തുള്ള പട്ടണത്തിൽ അഭയാർത്ഥികൾ പ്രവേശനാനുമതിക്കായി ക്യൂവിലാണ്. അവരിൽ കുർദുകളും ഇറാൻകാരും

റുമേനിയക്കാരുമൊക്കെയുണ്ട്. അനുമതി ലഭിക്കാത്തവർ ഉപേക്ഷിക്കപ്പെട്ട തീവണ്ടീ വാഗണുകളിലും റെയിൽവേസ്റ്റേഷൻ പ്ലാറ്റ്ഫോമുകളിലും അന്തിയുറങ്ങുന്നു. തീവണ്ടി വാഗണുകളിൽ നിന്നും നമ്മെ ചോദ്യഭാവത്തിൽ നോക്കുന്ന അവർ, തങ്ങളുടെ അടുത്ത താവളത്തേക്കുറിച്ചുള്ള ആശങ്കയിലാണ് കഴിയുന്നത്.

ചിത്രത്തിലെ മുഖ്യനടനായ പത്രപ്രവർത്തകൻ അഭയാർത്ഥികളെ ചിത്രീകരിക്കുന്ന സംഘത്തിലെ ക്യാമറ കൈകാര്യം ചെയ്യുന്നു. തന്റെ ജോലിക്കിടയിൽ മാർക്കെറ്റിൽ മൽസ്യം വിൽക്കുന്ന ആളെ കണ്ടപ്പോൾ മുഖപരിചയം തോന്നിയ അയാൾ, കൊല്ലങ്ങൾക്ക് മുമ്പ് പ്രസംഗവേദിയിൽ നിന്നിറങ്ങി അപ്രത്യക്ഷനായ രാഷ്ട്രീയ നേതാവിനെയാണ് ഓർമ്മിക്കുന്നത്. നേതാവിന്റെ ചെറുപ്പകാലത്തെ ഫോട്ടൊ കിട്ടിയ അയാൾ തന്റെ സൗഹൃദങ്ങളുപയോഗിച്ച് അയാളേക്കുറിച്ച് അന്വേഷണം നടത്തുന്നു. ഒടുവിൽ കടൽത്തീരത്ത് കണ്ടുമുട്ടിയ രാഷ്ട്രീയനേതാവിന് പഴയ പ്രസംഗത്തിന്റെ ടേപ്പ് കേൾപ്പിച്ചപ്പോൾ ഒരു മാറ്റവുമുണ്ടാകുന്നില്ല. ഒരു നാൾ, തന്റെ ഒന്നിച്ചുള്ള കുട്ടിയോട് അയാൾ പറയുന്ന കഥ ചിത്രത്തിൽ ഏറെ പ്രധാനമാണ്. ` മഹത്തായ കുടിയേറ്റം 'എന്ന് പേരുള്ള കഥ ഇതാണ്: കുറേപ്പേർ സഹാറാ മരുഭ്രമിയിൽ ഒത്തുചേർന്ന് പട്ടത്തിന്റെ നൂലിൽ പടിച്ച് അതോടൊപ്പം ആകാശത്തേക്ക് പറന്ന് പോകുന്ന കഥയാണ് അത്. പുതിയ ഗ്രഹം അന്വേഷിച്ചായിരുന്നു ആ യാത്ര. അഭയാർത്ഥികളുടെ പുതിയ അഭയസ്ഥാനം തേടിയുള്ള യാത്രയായി അത് വ്യാഖ്യാനിക്കപ്പെടുന്നു. വെള്ളത്തിൽ പൊങ്ങിക്കിടക്കുന്ന, ഏഷ്യയിൽ നിന്നുള്ള അഭയാർത്ഥികളുടെ ശവശരീരങ്ങൾക്ക് മേൽ പറക്കുന്ന ഹെലികോപറ്ററുകളുടെ കാഴ്ചയിൽ നിന്നാണ്ചിത്രം ആരംഭിക്കുന്നത്. അതിർത്തികളാകാൻ പറ്റാത്ത സ്ഥലത്തുള്ള (വെള്ളത്തിൽ) ഈ അഭയാർത്ഥി ശരീരങ്ങൾ ചിത്രത്തിന്റെ പ്രമേയത്തേക്കുറിച്ചുള്ള സൂചനകൾ തന്നെയാണ് നൽകുന്നത്. അതിർത്തികളേയും അഭയാർത്ഥികളെയും പ്രവാസത്തേയും ഒക്കെ നിഷേധിക്കുന്ന ചിത്രം. അവയ്ക്കും അപ്പുറത്തുള്ള ലോകത്തേക്കുറിച്ചാണ് തിയോ അഞ്ജെലോപൗലോസ് ചിന്തിക്കുന്നത്.

അഞ്ജെലൊപൗലോസിന്റെ ബാൾക്കൻ ചിത്രത്രയത്തിലെ മൂന്നാം ചിത്രം ഇറ്റേണിറ്റി ഏൻഡ് എ ഡേ (Eternity and a Day) (1998), കേന്ദ്രകഥാപാത്രം അലെക്സാണ്ടർ സംരക്ഷിക്കുന്ന അൽബേനിയക്കാരൻ കുട്ടിയിലാണ് അഭയാർത്ഥിസാന്നിദ്ധ്യം രേഖപ്പെടുത്തുന്നത്. വാഹനങ്ങൾ തിങ്ങി നിറഞ്ഞ റോഡിൽ, കാറുകളുടെ

• ഇറ്റേണിറ്റി ഏൻഡ് എ ഡേ

ചില്ല് കഴുകി വൃത്തിയാക്കി, അതിൽ നിന്നുള്ള വരുമാനം കൊണ്ട് ജീവിതം തള്ളിനീക്കുന്ന അവൻ. പോലീസിന്റെ സ്ഥിരം നോട്ടപ്പുള്ളിയായ അവൻ ഒളിച്ചാണ് ജോലി ചെയ്യുന്നത്, പിടിക്കപ്പെട്ടാൽ അവനെ നാടു കടത്തുമെന്ന് കാര്യം ഉറപ്പാണ്. മാറാരോഗത്തിന്റെ പിടിയിലായ അലെക്സാണ്ടർ, മകളുമായുള്ള ബന്ധത്തിൽ വന്ന വിള്ളലുകൾ കാരണം ഏറെ അസ്വസ്ഥനാണ്. ഈ സാഹചര്യത്തിൽ കുട്ടിയുമായി അയാൾ കൂടുതൽ അടുക്കുന്നു. അവനെ മനുഷ്യക്കടത്തുകാരിൽ നിന്നും രക്ഷിക്കാൻ അയാൾ തീരുമാനിക്കുന്നു. എന്നാൽ കുട്ടിയുമായി രക്ഷപ്പെടാൻ ശ്രമിച്ച അയാളെ അവർ പിടികൂടുന്നു. കുട്ടിയെ നാട്ടിലെത്തിക്കാൻ വൻതുകയാണ് അവർ ആവശ്യപ്പെടുന്നത്. അവനെ കാറിലും ബസ്സിലുമായി അതിർത്തിയിലെത്തിക്കാൻ അലെക്സാണ്ടർ നടത്തുന്ന ശ്രമം പരാജയപ്പെടുന്നു. അൽബേനിയൻ അതിർത്തിയിൽ അവനെ അയാൾ സുരക്ഷിതനായി എത്തിക്കുന്നു. അവിടെ മുൾവേലിക്കരികെ, അതിർത്തിയിലെ ഗേറ്റ് തുറക്കാനായി കാത്തിരിക്കു മ്പോളാണ് താൻ അൽബേനിയയെക്കുറിച്ച് പറഞ്ഞിരുന്നതെല്ലാം കള്ളമാണെന്ന് അവൻ പറയുന്നത്. നിരാശനായി, അയാൾ കുട്ടിയോടൊപ്പം തിരിച്ചു വരുന്നു. എവിടേക്കാണ് പോകുന്നതെന്ന് അറിയാതെ ഒരു കപ്പലിൽ കയറി അവൻ നഗരം വിടുന്നതോടെ ചിത്രം അവസാനിക്കുകയാണ്.

അലെക്സാണ്ടറും, അഭയാർത്ഥിയും അനാഥനുമായ കുട്ടിയുമായുള്ള സവിശേഷമായ ബന്ധം ചിത്രം ആവിഷ്കരിക്കുന്നു. ആദ്യചിത്രം അഭയാർത്ഥി സംഘത്തിന്റെ അതിജീവനമാണ് പ്രമേയവൽക്കരിച്ചതെങ്കിൽ ഇവിടെ അഭയാർത്ഥി ബാലനുമായുള്ള ബന്ധം

തീവ്രതയോടെ ചിത്രീകരിക്കുന്ന അഞ്ജെലോപൗലൊസ്. ഇത്തരം നിരവ്ധി അഭയാർത്ഥി കുട്ടികൾ ലോകത്തിലെ നഗരങ്ങളിൽ ഒളിച്ചു കഴിയുകയും, അവരെ വിറ്റ് പണമുണ്ടാക്കാൻ മനുഷ്യക്കടത്തുകാർ അവിടങ്ങളിൽ സജീവമായി നിലനിൽക്കുകയും ചെയ്യുന്നു. നിയമത്തിന്റേയും നിയമവിരുദ്ധതയുടേയും ഇടയിൽ കഴിയുന്ന ബാല്യത്തിന്റെ ദയനീയ അവസ്ഥയാണ് ചിത്രം ദൃശ്യവൽക്കരിക്കുന്നത്. സമകാലീന നഗരജീവിതത്തിലെ അഭയാർത്ഥിബാല്യത്തിന്റെ ഇരുണ്ട കാഴ്ചയായി ചിത്രം മാറുന്നു.

തിയോ അഞ്ജെലോപൗലോസ് അതിർത്തികളേയും അഭയാർത്ഥികളേയും കുറിച്ച് ഏറെ ആശങ്കാകുലനായിരുന്നു. മിക്ക ചിത്രങ്ങളിലും പ്രത്യക്ഷമായും പരോക്ഷമായും അതിന്റെ സൂചനകൾ കാണാൻ കഴിയും. പൂർത്തിയാക്കാൻ കഴിയാത്ത തന്റെ അവസാനചിത്രവും അഭയാർത്ഥിപ്രമേയത്തിൽ അടിസ്ഥാനപ്പെടുത്തിക്കൊണ്ട്,അഭയാർത്ഥിജീവിതങ്ങൾ ഓർമ്മിപ്പിച്ചു കൊണ്ടാണ് നിരവധി രചനകൾ ബാക്കിവെച്ചു കൊണ്ട് ` അദ്ദേഹം ലോകത്തോട് വിടപറയുന്നത്. .

അക്കി കൗറിസ്മാക്കി – അഭയാർത്ഥികൾക്കായി പോരാടിയ ചലച്ചിത്രകാരൻ

ഫിൻലൻഡിലെ ചലച്ചിത്രകാരൻ അകി കൗറിസ്മാക്കി തന്റെ രാജ്യത്തിന്റെ അഭയാർത്ഥി നയത്തെ എപ്പോഴും എതിർത്തിരുന്നു. അദ്ദേഹത്തിന്റെ രണ്ട് പ്രധാന ചിത്രങ്ങൾ 'അദർ സൈഡ് ഓഫ് ഹോപ്പ്' (Other Side of Hope) (2017), ലാ ഹവ്‌രെ (Le Havre) (2011) എന്നീവ അഭയാർത്ഥിജീവിതങ്ങളുടെ വ്യത്യസ്തമായ കാഴ്ചകളാണ് നമ്മുടെ മുമ്പിലെത്തിക്കുന്നത്. സിറിയൻ അഭയാർത്ഥി ഖാലിദ് അലി, ദേഹമാകെ കൽക്കരി പുരണ്ട്, ഇരുട്ടിൽ നിന്നും പുറത്തു വരുന്ന ദൃശ്യത്തോടെയാണ് 'അദർ സൈഡ് ഓഫ് ഹോപ്പ്' ആരംഭിക്കുന്നത്. സിറിയയിലെ ആലെപ്പോവിൽ താനും കുടുംബവും കഴിയുന്ന വീടിനുമുകളിൽ വന്നുവീണ മിസ്സൈൽ എവിടെ നിന്നായിരുന്നെന്ന്

• അക്കി കൗറിസ്മാക്കി

അയാൾക്കറിയില്ല. അതയച്ചത് സിറിയൻ സൈന്യമാണോ, രാജ്യത്തെ വിമതരാണോ, അമേരിക്കയോ റഷ്യയോ ആണോ എന്നൊന്നും അയാൾ അന്വേഷിച്ചില്ല. ആക്രമണത്തിൽ തന്റെ കുടുംബം ഒന്നടങ്കം കൊല്ലപ്പെട്ടതു മാത്രം ഖാലിദ് ഓർക്കുന്നു. ഫിൻലൻഡിൽ അഭയാർത്ഥിയാവാനുള്ള അപേക്ഷ കൊടുക്കാൻ ചെന്നപ്പോഴാണ് തന്നെപ്പോലെ ലോകത്തിന്റെ പല ഭാഗങ്ങളിൽ നിന്നും അഭയം തേടി അവിടെയെത്തിവരുടെ ആശങ്കകൾ ഖാലിദ് തിരിച്ചറിയുന്നത്. അതോടൊപ്പം 'ഫിൻലാൻഡ് ലിബറേഷൻ ആർമി'യെന്ന പേരിൽ അവിടെയുള്ള ചിലരുടെ ആക്രമണങ്ങളും അയാൾക്ക് നേരിടേണ്ടി വന്നു. ഇത് ഖാലിദിന്റെ മാത്രം പ്രശ്നമല്ല, ലോകത്തിന്റെ പല ഭാഗങ്ങളീൽനിന്നും അഭയാർത്ഥികളായി യൂറോപ്പിലേക്ക് വരുന്ന എല്ലാവരും ഇത്തരം അനുഭവങ്ങൾ നേരിടുന്നുണ്ട്.

പൊതുവേ രാഷ്ട്രീയനിലപാടുകളടിസ്ഥാനമാക്കിയ ചിത്രങ്ങൾ കൗറിസ്മാക്കി യുടെ ഫിലിമോഗ്രാഫിയിൽ കുറവാണ്. എങ്കിലും ഇറാൻ -ഇറാഖ് സംഘർഷത്തിൽ പ്രതിഷേധിച്ച്, 2003 ലെ അക്കാദമി പുരസ്കാരം കൗറിസ്മാക്കി ബഹിഷ്കരിച്ചു. വലിയ പ്രതീക്ഷകളില്ലാതെ ദരിദ്രമായ സാഹചര്യങ്ങളോട് സമരസപ്പെട്ട് കഴിയുന്ന കൗറിസ്മാക്കിയുടെ കഥാപാത്രങ്ങൾ. എന്നാൽ ഖാലിദ് അവരിൽപ്പെടുന്നില്ല. അസ്വസ്ഥതകൾ അയാളെ പിൻതുടരുക തന്നെ ചെയ്യുന്നു. രാജ്യത്തെ കുടിയേറ്റ നിയമങ്ങളെ എക്കാലവും വിശക്തമായി വിമർശിച്ചിരുന്നു കൗറിസ്മാക്കി. 2007 ൽ ചലച്ചിത്ര നിരൂപകൻ ആൻഡ്രൂ നെസ്റ്റിംഗനുമായി നടന്ന അഭിമുഖത്തിൽ കൗറിസ്മാക്കി ഇങ്ങനെ പ്രതികരിച്ചു: "ഫിൻലാൻഡിലെ അഭയാർത്ഥി നിയമം ലജ്ജാകരമാണ്. അഭയാർത്ഥികളെന്ന് പദവി നിസ്സാരകാര്യത്തിന് നിഷേധിക്കുന്ന ഭരണകൂടം, അവരെ നിസ്സാര കാരണങ്ങളാൽ നിഷ്കരുണം തിരിച്ചയക്കുന്നു."

2011 ലാണ് ആദ്യ അഭയാർത്ഥിചിത്രം 'ലാ ഹവ് രെ' കൗറിസ്മാക്കി നിർമ്മിക്കുന്നത്. ഫ്രാൻസിലെ ല ഹവ് രെ തുറമുഖത്ത് കണ്ടെയിനറിൽ, മറ്റ അഭയാർത്ഥികൾക്കൊപ്പം വന്നിറങ്ങുന്ന ഇദ്രിസ്സ് എന്ന കുട്ടി അഭയം തേടിയാണ് അവിടേക്ക് വന്നിരിക്കുന്നത്. ലണ്ടനിൽ കഴിയുന്ന മാതാവിനെക്കാണുകയാണ് അവന്റെ ലക്ഷ്യം. മാർസെൽ മാർക്സിനെ കണ്ടുമുട്ടിയതോടെ ഇദ്രിസ്സ് സുരക്ഷിതനാവുന്നു. അയാളും സുഹൃത്തുക്കളും ചേർന്ന് അവനെ ഒളിച്ച് താമസിപ്പിക്കുന്നു.

2002 ൽ കാൻ പുരസ്കാരം നേടിയ കൗറിസ്മാക്കി ചിത്രം 'എ മേൻ വിത്തൗട്ട് എ പാസ്റ്റ്' ഉം ഒരു അഭയാർത്ഥി ചിത്രം തന്നെയാണ്. തന്റെ അസ്തിത്വം തെളിയിക്കാൻ ഒരു രേഖയും കൈയ്യിലില്ലാത്ത ഒരാളുടെ ജീവിതമാണ് അതിൽ ആവിഷ്കരിക്കുന്നത്. തന്റെ സിനിമകളെക്കുറിച്ചുള്ള കൗറിസ്മാക്കിയുടെ നിരീക്ഷണം ശ്രദ്ധേയമാണ്: "എന്റെ ചിത്രങ്ങൾ ദുരന്തങ്ങളിലവസാനിക്കാനായി ഞാൻ തീരുമാനിക്കുന്നു, എന്നാൽ ഒടുവിൽ കഥാപാത്രങ്ങളോട് കരുണ തോന്നി ഞാൻ അത് തിരുത്തുന്നു." തന്റെ കഥാപാത്രങ്ങളുടെ കൊച്ചു സന്തോഷങ്ങൾ കൗറിസ്മാക്കിക്ക് ആനന്ദം നൽകുന്നു. 'ദ അദർ സൈഡ് ഓഫ് ഹോപ്പി 'ൽ വിക് സ്റ്റോം, അഭയാർത്ഥിയായ ഖാലിദിന് ജോലി നൽകുകയും കിടക്കാൻ ഇടം നൽകുകയും ചെയ്യുന്നു. ഫിൻലാൻഡുകാർക്കൊപ്പം കുറച്ച് ഇറാഖികളും സിറിയക്കാരും കഴിയുന്നിൽ തെറ്റൊന്നും കാണുന്നില്ല കൗറിസ്മാക്കിയെന്ന മനുഷ്യൻ. ഇത്തരത്തിൽ ലോക മാനവികതയുടെ രാഷ്ട്രീയനിലപാടുകളുമായി തന്റെ കഥാപാത്രങ്ങൾക്കും പ്രേക്ഷകർക്കും കൊച്ചു സന്തോഷങ്ങൾ സമ്മാനിച്ചു കൊണ്ട്, വലിയ പ്രതീക്ഷകളൊന്നുമില്ലാതെ, വൻ സ്വപ്നങ്ങളില്ലാതെ സിനിമകൾ നിർമ്മിക്കുന്നു അദ്ദേഹം. അഭയാർത്ഥിജീവിതങ്ങൾ ആവിഷ്കരിക്കുന്ന ലോകചലച്ചിത്രകാർക്കിടയിൽ ശ്രദ്ധേയമായ ഒരിടം എപ്പോഴും അക്കി കൗറിസ്മാക്കി യെന്ന സംവിധായകനുണ്ട്.

മറ്റ് കഥാ ചിത്രങ്ങൾ

ടെറാഫെർമ (Terraferma)

ഇറ്റാലിയൻ ചലച്ചിത്രകാരൻ ഇമാനുയേൽ ക്രിയലീസിന്റെ 2011ചിത്രം ടെറാഫെർമ (Terraferma) അഭയാർത്ഥിജീവിതവുമായി നേരിട്ട് ബന്ധമുള്ളതാണ്. മെഡിറ്ററേനിയനിൽ, ഇറ്റലിയുടെ ഭാഗമായ മൂന്ന് ദ്വീപുകൾ ചേർന്നതാണ് പെലഗീ ദ്വീപുകൾ. ബോട്ടുകളിൽ മേഡിറ്ററേനിയനിലൂടെ നിരവധി അഭയാർത്ഥികൾ കടന്നു പോകാറുണ്ട്. സുരക്ഷാമാർഗ്ഗങ്ങൾ പാലിക്കാതെയുള്ള യാത്രകളായതു കാരണം ഇവ അപകടങ്ങളിൽപ്പെടുക പതിവാണ്. ഫിലിപ്പോയും മുത്ത്ഛനും മറ്റ് ജോലിക്കാരും ചേർന്ന് മീൻപിടിക്കാനായി കടലിൽ ബോട്ടിറക്കിയപ്പോഴാണ് കടലിൽ അപകടത്തിൽപ്പെട്ട ഒരു ബോട്ടിലെ യാത്രക്കാരെ കാണുന്നത്. കടൽനീതിയനുസരിച്ച് ജീവിക്കുന്ന അവർ, ഉടൻ ജീവൻ പണയപ്പെടുത്തി ലിബിയയിൽ നിന്നുള്ള ആ അഭയാർത്ഥികളെ രക്ഷിക്കുന്നു. അവരിലൊരു പൂർണ്ണഗർഭിണിയുള്ളതിനാൽ ഉടൻ ബോട്ട് കരയിലെത്തിച്ച് അവരുടെ സുരക്ഷിതത്വം

• സ്റ്റിക്സ്

ഉറപ്പു വരുത്തുകയാണ്. മറ്റാരും കാണാതെ അവരേയും കുട്ടികളേയും ഫിലിപ്പോവിന്റെ അമ്മ അവരുടെ വീട്ടിൽ ഒളിച്ച് താമസിപ്പിക്കുന്നു. അനധികൃത കുടിയേറ്റക്കാരെ രക്ഷിക്കുകകയും അവരെപ്പറ്റി പോലീസിൽ അറിയിക്കാത്തതിന്റേയും പേരിൽ ഫിലിപ്പോവിന്റെ ബോട്ട് അധികൃതർ പിടിച്ചെടുക്കുകയാണ്. അഭയാർത്ഥികളെ രക്ഷിക്കുകയാണ് തങ്ങളുടെ നീതിയെന്ന് ശക്തമായി പറയുന്ന ജനങ്ങൾ. നിയമപാലകരുടെ കണ്ണ് വെട്ടിച്ച് ഫിലിപ്പോവ് അഭയാർത്ഥി യുവതിയേയും രണ്ട് പിഞ്ചുകുട്ടികളേയും ഇറ്റലിയുടെ കരയിലെത്തിക്കുന്നു.

തുടക്കം മുതൽ അവസാനം വരെ അഭയാർത്ഥിദുരിതങ്ങൾ ചിത്രീകരിക്കുന്ന ഈ ചിത്രം, 2011 വെനീസ് അന്താരാഷ്ട്ര ചലച്ചിത്രമേളയിൽ പ്രദർശിപ്പിച്ചിരുന്നു. അതേ വർഷം അക്കാദമി അവാർഡിനായി അത് തിരഞ്ഞെടുക്കയും ചെയ്തു. സംവിധായകന്റെ അഭയാർത്ഥി ജീവിതങ്ങളോടുള്ള അനുകമ്പയും അവരോടുള്ള ഐക്യദാർഢ്യവും ടെറാഫെർമ രേഖപ്പെടുത്തുന്നു. ലിബിയൻ ജയിലിലെ ദുരിതങ്ങൾ ഫിലിപ്പോവിന്റെ അമ്മയോട് പങ്ക് വെക്കുന്ന അഭയാർത്ഥി യുവതി, തനിക്ക് പിറന്ന് കുട്ടിക്ക് അവരുടെ പേരാണ് നൽകുന്നത്. രണ്ട് പേരും തമ്മിലുള്ള ബന്ധം ദുരിതജീവിതങ്ങളോടുള്ള സ്നേഹത്തിന്റേയും സഹാനുഭൂതിയുടേയും മാതൃകാപരമായ അടയാളങ്ങളായി മാറുകയാണ്. ജയിലിലെ മർദ്ദനമുറകളും ലൈംഗികചൂഷണങ്ങളും അവരുടെ ദുരിതപൂർണ്ണമായ അനുഭവങ്ങളുമെല്ലാം പ്രേക്ഷകരിലെത്തുന്നു. ആഫ്രിക്കൻ രാജ്യങ്ങളിൽ നിന്നും ആയിരക്കണക്കിന്

അഭയാർത്ഥികൾ ഇറ്റലിയുടെ തീരങ്ങളിൽ എത്താറുണ്ട്. അവരുടെ ജീവിതങ്ങളാണ് ചിത്രത്തിന്റെ നിർമ്മാണത്തിന് അടിസ്ഥാനമായിരിക്കുന്നത്.

അഫ്ഗാനിസ്ഥാനിൽ നിന്നും ആഫ്രീക്കയിൽ നിന്നുമുള്ള അഭയാർത്ഥികൾ ഏറ്റവുമധികമെത്തുന്നത് ജർമ്മനിയിലാണ്. അവർക്കായി നിരവധി ക്യാമ്പുകൾ ബർലിനടക്കമുള്ള സ്ഥലങ്ങളിൽ പ്രവർത്തിക്കുന്നുണ്ട്. ഓസ്ട്രിയൻ ചലച്ചിത്രകാരൻ വോൾഫ്ഗാൻഗ് ഫിഷർ 2018 ൽ സംവിധാനം ചെയ്ത 'സ്റ്റിക്സ്' (Styx) ഒരു അഭയാർത്ഥി - സ്ത്രീപക്ഷ ചിത്രമാണ്. മരിച്ചവർക്കും ജീവിച്ചിരിക്കുന്നവർക്കും ഇടയിലൂടെ ഒഴുകുന്ന പുരാണ നദിയാണ് സ്റ്റിക്സ്. ജർമ്മനിയിലെ വനിത ഡോക്ടർ റിക്കി തിരക്ക് പിടിച്ച ജീവിതത്തിനിടയിൽ തന്റെ ചിരകാല സ്വപ്നമായ ജിബ്രാൾട്ടർ യാത്രയിലാണ്. രോഗികളുമായുള്ള നിരന്തര ഇടപെടലുകളിൽ നിന്നും ഒരു താൽക്കാലിക മോചനം. പടിഞ്ഞാറൻ ആഫ്രിക്കയ്ക്കും ബ്രസീലിനിമിടയ്ക്ക് ഉള്ള സ്ഥലം. പുറം ലോകവുമായി ആകെയുള്ള ബന്ധം ബോട്ടിലെ റേഡിയോ മാത്രം. ഏതൊരു പ്രതികൂല സാഹചര്യത്തേയും അതിജീവിക്കാനുള്ള മനശ്ശക്തിയുമായി തന്റെ പതിനൊന്നു മീറ്റർ ബോട്ടിലെ യാത്രയ്ക്കിടയിൽ അകലെ മുങ്ങിക്കൊണ്ടിരിക്കുന്ന മറ്റൊരു ബോട്ട് റിക്കിയുടെ ശ്രദ്ധയിൽ പെടുന്നു. ആടിയുലയുന്ന ബോട്ടിൽ നിന്നും സഹായത്തിനായി പുറത്തെ നീളുന്ന കൈകൾ കാണാം. ബോട്ടിൽ കറുത്ത നിഴലുകളായി അഭയാർത്ഥികൾ. അവരുടെ ദൈന്യതയാർന്ന നിലവിളികൾ കാറ്റിൽ മുഴങ്ങുന്നു. നിരവധി രോഗികളുടെ ജീവൻ രക്ഷിച്ച റിക്കിയ് ക്ക് അടങ്ങിയിരിക്കാനാകുന്നില്ല. അതേ സമയം, അവരുടെ ബോട്ടിന്റെ ശബ്ദം അതിന് താങ്ങാവുന്ന ഭാരത്തെ ഓർമ്മിപ്പിക്കയും ചെയ്യുന്നു. കാറ്റിന്റെ മുരൾച്ചയും അഭയാർത്ഥികളുടെ നിലവിളികളും റിക്കിയുടെ നിസ്സഹായതയും കാഴ്ചക്കാര അസ്വസ്ഥരാക്കുന്നു. പുറംലോകവുമായി ബന്ധപ്പെട്ടപ്പോൾ, തുറമുഖ അധികാരികൾ റിക്കിയോട് കാത്തിരിക്കാൻ ആവശ്യപ്പെടുന്നു. തന്റെ ബോട്ടിനടുത്തേക്ക് നീന്തിവന്ന നീഗ്രോ ബാലനെ റിക്കി ബോട്ടിൽ കയറ്റുന്നു. ബോട്ടിൽ കിടത്തി അവനു വേണ്ട ചികിൽസ നൽകുമ്പോൾ തന്റെ സഹോദരി ബോട്ടിലുണ്ടെന്ന് ഓർമ്മയിൽ, അവൻ കടലിൽ ഇറങ്ങാൻ ശ്രമിക്കുകയാണ്. ദാരുണമായ അഭയാർത്ഥി കാഴ്ചകൾ നമ്മുടെ മനസ്സുകൾക്ക് താങ്ങാൻ കഴിയുന്നതിനു മപ്പുറത്താണ്.

ആഫ്രിക്കൻ അഭയാർത്ഥികളുടെ ദാരുണമായ അന്ത്യം ചിത്രീകരിക്കുന്ന സ്റ്റിക്സ്, റിക്കിയെന്ന യുവതിയുടെ അഭയാർത്ഥികളോടുള്ള

ആത്മാർത്ഥതയും സ്നേഹവും വെളിപ്പെടുത്തുന്നു. ഇത്തരം സമീപനങ്ങളുടെ ഭാഗമാണ് ബെർലിനടക്കമുള്ള ജർമ്മൻ നഗരങ്ങളിൽ പ്രവർത്തിക്കുന്ന അഭയാർത്ഥി ക്യാമ്പുകൾ. 2018 ബെർലിൻ അന്താരാഷ്ട്ര ചലച്ചിത്രോൽസവമടക്കം നിരവധി മേളകളിൽ പുരസ്കാരങ്ങൾ നേടിയിരുന്നു സ്റ്റിക്സ്.

ഇൻ ഡാർക്ക് നെസ്സ് (In Darkness)

രണ്ടാം ലോക മഹായുദ്ധകാലത്തെ അതിക്രൂരമായ നാസിഭീകരതകൾ, ജൂതരെ ഒന്നടങ്കം ഉന്മൂലനം ചെയ്യുക എന്ന ലക്ഷ്യത്തോടെയായിരുന്നു നടപ്പിലാക്കപ്പെട്ടിരുന്നത്. മരണത്തിൽ നിന്നും രക്ഷപ്പെടാനായി ജൂതർ സ്വന്തം രാജ്യങ്ങൾ ഉപേക്ഷിച്ച് മറ്റ് പല ഇടങ്ങളിലും അഭയാർത്ഥികളായി കഴിഞ്ഞിരുന്നു. ഈ പ്രമേയം അടിസ്ഥാനപ്പെടുത്തി ലോകത്ത് ഇപ്പോഴും സിനിമകൾ പുറത്തിറങ്ങിക്കൊണ്ടിരിക്കുന്നുണ്ട്. 2011ൽ പോളണ്ടിലെ സംവിധായിക അഗ്നീഷ്ക ഹോളണ്ട്, യഥാർത്ഥ സംഭവങ്ങളെ ആസ്പദമാക്കി നിർമ്മിച്ച അത്തരമൊരു 'ഇൻ ഡാർക് നെസ്സ്' (In Darkness) ന് ഏറെ സവിശേഷതകളുണ്ട്. പോളണ്ടിലെ ജർമ്മൻ അധിനിവേശക്കാലത്ത്, ലോവ് നഗരത്തിൽ, ജൂതരെ പാർപ്പിച്ച ഗെട്ടോവിൽ നിന്നും മരണഭയത്താൽ ഓടിരക്ഷപ്പെട്ട അഭയാർത്ഥികളെ സംരക്ഷിക്കുന്ന അഴുക്കുചാൽ വൃത്തിയാക്കുന്ന തൊഴിലാളി, ലിയോപ്പോൾഡ് സോഷയുടെ ശ്രമങ്ങളാണ് ചിത്രം പ്രമേയമാക്കുന്നത്. തന്റെ സുഹൃത്തിന്റെ സഹായത്തോടെ പണത്തിന് വേണ്ടിയാണ് ആദ്യം അയാൾ ഇത് ചെയ്യുന്നതെങ്കിലും ജൂതരുടെ കൈയ്യിലെ പണം തീർന്നിട്ടും അവരെ നഗരത്തിലെ അഴുക്കു ചാൽ സംരക്ഷിക്കുന്നു സോഷ. സ്വന്തം ജീവൻ അപകടത്തിലാക്കിക്കൊണ്ട് അവർ രണ്ടുപേരും നടത്തിയ സേവനങ്ങൾക്ക് പിൽക്കാലത്ത് നിരവധി പുരസ്കാരങ്ങൾ ലഭിച്ചിരുന്നു. നാസികളുടെ പിടിയിൽ നിന്നും ജൂതരെ സംരക്ഷിച്ച് സുരക്ഷിതസ്ഥലങ്ങളിൽ എത്തിച്ചവരിൽ ഏറ്റവും മുൻപന്തിയിലുണ്ടായിരുന്നത് പോളണ്ടുകാരായിരുന്നു. 'പോളിഷ് അൺഡെർഗ്രൗണ്ട് സ്റ്റേറ്റും,' 'ഹോം ആർമി'യും ഇതിന് വേണ്ട സഹായങ്ങൾ ചെയ്തുകൊടുത്തിരുന്നു. ഇത് കണ്ടെത്തിയ ജർമ്മൻ സേന, ജൂതരെ സഹായിച്ച ആയിരക്കണക്കിന് പോളണ്ട്കാരെ കൊന്നൊടു ക്കിക്കൊണ്ടാണ് പ്രതികാരം ചെയ്തത്.

ദീർഘകാലം അഴുക്കു ചാലിനുള്ളിൽ ജീവിതം മുമ്പോട്ട് കൊണ്ട്പോകുന്ന ജൂതർ അഭയാർത്ഥിഅതിജീവനത്തിന്റെ പുതിയ

• മൈ ഹോം ഇന്ത്യ

പാഠങ്ങളിലേക്കാണ് പ്രേക്ഷകരെ എത്തിക്കുന്നത്. 2011 ലെ ഓസ്കാർ നോമിനേഷനടക്കം നിരവധി പുരസ്കാരങ്ങൾ നേടിയ ചിത്രത്തിന്റെ സംവിധായിക ഇത്തരം ധാരാളം ചിത്രങ്ങൾ നിർമ്മിക്കുകയും ലോക പ്രസിദ്ധ പോളിഷ് ചലച്ചിത്രകാരന്മാരായ അന്ദ്രേ വൈദ, ക്രിസ്റ്റോഫ് സനൂസി എന്നിവർക്കായി തിരക്കഥകൾ രചിക്കുകയും ചെയ്തിട്ടുണ്ട്.

അഭയാർത്ഥിജീവിതത്തിന്റെ ചലച്ചിത്രകാഴ്ചകളിൽ വേറിട്ട കാഴ്ചകൾ നൽകുന്ന ചിത്രം പരാമർശിക്കുന്നത് ഇവിടെ പ്രസക്തമാണെന്ന് തോന്നുന്നു. 2019 ൽ കാനിൽ ചരിത്രം കുറിച്ച സംവിധായിക മറ്റി ദിയോപ്പിന്റെ 'അറ്റ്ലാന്റിക്സ് '(Atlantics) ആണ് ഈ ചിത്രം. കാൻ ചലച്ചിത്രോൽസവചരിത്രത്തിൽ പുരസ്കാരത്തിനായി ഒരു കറുത്ത് വർഗ്ഗക്കാരി മൽസരിക്കുന്നത് ആദ്യമായാട്ടായിരുന്നു. ചിത്രം ഫിപ്രസി പുരസ്കാരം നേടിയത് ദിയോപ്പിന്റെ പ്രസക്തി വർദ്ധിപ്പിക്കുന്നുണ്ട്. സെനഗൽ പശ്ചാത്തലമാക്കിയ ചിത്രം അവിടത്തെ ജീവിതാവസ്ഥയ്ക്ക് നല്ലൊരു ഉദാഹരണമായി മാറുന്നുണ്ട്. ഒരു ബഹുനില കെട്ടിടത്തിന്റെ നിർമ്മാണത്തിലേർപ്പെട്ട സുലൈമാനും കൂട്ടരും മൂന്ന മാസമായി ശമ്പളമില്ലാതെ ജോലി ചെയ്യുന്നു. നിരവധി തവണ ആവശ്യപ്പെട്ടെങ്കിലും അത് കിട്ടാതെ അവരുടെ കുടുംബം നരകിക്കുന്നു. മറ്റ് വഴികളെല്ലാം അടഞ്ഞപ്പോൾ ജോലി തേടി അവർ സ്പെയിനിലേക്ക് പോകുന്നു. ഒരു ബോട്ടിൽ മെഡിറ്ററേനിയൻ വഴിയുള്ള ഏറ്റവും അപകടകരമായ യാത്രയായിരുന്നു അത്. ബോട്ട് അപകടത്തിൽപ്പെട്ട് എല്ലാവരും മരിക്കുന്നു. അവരുടെ ആത്മാക്കൾ ചെയ്യുന്ന പ്രതികാരത്തിന്റെ കഥയാണ് അറ്റ്ലാൻഡിക്സ്. സാധാരണ രീതിയിൽ ചെയ്യാൻ കഴിയാതിരുന്ന പ്രതികാരം, മരിച്ച ആത്മാക്കളേക്കൊണ്ട് സംവിധായകൻ ചെയ്യിക്കുന്നു. അതു വഴി, അഭയാർത്ഥി ദുരന്തങ്ങളുടെ തികച്ചും വ്യത്യസ്തമായ ചലച്ചിത്രകാഴ്ചയാണ്അറ്റ്ലാൻഡിക്സ്.

മൈ ഹോം ഇന്ത്യ (My Home India)

അഭയാർത്ഥിജീവിതവുമായി ബന്ധപ്പെട്ട് നിർമ്മിച്ച ഇന്ത്യൻ ഡോക്യുമെന്ററി 'മൈ ഹോം ഇന്ത്യ' ഏറെ സവിശേഷതകളുള്ളതാണ്. അഞ്ജലി ഭൂഷൺ 2017 ൽ സംവിധാനം ചെയ്ത ഡോക്യുമെന്ററി രണ്ടാം ലോകമഹായുദ്ധകാലത്ത് നാസി ആക്രമണങ്ങളിൽ നിന്നും രക്ഷപ്പെട്ട് ഇന്ത്യയിലെത്തിയ പോളണ്ടിലെ ജനങ്ങൾക്കായി ഒരുക്കിയ അഭയാർത്ഥിക്യാമ്പുകളുടെ ചിത്രമാണ് ദൃശ്യവൽക്കരിക്കുന്നത്. ലോകം മുഴുവൻ പ്രദർശിപ്പിച്ച ഈ ചിത്രം കണ്ട് പോളണ്ടിലും മറ്റ് രാജ്യങ്ങളിലുമുള്ള പോളിഷ് ജനത തങ്ങളുടെ രാജ്യക്കാർക്ക് ഇന്ത്യൻ ജനത നൽകിയ സ്നേഹസഹായങ്ങൾക്ക് നന്ദി പ്രകാശിപ്പിച്ചിരുന്നു. തങ്ങൾ കൊച്ചു കുട്ടികളായിരുന്നപ്പോൾ ഇന്ത്യയിൽ കഴിച്ചുകൂട്ടിയ നല്ല നാളുകൾ ഓർക്കുകയായിരുന്നു അവർ. നാസി വേട്ടയുടെ ഭാഗമായി ലോകം മുഴുവനുമുള്ള ജൂതരിൽ കുറച്ച് പേർ 1942 ൽ ഇവിടെയെത്തിയിരുന്നു. ബ്രിട്ടീഷ് ഭരണത്തിലെ ദാരിദ്ര്യത്തിനിടയിലും അവർക്ക് ഇന്ത്യ ക്യാമ്പ് നിർമ്മിച്ചു. അന്ന് ഇവിടെയെത്തിയ 500 പോളിഷ് കുട്ടികളെ കച്ച് പ്രദേശത്തെ ജ്മ്നാനഗറിലായിരുന്നു താസിപ്പിച്ചിരുന്നത്. അവിടത്തെ ഭരണാധികാരി ദിഗ്വിജയന്തിസിംഗ്ജി ആണ് അന്ന് അതിനാവശ്യമായ സഹായങ്ങൾ ചെയ്തുകൊടുത്തിരുന്നത്. 1943ൽ, 5000 ലേറെ അഭയാർത്ഥികളുടെ മറ്റൊരു സംഘത്തെ കോലാപ്പൂരിലെ വലിവാടെലിൽ താമസിപ്പിച്ചു. അവരുടെ സൗകര്യത്തിനായി അവിടെ പോളീഷ് സ്കൂൾ, ആശുപത്രി എന്നിവയും നിർമ്മിച്ചിരുന്നു.

ഇത്തരം ക്യാമ്പുകളെക്കുറിച്ചുള്ള വിശദാംശങ്ങൾ അനുരുദ്ധ ഭട്ടാചാര്യയുടെ "ദ സെക്കൻഡ് ഹോംലാൻഡ്, പോളിഷ് റേഫ്യൂജീസ് ഇൻ ഇൻഡ്യ" (The second Homeland: Polish Refugees in India) എന്ന പുസ്തകം വിശദമാക്കുണ്ട്. 2011 ൽ ആരംഭിച്ച 'മൈ ഹോം ഇന്ത്യ'യുടെ ചിത്രീകരണം പൂർത്തിയാകുന്നത് 2017ലാണ്. അന്ന് ക്യാമ്പിൽ ഉണ്ടായിരുന്നവരുമായുള്ള അഭിമുഖങ്ങൾ, ആർക്കൈവ് ഫൂട്ടേജുകൾ, ഇവ ഉപയോഗിച്ചാണ് ഡോക്യുമെന്ററി നിർമ്മിച്ചിരിക്കുന്നത്.

റെഫ്യൂജി

2000 ൽ ജ്യോതിപ്രകാഷ് ദത്ത സംവിധാനം ചെയ്ത റെഫ്യൂജി (Refugee) അഭയാർത്ഥിയാത്രകൾ കേന്ദ്രീകരിച്ച് ഹിന്ദിയിൽ നിർമ്മിച്ച ചിത്രമാണ്. കേക്കി ദാരുവാലയുടെ 'ലവ് എക്രോസ്സ് ദ

സാൾട്ട് ഡസേർട്ട്' (Love Across theSalt Desert) എന്ന ചെറുകഥ അവലംബിച്ച് നിർമ്മിച്ച ചിത്രം വൻ ബോക്സോഫീസ് വിജയമായിരുന്നു. സ്വതന്ത്ര ബാംഗ്ലാദേശ് രൂപീകരണവുമായി ബന്ധപ്പെട്ട് നടന്ന അഭയാർത്ഥികളുടെ പലായനം കേന്ദ്രീകരിച്ച് നിർമ്മിക്കപ്പെട്ടിട്ടുള്ള ചിത്രം നിരവധി ദേശീയ പുരസ്കാരങ്ങൾ നേടിയിരുന്നു. സ്വാതന്ത്ര്യലബ്ദിയുമായി ബന്ധപ്പെട്ട പലായനങ്ങളിൽപ്പെട്ട് കിഴക്കൻ പാക്കിസ്ഥാനിലെത്തിയതായിരുന്നു ബീഹാറിലെ മൻസൂർ അഹമ്മദും കുടുംബവും. 1971 ൽ ബംഗ്ലാദേശ് രൂപീകൃതമായപ്പോൾ, അയാളും കുടുംബവും പടിഞ്ഞാറൻ പാക്കിസ്ഥാനിലേക്ക് കുടിയേറാൻ നിർബ്ബന്ധിതരായി. അതിനായി അവർക്ക് ഇന്ത്യ കടന്നുപോകേണ്ടതുണ്ട്. അങ്ങിനെയാണവർ ഗുജറാത്തിൽ കച്ച് മേഖലയിലെ ഭുജിൽ എത്തുന്നത്. അവിടെ അവരെ സഹായിക്കാൻ ഒരു അജ്ഞാത അഭയാർത്ഥി തയ്യാറാവുന്നു. പൊതുവേ അന്തർമുഖനായ അയാൾ മൻസൂറിന്റെ മകൾ നസ്സീമുമായി സ്നേഹത്തിലാവുന്നു. അതിനിടെ അയാളുടെ സഹായത്തോടെ ഇന്ത്യയിലെത്തിയ നാലുപേരുടെ ജീവിതം ദുരൂഹതകളുയർത്തുന്നു. അവരുടെ വരവിന്റെ തുടർച്ചയായി തലസ്ഥാനനഗരിയിലും മറ്റും സ്ഫോടനങ്ങൾ നടക്കുന്നുണ്ട്. അതിന്റെ പേരിൽ അജ്ഞാത അഭയാർത്ഥിയെ പൊലീസ് ചോദ്യം ചെയ്യുന്നു. നസ്സീമിന്റെ നിർബ്ബന്ധത്തിൽ പാക്കിസ്ഥാനിലേക്ക് പോയ അയാളെ പാക്കിസ്ഥാൻ പോലീസ് അറസ്റ്റ് ചെയ്യുന്നു. നസ്സീം പ്രസവിച്ച കുഞ്ഞിന്റെ രാജ്യം ഏതായിരിക്കുമെന്ന തർക്കത്തോടെ ചിത്രം അവസാനിക്കുന്നു.

ബംഗ്ലാദേശ് രൂപീകരണവുമായി ബന്ധപ്പെട്ട് ഇവിടെ നിർമ്മിച്ച അപൂർവ്വം ചിത്രങ്ങളിലൊന്നാണിത്. അഭയാർത്ഥികളെ ഇന്ത്യയിൽ നിന്ന് പാക്കിസ്ഥാനിലേക്ക് പോകാനും പാക്കിസ്ഥാനിൽ നിന്നും ഇന്ത്യയിലേക്കും വരാനും സഹായിക്കുന്ന 'പേരില്ലാത്ത അഭയാർത്ഥി' ചിത്രത്തിലെ അപൂർവ്വ സാന്നിദ്ധ്യമാണ്.

അഭയാർത്ഥിജീവിതങ്ങളുടെ വ്യത്യസ്തരാജ്യങ്ങളിലെ കാഴ്ചകൾ, ദാരുണവും ദയനീയവുമായ മനുഷ്യാവസ്ഥകളാണ് ചിത്രീകരിക്കുന്നത്. അതിജീവനത്തിന്റെ അവസാനശ്രമമായി മാറുന്നു, ജീവിതത്തിനും മരണത്തിനുമിടയിലെ ഈ കാഴ്ചകൾ. അതുകൊണ്ടു തന്നെ അഭയാർത്ഥി ചിത്രങ്ങളെല്ലാം അതിജീവനത്തിന്റെ ശക്തമായ പാഠങ്ങളാണ് ബാക്കിവെക്കുന്നത്.

(ദേശാഭിമാനി വാരിക, 2020 ഫിബ്രവരി 9)

പ്രതിരോധങ്ങളുടെ മാനിഫെസ്റ്റോ

"To create is to resist, to resist is to create "

-Stephene Hessel

"പ്രതിരോധിക്കുകയെന്നാൽ സൃഷ്ടിക്കുകയാണ്," സൃഷ്ടിക്കുകയെന്നാൽ പ്രതിരോധിക്കുകയും. സ്റ്റീഫൻ ഹെസ്സെൽ തൊണ്ണൂറ്റി മൂന്നാം വയസ്സിൽ എഴുതിയ 'ഇൻഡിഗ്നദോസ്' (Indignados) എന്ന തലക്കെട്ടോടെയുള്ള പുസ്തകത്തിന്റെ അവസാന വാചകമാണിത്. രണ്ടു മാസത്തിനിടെ അതിന്റെ 6 ലക്ഷം കോപ്പികളാണ് ലോകമെമ്പാടും വിറ്റഴിഞ്ഞത്. ലോകത്തിലെ പ്രധാന ഭാഷകളിൽ മുഴുവൻ അത് പരിഭാഷ ചെയ്യപ്പെട്ടു. പ്രസിദ്ധ ഫ്രഞ്ച് ചലച്ചിത്രകാരൻ ടോണീ ഗാറ്റ്ലിഫ് (Tony Gatlif) അതിന്റെ ചലച്ചിത്രരൂപം സംവിധാനം ചെയ്തപ്പോൾ, അദ്ദേഹത്തോടൊപ്പം അതിന്റെ തിരക്കഥ രചിച്ചത് ഹെസ്സെൽ ആയിരുന്നു. 2012 ൽ നിർമ്മിച്ച ചിത്രം 'ഇൻഡിഗ്നദോസ്' ഇപ്പോഴും ലോകമെമ്പാടുമുള്ള പ്രതിരോധ പ്രവർത്തകർക്ക് ഊർജ്ജം പകരുന്നു. ലോകം അഭിമുഖീകരിച്ചുകൊണ്ടിരിക്കുന്ന ഏറ്റവും തീക്ഷ്ണമായ വിഷയങ്ങളിലൊന്നായ അഭയാർത്ഥി പ്രശ്നത്തിന്റെ പശ്ചാത്തലത്തിൽ ഹെസ്സലിന്റെ പുസ്തകവും ഗാറ്റ്ലിഫിന്റെ സിനിമയും ഏറെ ചർച്ച ചെയ്യപ്പെടുന്നുണ്ട്. ലോകത്തിൽ ഇപ്പോൾ നടന്നുകൊണ്ടിരിക്കുന്നതും ഭാവിയിൽ നടക്കാനിരിക്കുന്നതുമായ എല്ലാ വിമോചന പോരാട്ടങ്ങൾക്കും ഒരു മാനിഫെസ്റ്റോ ആയി മാറിക്കഴിഞ്ഞിരിക്കുന്നു സ്റ്റീഫൻഹെസ്സലിന്റെ 'ഇൻഡിഗ്നദോസ്'.

റഷ്യൻ വിപ്ലവവർഷം 1917 ൽ ജർമ്മനിയിലെ ഒരു ജൂതകുടുംബ ത്തിൽ ജനിച്ച സ്റ്റീഫൻ ഹെസ്സെൽ, നാസി കോൺസെന്ട്രേഷൻ ക്യാമ്പിൽ രണ്ടു പ്രാവശ്യം വധശിക്ഷയ്ക്ക് ശിക്ഷിക്കപ്പെട്ടിരുന്നു. അവയിൽ നിന്നും അത്ഭുതകരമായി രക്ഷപ്പെട്ട ഹെസ്സെൽ, അവകാ ശങ്ങൾക്കായുള്ള ലോകജനതയുടെ പോരാട്ടങ്ങളുടെ ദിശ നിർണ്ണ യിക്കുകന്നത് ചരിത്രനിയോഗമായിരിക്കാം. സ്റ്റീഫൻ ഹെസ്സലിന്റെ പിതാവ് ഫ്രൻസ് ഹെസ്സൽ, പ്രസിദ്ധ ജർമ്മൻ ചിന്തകൻ വാൾട്ടർ ബെന്യാമിന്റെ (Walter Benjamin) സുഹൃത്തായിരുന്നു. അദ്ദേഹത്തിന്റെ പ്രേരണയിലാണ് ഫ്രഞ്ച് നോവലിസ്റ്റ് മാർസെൽ പ്രൂസ്റ്റിന്റെ ബൃഹത് നോവൽ Remenmeberence of The Things Past ഫ്രൻസ് ജർമ്മൻ ഭാഷയിലേക്ക് വിവർത്തനം ചെയ്തത്. 1924 ൽ സ്റ്റീഫന് 7 വയസ്സുള്ള പ്പോൾ കുടുംബം ഫ്രാൻസിലേക്ക് താമസം മാറ്റുന്നു. ഫ്രൻസും പത്നി ഹെൻകൻ ഗ്രൗണ്ടും ആണ് പിയറി റോഷയുടെ നോവൽ 'ജൂൾസ് എൻഡ് ജിം'ലെ മുഖ്യകഥാപാത്രങ്ങളായി മാറിയത്. 1942ൽ ഫ്രഞ്ച് ചലച്ചിത്രകാരൻ ത്രൂഫോ നോവൽ അതേ പേരിൽ നിർമ്മിച്ച ചിത്രം ഏറേ ശ്രദ്ധിക്കപ്പെട്ടിരുന്നു. ചിത്രവും നോവലും രണ്ടുപേർക്കും ചരി ത്രത്തിൽ അനശ്വരത നേടിക്കൊടുത്തു.

ജർമ്മൻ, ഫ്രഞ്ച് സാഹിത്യ അന്തരീക്ഷത്തിൽ ചിലവഴിച്ച സ്റ്റീഫ ന്റെ ബാല്യകാലം, ജർമ്മനിയുടെ ഫ്രാൻസ് അധിനിവേശത്തോടെ അവസാനിച്ചു. യുവാവായ സ്റ്റീഫൻ, നിർബ്ബന്ധിത പട്ടാളസേവനത്തി നിടെ, പത്ത് ലക്ഷത്തോളം വരുന്ന ഫ്രഞ്ച് സൈനികരോടൊപ്പം നാസി ജർമ്മനിയുടെ യുദ്ധത്തടവുകാരനായി. എന്നാൽ അദ്ദേഹ ത്തിന്റെ സ്വാതന്ത്ര്യാഭിനിവേശത്തെ തടയാൻ നാസി തടവുമുറികൾ ക്കായില്ല. ജയിൽ ചാടിയ സ്റ്റീഫൻ, ഫ്രീ ഫ്രഞ്ച് റെസിസ്റ്റെൻസ് (Free French Resistence) എന്ന ഫ്രഞ്ച് പ്രതിരോധ ഗ്രൂപ്പിന്റെ സജീവ പ്രവർത്തകനായി. എന്നാൽ അധികം കഴിയാതെ തന്നെ ഗെസ്റ്റപ്പോവിന്റെ (Gestapo) പിടിയിലായ അദ്ദേഹം നാസി തടവുമു റികളിലെ എല്ലാ പീഡനങ്ങൾക്കും വിധേയനായിരുന്നു. അവയിൽ, നനഞ്ഞ തുണി മുഖത്ത് അമർത്തിവെച്ച് ശ്വാസം മുട്ടിക്കുന്ന 'വാട്ടർ ബോഡിങ്ങ്''പോലുള്ള കിരാതമായ പീഡനമുറകളും ഉൾപ്പെട്ടിരുന്നു. കുപ്രസിദ്ധങ്ങളായ ബുക്കൻവേൾഡ്, ഡോറാ കോൺസെന്ട്രേഷൻ ക്യാമ്പുകളിലെ വധശിക്ഷയിൽ നിന്നും ഭാഗ്യം കൊണ്ട് രക്ഷപ്പെട്ട സ്റ്റീഫൻ ഹെസ്സെലെന്ന ജൂതൻ.

യുദ്ധാനന്തരം, ലോകത്തിലെ എല്ലാ അനീതികളും അവസാനി പ്പി ക്കുകയെന്ന മഹത്തായ ദൗത്യം ഏറ്റെടുത്തവർക്കൊപ്പമായിരുന്ന

സ്റ്റീഫൻ ഹെസ്സെൽ സഞ്ചരിച്ചത്. ഫ്രാൻസിലും ലോകത്തിന്റെ മറ്റു ഭാഗങ്ങളിലും നടന്നുകൊണ്ടിരുന്ന അനീതികൾക്കും ഭരണകൂട അതിക്രമങ്ങൾക്കും എതിരെ പടനയിച്ചു അദ്ദേഹം. റൂസ്വെൽട്ടിനൊപ്പം ചേർന്ന് യുണൈറ്റഡ് ഡിക്ലരേഷൻ ഓഫ് ഹ്യൂമൺ റൈറ്റ്സ് (United Declaration of Human Rights) അദ്ദേഹം തയ്യാറാക്കി. ഫ്രാൻസിലെ പ്രസിദ്ധമായ മനുഷ്യാവകാശ സംഘടനയായ നാഷനൽ കൗൺസിൽ ഓഫ് ദ റസിസ്റ്റെൻസ് (National Council of the Resistence) ഇന്റെ സജീവപ്രവർത്തകനായി സ്റ്റീഫൻ ഹെസ്സെൽ മാറി. അനീതികളിൽ അമർഷം (indignation) രേഖപ്പെടുത്താനായി അദ്ദേഹം ലോകജനതയോട് ആവശ്യപ്പെട്ടു. നാസികളിൽ നിന്ന് തനിക്കും മറ്റ് ജൂതർക്കും നേരിട്ട അനീതി അദ്ദേഹത്തിന്റെ നെഞ്ചിൽ കെടാത്ത അഗ്നിയായി എരിഞ്ഞുകൊണ്ടിരുന്നു. അനീതികളിൽ അക്ഷമരാകാനും അവയ്ക്കെതിരെ ആക്രോശിക്കാനും (Cry Out) ആഹ്വാനം ചെയ്യുന്ന നിരവധി രചനകൾ പുറത്തിറക്കി സ്റ്റീഫൻ ഹെസ്സെൽ. അവയിൽ ഏറ്റവും ശക്തമാണ് അദ്ദേഹത്തിന്റെ അവസാനരചന ഇൻഡിഗ്നദോസ്. ഗെറ്റ് ആംഗ്രി! ക്രൈ ഔട്ട്! (Get Angry! Cry out!). ഗെറ്റ് ഇൻവോൾവ്ഡ് (Get Involved), പാത്ത് ടു ഹോപ്പ് (Path to Hope) എന്നിവയാണ് ഹെസ്സലിന്റെ മറ്റ് കൃതികൾ.

ഇൻഡിഗ്നദോസ് (Indignez-vous)

2011ൽ, തന്റെ തൊണ്ണൂറ്റിമൂന്നാം വയസ്സിലാണ് സ്റ്റീഫൻ ഹെസ്സെൽ 'ഇൻഡിഗ്നദോസ്' എഴുതുന്നത്. വെറും പതിമൂന്ന് പേജുകളിലായി എഴുതിയ പുസ്തകം ലോകത്തിലെ സ്വാതന്ത്ര്യപ്രേമികളേയും പ്രതിരോധപ്രവർത്തകരേയും ഒന്നാകെ ഇളക്കിമറിച്ചു. അനീതിക്കെതിരെ ശബ്ദമുയർത്തുന്നവർക്ക് ഇപ്പോഴും ആവേശമായി മാറുകയാണ് ഇൻഡിഗ്നദോസ്. ലോകം നാസി ഭീകരതയെ പ്രതിരോധിച്ച അതേ തീവ്രതയോടെ, ഇന്ന് നിലനിൽക്കുന്ന പണാധിപത്യത്തെ ചെറുക്കാനും ജനാധിപത്യസംവിധാനങ്ങൾ ഉയർത്തിപ്പിടിക്കാനും ലോകജനതയെ, പ്രത്യേകിച്ച് യുവാക്കളെ ആഹ്വാനം ചെയ്യുന്ന ഇൻഡിഗ്നദോസ്. അമർഷം രേഖപ്പെടുത്തുക, അനീതിക്കെതിരെ

• സ്റ്റീഫൻ ഹെസ്സെൽ

• ഇൻഡിഗ്നദോസ് കവർ

ആക്രോശിക്കുക തുടങ്ങിയ പരിഭാഷകൾ കണ്ടെത്താൻ കഴിയുന്ന ഫ്രഞ്ച് പദം ഇൻഡിഗ്നദോസിന്റെ ഇംഗ്ലീഷ് മൊഴിമാറ്റം Get angry! Cry out ! എന്നാണ്.

"ജനിച്ച് 93 വർഷങ്ങൾക്ക് ശേഷം ഞാൻ തയ്യാറാക്കുന്ന ഇത് എന്റെ ജീവിതത്തിലെ അവസാനശ്രമം തന്നെയായിയിരിക്കാനാണ് സാദ്ധ്യത, അന്ത്യം അത്രയൊന്നും അകലെയായിരിക്കാനിടയില്ല. എന്റെ നിലപാടുകൾ മറ്റുള്ളവരെ ഓർമ്മിപ്പിക്കാൻ ഇത് ഒരു അവസരമായി ഞാൻ കരുതുന്നു"

ഇൻഡിഗ്നദോസ് ഇങ്ങനെയാണ് തുടങ്ങുന്നത്. രണ്ട് വർഷങ്ങൾക്ക് ശേഷം, തന്റെ തൊണ്ണൂറ്റഞ്ചാം വയസ്സിൽ മരിക്കുന്നതു വരെ ഹെസ്സെൽ മനുഷ്യാവകാശ സമരങ്ങൾ തുടർന്നു. മറ്റ് രാജ്യങ്ങളിൽ നിന്നും ആശ്രയം തേടി വരുന്ന അഭയാർത്ഥികളേയും കുടിയേറ്റക്കാരേയും സംശയത്തോടെ നോക്കുകയും നിയമക്കുരുക്കുകളിൽപ്പെടുത്തി ജയിലുകളിൽ അടക്കുകയും ചെയ്യുന്ന ഭരണാധികാരികളെ അപലപിക്കുന്ന ഹെസ്സെൽ, ഒരു വിഭാഗം ജനങ്ങളെ അഭയാർത്ഥികളാക്കുന്ന ഭരണവ്യവസ്ഥക്കെതിരെ പോരാടാൻ ആഹ്വാനം ചെയ്യുന്നു.

ഫ്രാൻസും ബ്രിട്ടനും കേന്ദ്രീകരിച്ചായിരുന്നു സ്റ്റീഫൻ ഹെസ്സെൽ പ്രവർത്തിച്ചിരുന്നതെങ്കിലും ലോകെമെമ്പാടുമുള്ള മനുഷ്യാവകാശ പ്രശ്നങ്ങളേയും ജനാധിപത്യസമരങ്ങളേയും അദ്ദേഹം അഭിസംബോധന ചെയ്തു. അത്തരം പല വിഷയങ്ങളും ഇൻഡിഗ്നദോസിൽ ഹെസ്സെൽ പരാമർശിക്കുന്നുണ്ട്. പാലസ്തീൻ - ഇസ്രയേൽ സംഘർഷം,അൾജീരിയൻ കലാപം, ഗാസയിലേയും ജോർഡനിലേയും അഭയാർത്ഥി പ്രശ്നങ്ങൾ, തുടങ്ങി നിരവധി ആഗോളപ്രശ്നങ്ങളിൽ

തന്റെ നിലപാടുകളും സമീപനങ്ങളും വെളിപ്പെടുത്തുക മാത്രമല്ല, അവയ്ക്കെതിരെ കൃത്യവും നീതിയുക്തവുമായ പോരാട്ടങ്ങൾക്ക് അദ്ദേഹം ഈ കൃതിയിലൂടെ ആഹ്വാനം ചെയ്യുന്നു. ജനജീവിതത്തെ നേരിട്ട് ബാധിക്കുന്ന ഊർജ്ജം, വൈദ്യുതി, ഗ്യാസ്, ഖനികൾ, വൻകിടബാങ്കുകൾ, ഇൻഷുറൻസ് എന്നിവയുടെ പൊതു ഉടമാവകാശത്തിനായി പോരാട്ടം നടത്താൻ അദ്ദേഹം ലോക ജനതയോട് ആവശ്യപ്പെടുന്നു. പത്ര സ്വാതന്ത്ര്യം, അഭിപ്രായസ്വാതന്ത്ര്യം എന്നിവയുടെ പ്രാധാന്യത്തെപ്പറ്റി ഓർമ്മപ്പെടുത്തുന്ന ഇൻഡിഗ്നോദസ്, സ്വാതന്ത്ര്യമെന്നാൽ എന്തും ചെയ്യാനുള്ള 'കോഴിക്കൂട്ടിലെ കുറുക്കന്റെ സ്വാതന്ത്ര്യമല്ല' എന്ന് പ്രത്യേകം ഓർമ്മിപ്പിക്കുന്നു.

തന്റെ സപാഠിയായിരുന്ന, പ്രസിദ്ധ ഫ്രഞ്ച് ചിന്തകനും എഴുത്തുകാരനുമായ സാർത്രിന്റെ പ്രധാന രചനകളായി സ്റ്റീഫൻ ഹെസ്സെൽ തിരഞ്ഞെടുക്കുന്നത് Being and Nothingness, Nausea, Well എന്നിവയാണ്. സാർത്രിന്റെ പ്രസിദ്ധ വാചകം 'വ്യക്തികളെന്ന നിലയിൽ ലോകത്തിന്റെ അവസ്ഥയിൽ നമുക്ക് ഉത്തരവാദിത്വമുണ്ട്'' എന്ന് ഹെസ്സെലും നമ്മെ ഓർമ്മിപ്പിക്കുന്നു. തന്റെ പുസ്തകത്തിലൂടെ ഹെസ്സെൽ യുവാക്കൾക്ക് നൽകുന്ന ഉപദേശം ശ്രദ്ധേയമാണ്: "നിങ്ങൾ ചുറ്റും നോക്കുക, അമർഷത്തിന്റെ കാരണം ഉടൻ കണ്ടെത്താനാകും. അനധികൃതകുടിയേറ്റക്കാരോടും അഭയാർത്ഥികളോടും ഭരണകൂടങ്ങൾ സ്വീകരിക്കുന്ന നിലപാടുകളിൽ നിങ്ങൾ ഉടൻ പ്രതിഷേധിക്കും. അന്വേഷിക്കുക, നിങ്ങൾ ഇവയൊക്കെ കണ്ടെത്തുക തന്നെ ചെയ്യും."

അക്രമരാഹിത്യത്തിന്റെ പാതയാണ് നാം പിന്തുടരേണ്ടതെന്നും ഭാവി പ്രതിരോധങ്ങൾ വ്യത്യസ്ത സംസ്കാരങ്ങൾ ചേർന്നുള്ള അക്രമരഹിത സമരങ്ങളായിരിക്കേണമെന്നും ഉറപ്പിച്ചു പറയുന്നു ഹെസ്സെൽ. സാർത്ര് അദ്ദേഹത്തിന്റെ മരണത്തിന് മൂന്നാഴ്ച മുമ്പ് പറഞ്ഞ വാക്യം ഉദ്ധരിക്കുന്നു അദ്ദേഹം: "ഇന്നത്തെ ലോകം എന്തുകൊണ്ടാണ് ഇത്രയും ഭീകരമായിരിക്കുന്നതെന്ന് വിശദീകരിക്കേണ്ടത് അത്യാവശ്യമാണ്. അതിന്റെ വികാസത്തിന്റെ ചരിത്രത്തിൽ നടന്ന വിപ്ലവത്തിലും മറ്റും ശുഭപ്രതിക്ഷകൾ മാത്രമായിരുന്നു നമുക്ക് ഉണ്ടായിരുന്നത്. ഞാനിപ്പോഴും ഭാവിലോകത്തേക്കുറിച്ച് നല്ല പ്രതീക്ഷകൾ തന്നെ വെച്ചു പുലർത്തുന്നു."

സ്റ്റീഫൻ ഹെസ്സെൽ തന്റെ പുസ്തകമവസാനിപ്പിക്കുന്നത് യുവജനങ്ങൾക്ക് സ്നേഹത്തോടെ നൽകുന്ന ഈ ഉപദേശത്തോടെയാണ്:

"ഇരുപത്തൊന്നാം നൂറ്റാണ്ടിന്റെ നിർമ്മിതിയിലേർപ്പെട്ടവരോട് സ്നേഹത്തോടെ എനിക്കിതാണ് പറയുവാനുള്ളത്: "സൃഷ്ടിക്കുക യെന്നാൽ പ്രതിരോധിക്കുകയാണ്, പ്രതിരോധിക്കുകയെന്നാൽ സൃഷ്ടിക്കുകയും."

ഇൻഡിഗ്നാദോസ് – അതിജീവനത്തിന്റെ താളക്രമം

അഭയാർത്ഥി - ജിപ്സി ജീവിതങ്ങൾ ശക്തമായ തിരശ്ശീലകാഴ്ചകളാക്കി മാറ്റിയ ഫ്രഞ്ച് ചലച്ചിത്രകാരൻ ടോണി ഗാറ്റ്ലിഫ്, 2012 ലാണ് ഇൻഡിഗ്നാദോസ് നിർമ്മിക്കുന്നത്. കടലിലും കടൽക്കരയിലുമായി ചിതറിക്കിടക്കുന്ന, പലരാജ്യങ്ങളിൽ നിന്നുമുള്ള ഷൂ, ബാഗ്, ഓവർ കോട്ട്. തന്നെ പിന്തുടർന്നവരിൽ നിന്നും രക്ഷപ്പെട്ടു കരയിലേക്ക് ഓടിയടുക്കുന്ന പെൺകുട്ടി. മരങ്ങൾക്കിടയിലൂടെ ഓടി, ഉയരത്തിൽ വളർന്ന നിൽക്കുന്ന പുല്ലുകൾക്കിടയിലെ സുരക്ഷിതത്വത്തിൽ കിടക്കുന്ന അവൾ, മുകളിൽ കാണുന്ന തെളിമയാർന്ന നീലാകാശത്തിന്റെ ശാന്തതയിലും സ്വാതന്ത്ര്യത്തിലും കണ്ണ് നട്ട് കൊണ്ട്. അഭയാർഥി ജീവിതങ്ങളുടെ ചലച്ചിത്രകാരൻ എന്ന് വിശേഷിക്കപ്പെടുന്ന ടോണി ഗാറ്റ്ലിഫ് തന്റെ ചിത്രം 'ഇൻഡിഗ്നാദോസ്'' ആരംഭിക്കുന്നത് ഈ ദൃശ്യത്തോടെ ആണ്. മറ്റ് ഗാറ്റ്ലിഫ് ചിത്രങ്ങളിൽനിന്നും ഏറെ ഏറെ വ്യത്യസ്തമാണ് ഇന്റിഗ്നദോസ്. മുഖ്യകഥാപാത്രം ബെറ്റി (പെൺകുട്ടിയുടെ പേര് ബെറ്റി എന്നാണെന്ന് അവസാന ക്രെഡിറ്റുകളിൽ മാത്രമാണ് സംവിധായകൻ വെളിപ്പെടുത്തുന്നത്. പേരില്ലാത്തവൾ എന്നോ അതുപോലുള്ള അനവധിപേർ ലോകത്തിലുണ്ട് എന്ന സൂചനയോ ആവാം) സമകാലിക ലോകത്തിലെ അവകാശ പോരാട്ടങ്ങളുടെ കാഴ്ചകൾ പ്രേക്ഷകരിലേക്ക് എത്തിക്കുന്നു എന്നതാണ് ചിത്രത്തിന്റെ സവിശേഷത. സംവിധായകനോടൊപ്പം ചിത്രത്തിന്റെ തിരക്കഥ രചിച്ചത് സ്റ്റീഫൻ ഹെസ്സെൽ ആണെന്നത് നേരത്തെ സൂചിപ്പിച്ചിരുന്നുവല്ലോ. അദ്ദേഹത്തിന്റെ 'ഇൻഡിഗ്നോദാസ്'' എന്ന മാനിഫെസ്റ്റോയിൽ നിന്നാണ് ടോണി ഗേറ്റ്ലിഫ് അതേ പേരിലുള്ള ചിത്രത്തിന് രൂപംകൊടുത്തത്. ചിത്രത്തിൽ പല തവണ ഹെസ്സലിന്റെ പുസ്തകത്തിലെ ആഹ്വാനങ്ങൾ ഇടം പിടിക്കുന്നുണ്ട്. സ്റ്റെൻസിൽ അക്ഷരങ്ങളിൽ പല വർണ്ണങ്ങളിലായി പ്രേക്ഷകശ്രദ്ധ നേടുന്ന രീതിയിലാണ് അവ സ്ക്രീനിൽ തെളിയുന്നത്.

ചിത്രത്തിലേക്ക് തിരിച്ചുപോകുമ്പോൾ, ബെറ്റി വന്നിറങ്ങിയത് ഗ്രീസിന്റെ കരയിൽ ആയിരുന്നെന്ന്, തുടർന്ന് ഏതൻസിലെ തെരുവുകളിൽ അലയുന്ന അവളുടെ കാഴ്ച നമ്മെ ബോധ്യപ്പെടുത്തിന്നു.

ആവശ്യമായ രേഖകളൊന്നും ഒന്നും കയ്യിൽ ഇല്ലാതിരുന്ന കാരണം, ഉടൻ ബെറ്റി പോലീസ് പിടിയിലാകുന്നു. ഗവൺമെന്റിന് എതിരെയുള്ള പ്രതിഷേധം ഏതൻസിലെ തെരുവുകളിൽ ഉയരുന്നത് ബെറ്റി നേരിൽ കാണുന്നുണ്ട്. ഗ്രീസിലെ സാമ്പത്തിക നയങ്ങൾക്കെതിരെ, തെരുവുകളിൽ സംഗീതത്തിന്റേയും നൃത്തത്തിന്റെയും അകമ്പടിയോടെയുള്ള പ്രതിഷേധ സമരങ്ങൾ ഹെസ്സലിന്റെ മാനിഫെസ്റ്റോയുടെ ചുവടുപിടിച്ചാണ് നടക്കുന്നത്.

പിന്നീട് ബെറ്റി പ്രത്യക്ഷപ്പെടുന്നത് പാരീസിലെ തെരുവോരങ്ങളിലാണ്. ബാസ്റ്റില്ല തെരുവുകളിൽ പ്രതിഷേധിക്കുന്നവരിലേക്ക് ബെറ്റിയുടെ ശ്രദ്ധ പതിയുന്നു. ഭരണാധികാരികളുടെ ജനാധിപത്യവിരുദ്ധ നടപടികൾക്ക് എതിരെ, ട്യൂണീഷ്യയിലെ ജനങ്ങളുടേ പോരാട്ടത്തിന്റെ വീഡിയോ ക്ലിപ്പിങ്ങുകൾ സമരക്കാരെ ആവേശഭരിതരാക്കുന്നു. തുടർന്ന് നാം ബെറ്റിയെ കാണുന്നത് സ്പെയിനിലെ മാഡ്രിഡിലാണ്. പ്രതിഷേധ പ്രകടനം ശ്രദ്ധിച്ചുകൊണ്ട് തെരുവിലൂടെ നടന്നു പോകുന്ന ബെറ്റിയോട് അതിൽ ചേരാൻ ആവശ്യപ്പെടുന്നു ഇസബെൽ എന്ന സമരക്കാരി. പ്രതിഷേധത്തിന്റെ നൃത്തച്ചുവടുകളുമായി ബെറ്റി അതിൽ ചേരുന്നുവെങ്കിലും, അവളുടെ അഭയാർത്ഥി ജീവിതം പതിവുപോലെ തുടരുന്ന കാഴ്ചയിലാണ് ടോണി ഗാറ്റ്ലിഫ് ചിത്രം അവസാനിപ്പിക്കുന്നത്.

ചലച്ചിത്രം എന്ന നിലയിൽ, ഇന്റിഗ്നദോസിന്റെ സവിശേഷതകൾ പരിശോധിക്കുമ്പോൾ, ചിത്രത്തിന്റെ ഘടനയ്ക്ക് മറ്റ് ഗെറ്റലിഫ് ചിത്രങ്ങളിൽ നിന്നുമുള്ള വ്യത്യസ്തത പ്രകടമായി നമുക്ക് കാണാൻ കഴിയും. ഗെറ്റലിഫ് ചിത്രങ്ങളിലെ പതിവ് രീതിയിലുള്ള നൃത്തവും സംഗീതവും ഇവിടെയും സജീവമാണ്എന്നത് ശരിയാണ്. എന്നാൽ, വിവിധ രാജ്യങ്ങളിൽ ജനാധിപത്യ അവകാശങ്ങൾക്കായി പോരാടുന്നവരെ ദൃശ്യവൽക്കരിക്കുക വഴി, സമകാലീന പ്രക്ഷോഭങ്ങളെ ചിത്രം അടിവരയിടുന്നു എന്നത്, മറ്റ് ഗാറ്റ്ലിഫ് ചിത്രങ്ങളിൽ നിന്നും ഇതിനെ വ്യത്യസ്തമാക്കുന്നുണ്ട്. ലോകം മുഴുവനും നടക്കുന്ന അവകാശസമരങ്ങളെ, അവയിൽ പങ്കെടുക്കുന്ന ജനങ്ങളെ ചിത്രം ആവേശം കൊള്ളിക്കുന്നു. ഫ്ലെമിങ്ങോ നൃത്തത്തിന്റെ പശ്ചാത്തലത്തിൽ ആടുകയും പാടുകയും ചെയ്യുന്ന യുവജനങ്ങൾ, ആവേശം ജ്വലിപ്പിച്ചുകൊണ്ട് അതിനോടൊപ്പം ചേർന്ന് നിൽക്കുന്ന ഹെസ്സലിന്റെ മുദ്രാവാക്യങ്ങളും ആഹ്വാനങ്ങളും. വിവിധ രാജ്യങ്ങളിലെ സമരക്കാരെ കൃത്യമായ ദിശയിലേക്ക് നയിക്കുന്ന സ്റ്റീഫൻ ഹെസ്സൽ. സംഗീതവും നൃത്തവും മുദ്രാവാക്യങ്ങളും ആഹ്വാനങ്ങളും ഒക്കെ ചേർന്നുകൊണ്ട്

സമഗ്രമായൊരു പ്രതിരോധനിര സൃഷ്ടിക്കുകയാണ് ടോണി ഗാറ്റലിഫ്. ചിത്രത്തിലെ പ്രധാനപ്പെട്ട ഒരു ദൃശ്യമാണ് ഓറഞ്ചുകളുടെ സഞ്ചാരം. അഭയാർത്ഥിയായിരുന്ന ട്യൂണീഷ്യൻ പഴക്കച്ചവടക്കാരൻ മുഹമ്മദ് ബുഅസീസിയുടെ ആത്മാഹൂതി, ടുണീഷ്യൻ പ്രതിരോധത്തിനും തുടർന്ന് അറബ് വസന്തത്തിനും കാരണമായി മാറിയ ചരിത്രസംഭവമാണ്. സ്വയം തീക്കൊളുത്തി മരിച്ച ബുഅസീസ്സിയുടെ പാത പിന്തുടർന്ന് പലരും അന്ന് ആത്മാഹൂതി ചെയ്തിരുന്നു. ആ സംഭവം പോരാട്ടങ്ങൾക്ക് ശക്തി നൽകിയിരുന്നു. മുഹമ്മദ് ബുഅസീസിയുടെ ഓർമ്മയിലാണ് തെരുവുകളിലൂടെയും ഇടവഴികളിലൂടെയും സഞ്ചരിക്കുന്ന ഓറഞ്ചുകൾ എല്ലാം ഒന്നിച്ച് ചേർന്ന്, തോണിയിൽ വന്ന് വീഴുന്ന ദൃശ്യം ചിത്രത്തിന്റെ ഭാഗമായത്. ആഫ്രിക്കയിൽ നിന്ന് യൂറോപ്പിൽ എത്തുന്ന അഭയാർത്ഥികളുടെ ദുരന്തകാഴ്ചകൾ ചിത്രം പ്രേക്ഷകരിലെത്തിക്കുന്നുണ്ട്.

ഇൻഡിഗ്നോദാസ്, ഒരു രാഷ്ട്രീയ ചിത്രം

അഭായാർത്ഥികളുടെ ദുരന്തജീവിതചിത്രീകരണങ്ങൾക്കപ്പുറം, ലോകത്തിന്റെ വിവിധഭാഗങ്ങളിലായിനടന്നതും ഇപ്പോൾ നടന്നു കൊണ്ടിരിക്കുന്നതുമായ ജനാധിപത്യമുന്നേറ്റങ്ങളുടെ ശക്തമായ ആവിഷ്ക്കാരമായി ചിത്രം മാറുന്നുണ്ട്.

യൂറോപ്പ്യൻ രാജ്യങ്ങളിലും മറ്റിടങ്ങളിലും ഭരണാധികാരികളുടേ ജനവിരുദ്ധ നയങ്ങൾക്കെതിരെ തെരുവുകളിൽ നടന്ന യുവമുന്നേറ്റങ്ങൾ ചിത്രം ഡോക്യുമെന്റ് ചെയ്യുന്നു. സ്റ്റീഫൻ ഹെസ്സലിന്റെ ഇൻഡിഗ്നോദാസ് ആഹ്വാനങ്ങൾക്കനുസരിച്ച് നടന്ന ഈ പ്രതിരോധങ്ങളുടെ കാഴ്ചകൾ ചിത്രത്തെ സമകാലീനലോകരാഷ്ട്രീയത്തിന്റെ ശക്തവും കൃത്യവുമായ രേഖപ്പെടുത്തലാക്കി മാറ്റുന്നു. അതു വഴി, രാഷ്ട്രീയസിനിമയെന്ന രൂപത്തിലേക്ക് ഇൻഡിഗ്നോദാസ് ഉയർന്ന് നിൽക്കുകയാണ്.

അക്കാലത്ത് ലോകരാഷ്ട്രീയത്തിൽ സജീവമായി ചർച്ചചെയ്യപ്പെട്ടിരുന്ന (ഇന്നും പ്രസക്തമായ) അഞ്ച് പ്രധാനസംഭവങ്ങൾ ചിത്രം ദൃശ്യവൽക്കരി ക്കുന്നുണ്ട്. ഇവയിൽ നാലെണ്ണങ്ങൾക്കും ചിത്രത്തിലെ മുഖ്യകഥാപാത്രം ബെറ്റി സാക്ഷ്യം വഹിക്കുന്നതായാണ് നാം കാണുന്നത്. അഞ്ചാമത്തേത് ചിത്രത്തിലെ അവാങ്ഗാദ് ദൃശ്യമെന്ന് നിരൂപകർ വിശേഷിപ്പിച്ച 'ഓറഞ്ചുകളുടെ സഞ്ചാരം 'വഴിയും നമ്മിലെത്തുന്നു. ലോകത്തിൽ ഏറ്റവുമധികം അഭയാർത്ഥികളെത്തുന്ന ഒരു യൂറോപ്യൻ രാജ്യങ്ങളിലൊന്നാണ് ഗ്രീസ്. ആഫ്രിക്കയിലെ

പട്ടിണിയും ആഭ്യന്തരകലാപങ്ങളും കാരണം അവിടത്തെ ജനങ്ങൾ കടൽ വഴി ഗ്രീസിലെത്താറുണ്ട്. എന്നാൽ ഗ്രീക്ക് ഭരണാധികാരികൾ അവർക്ക് വേണ്ടത്ര സൗകര്യങ്ങൾ ഒരുക്കാറില്ല. ആവശ്യത്തിന് ക്യാമ്പുകളോ അഭയസ്ഥാനങ്ങളോ ഇല്ലാതെ, പൗരത്വം തെളിയിക്കാൻ കർശനനിബന്ധനകൾ ഏർപ്പെടുത്തി അവരെ കഴിയുന്നത്ര പീഡിപ്പിച്ചു ഗ്രീസിലെ ഉദ്യോഗസ്ഥർ. അതിനെതിരെ ശക്തമായ ജനമുന്നേറ്റമുയർന്നിരുന്നു. ഏതൻസിലെ തെരുവുകളിൽ നടക്കുന്ന ആ പ്രതിഷേധപ്രകടനങ്ങൾ ചിത്രം ആവിഷ്കരിക്കുന്നുണ്ട്. മറ്റൊരു പ്രധാന രാഷ്ട്രീയവിഷയമായിരുന്നു ഭരണാധികാരികളുടെ തെറ്റായ നിലപാടുകൾ കാരണം അക്കാലത്ത് ഗ്രീസ് നേരിട്ട കടുത്ത സാമ്പത്തിക പ്രതിസന്ധി. ഇതിനെതിരേയും ജനങ്ങൾ തെരുവുകളിൽ പ്രതിഷേധിക്കുന്നുണ്ട്. ഇവയ്ക്കെല്ലാം ബെറ്റി സാക്ഷിയാവുന്നു, അവൾക്കൊപ്പം പ്രേക്ഷകരും.

സ്വാതന്ത്ര്യമുന്നേറ്റങ്ങൾക്ക് തുടക്കം കുറിക്കപ്പെടുന്ന നഗരമാണ് ഫ്രാൻസിലെ പാരീസ്. വിദ്യാർത്ഥികളും യുവജനങ്ങളും ചേർന്ന് നടത്തുന്ന പ്രതിരോധ റാലികൾക്ക് ഇപ്പോഴും പാരീസ് സാക്ഷ്യം വഹിക്കാറുണ്ട്. സ്റ്റീഫൻ ഹെസ്സൽ തന്റെ മനുഷ്യാവകാശപ്രവർത്തനങ്ങൾ ആരംഭിക്കുന്നത് ഫ്രാൻസിലാണ്. പാരീസിലെ ബാറ്റ്സിലിൽ നടക്കുന്ന ഭരണകൂടവിരുദ്ധ സമരങ്ങൾ ചിത്രം രേഖപ്പെടുത്തുന്നു. അവിടെ സ്ഥാപിക്കപ്പെട്ട ടെലിവിഷൻ സെറ്റുകളിൽ പ്രദർശിപ്പിക്കപ്പെടുന്ന ടുണീഷ്യയിലെ ജനാധിപത്യസമരങ്ങളുടെ ദൃശ്യങ്ങൾ, ലോകം കണ്ട മറ്റൊരു പ്രധാന പ്രതിരോധമായിരുന്ന 'അറബ് വസന്ത'ത്തിന്റെ സൂചനകൾ ആണ് നൽകുന്നത്. ഈ ദൃശ്യങ്ങൾ കണ്ട് ആവേശഭരിതരാകുന്ന ജനങ്ങളുടെ കാഴ്ച, നമ്മെ അറബ് രാജ്യങ്ങളിൽ നടന്ന വിമോചന സമരങ്ങളുടേ ഓർമ്മകളിൽ എത്തിക്കുന്നു. ഇതോടൊപ്പം 'ഓറഞ്ചുകളുടെ സഞ്ചാരവും അറബ് വസന്തത്തിന്റെ സൂചനയായി ചേർത്തുവെക്കേണ്ടതാണ്.

അടുത്തത് സ്പെയിനിൽ അന്ന് നിലനിന്നിരുന്ന മാർക്കറ്റ് അധീന സാമ്പത്തിക ക്രമത്തിനെതിരെ, മാഡ്രിഡിൽ നടന്ന ജനമുന്നേറ്റമാണ്. ജനജീവിതം ദുസ്സഹമാക്കിയ ഭരണകൂട നീക്കങ്ങളിൽ ജനങ്ങൾ നിരാശരായിരുന്നു. അതിന്റെ പ്രതിഫലനമായിരുന്നു മാഡ്രിഡിലെ തെരുവുകളിൽ അന്ന് ലോകം കണ്ടത്. 'ഇൻഡിഗ്നോദാസ്'' എന്ന ബാനറിന് കീഴിൽ പ്രതിഷേധിക്കുന്ന ജനസഹസ്രങ്ങൾ, ഹെസ്സെലിന്റെ ആഹ്വാനങ്ങളെ പ്രയോഗത്തി ലെത്തിക്കുകയായിരുന്നു. അതിന്റെ ഒരു കണ്ണിയായി മാറിയ ബെറ്റി, പ്രകടനക്കാർക്കൊപ്പം

ആടിയും പാടിയും മുമ്പോട്ട് നീങ്ങുന്നു. ഈ രീതിയിൽ ലോകം കണ്ട അഞ്ച് പ്രധാനപ്രതിരോധ സമരങ്ങളുടെ ആവിഷ്കാരങ്ങൾ ശക്തമായ രീതിയിൽ നിർവ്വഹിക്കുന്ന സംവിധായകൻ ടോണി ഗാറ്റ്ലിഫ്.

സംഗീതവും നൃത്തവും ഗാറ്റലിഫിന്റെ സിനിമകളിലെ പതിവു ചേരുവകളാണ്. ജന്മനാടിന്റെയും ബന്ധുക്കളുടെയും ഓർമ്മകളെ സംഗീതത്തിലും നൃത്തത്തിലും അലിയിച്ചു കളയുന്നു ഗാറ്റലിഫ് കഥാപാത്രങ്ങൾ. ഇവിടെ അവയ്ക്ക് മറ്റൊരു ദൗത്യം കൂടി ഉണ്ട്. പ്രതിഷേധത്തിലും പ്രതിരോധത്തിലും ശക്തിയും ഊർജ്ജവും പകരുന്ന നൃത്തവും സംഗീതവും. പുതുതലമുറയെ വിപ്ലവത്തിന്റെ ആവേശത്തിൽ എത്തിക്കുന്ന അവ. കുട്ടിക്കാലത്തു, ജന്മനാട് വിട്ടു ഫ്രാൻസിലേക്ക് കുടിയേറേണ്ടി വന്ന ടോണി ഗെറ്റലിഫിന്റെ മുൻ തലമുറകൾ ഇന്ത്യയിലും ഉണ്ടായിരുന്നു. ഇപ്പോൾ ജിപ്സി ജീവിതവുമായി ലോകം ചുറ്റി കൊണ്ടിരിക്കുകയാണ് അവർ. ഇന്റിഗ്നദോസിലെ ബെറ്റിയുടെ റോൾ കൈകാര്യം ചെയ്തു, ആഫ്രിക്കയിലെ സെനഗലിൽ നിന്നും ഫ്രാൻസിൽ എത്തിയ അഭയാർത്ഥി മബെറ്റി ഡിയല്ലോ പറയുന്നു: "ചിത്രം എന്റെ അനുഭവം തന്നെയാണ് രേഖപ്പെടുത്തുന്നത്, ഇന്നത്തെ സാമൂഹ്യ വ്യവസ്ഥിതിയോട് ഉള്ള അമർഷം രേഖപ്പെടുത്താനുള്ള ഒരു നല്ല അവസരമാണ് ബെറ്റിയെന്ന കഥാപാത്രം എനിക്ക് നൽകിയത്." സാമൂഹിക പ്രവർത്തനവുമായി കഴിയുന്ന മബെറ്റിയെ പാരീസിലെ തെരുവുകളിൽ നിന്നാണ് ഗാറ്റ്ലിഫ് കണ്ടെടുക്കുന്നത്. അഭയാർത്ഥികളുടെ മാത്രമല്ല, അരികു ലോകത്തിന്റെ മോചനവും ലക്ഷ്യമിടുന്നു ഇന്റിഗ്നദോസ്. സ്റ്റീഫൻ ഹെസ്സലിന്റെ ഐതിഹാസിക പുസ്തകം ഇൻഡിഗ്നോദാസിന്ഒരു ആരാധകന്റെ ചലച്ചിത്രരൂപമായി നാം ചിത്രത്തെ തിരിച്ചറിയുന്നു, അതോടൊപ്പം ചിത്രത്തിന് പിന്നിൽ പ്രവർത്തിച്ച സ്റ്റീഫൻ ഹെസ്സെൽ, ടോണി ഗാറ്റ്ലിഫ്, മബെറ്റി ഡിയല്ലോ എന്നി അഭയാർത്ഥികളേയും !

(മാദ്ധ്യമം ആഴ്ചപ്പതിപ്പ്, 2020 മെയ് 18)

വെള്ളിത്തിരയിലെ കറുപ്പിന്റെ പ്രതിരോധങ്ങൾ

"ചരിത്രം എത്രപ്രാവശ്യം ആവർത്തിച്ചാൽ,
അമേരിക്കയിലെ കറുത്തവരുടെ
കൊലപാതകങ്ങൾ അവസാനിക്കും ?

- സ്പൈക് ലീ (അമേരിക്കൻ സംവിധായകൻ)

"അധികാരം വെളുത്തവർക്ക് മാത്രമുള്ളതല്ല." കോളറാഡോ കോളേജിലെ കറുത്ത വർഗ്ഗക്കാരുടെ യൂനിയൻ സംഘടിപ്പിച്ച പ്രതിരോധ റാലിയിൽ അമേരിക്കയിലെ ആദ്യത്തെ കറുത്ത വർഗ്ഗക്കാരനായ പോലീസ് ഓഫീസർ റോൺ സ്റ്റാൾവർത്ത് വിദ്യാർത്ഥികൾക്കൊപ്പം മുദ്രാവാക്യം വിളിക്കുന്നു: "അധികാരം എല്ലാവർക്കുമുള്ളതാണ് ". കറുത്ത വർഗ്ഗക്കാരുടെ അവകാശങ്ങൾക്കായി പോരാട്ടം നടത്തിക്കൊണ്ടിരുന്ന പ്രസിദ്ധ മനുഷ്യാവകാശ പ്രവർത്തകൻ, സ്റ്റോക് ലി കാർമിഷേ (Stokely Carmichael) ലിനൊപ്പം യൂനിയൻ പ്രസിഡന്റ് പട്രീഷ ഡ്യൂമാസിന്റെ നേതൃത്വത്തിൽ വിദ്യാർത്ഥികൾ ഉച്ചത്തിൽ മുദ്രാവാക്യം മുഴക്കിക്കൊണ്ടിരുന്നു. കറുത്തവർഗ്ഗവിദ്യാർത്ഥികളുടെ റാലിയിൽ പ്രസംഗിക്കുന്ന കാർമിഷേലിനെക്കുറിച്ച് രഹസ്യമായി വിവരങ്ങൾ ശേഖരിക്കാൻ നിയോഗിക്കപ്പെട്ടിരിക്കയായിരുന്ന ഡിറ്റക്റ്റീവ് ഓഫീസർ സ്റ്റാൾവർത്ത്.- അമേരിക്കയിലെ കറുത്ത വർഗ്ഗക്കാർക്കെതിരെ നടന്നുകൊണ്ടിരിക്കുന്ന അതിക്രമങ്ങൾ രേഖപ്പെടുത്തുന്ന ശ്രദ്ധേയ ചിത്രം ബ്ലേക്ക് ക്ലാൻസ്മാനി (BalckKlansman) ലെ പ്രധാന ദൃശ്യങ്ങളിലൊന്നാണിത്.

ഒരു ചെറിയ ഇടവേളയ്ക്ക് ശേഷം അമേരിക്ക വീണ്ടും വർണ്ണ വെറിയുടെ അതിക്രമകേന്ദ്രമായി ലോകത്തിനു മുമ്പിലെത്തിയിരിക്കുന്നു. 25 മെയ് 2020 ന് ആഫ്രിക്കൻ അമേരിക്കൻ വംശജനായ ജോർജ്ജ് ഫ്ലോയ്ഡിനെ പോലീസ് ശ്വാസം മുട്ടിച്ച് കൊന്ന സംഭവം അമേരിക്കൻ ജനതയിൽ വലിയ ചലനങ്ങൾ സൃഷ്ടിച്ചു. അമേരിക്കയിലും ലോകത്തിന്റെ മറ്റ് ഭാഗങ്ങളിലും അതിന്റെ പ്രതിഷേധം ഇപ്പോഴും കത്തിപ്പടരുകയാണ്. അമേരിക്ക അമേരിക്കക്കാരനു മാത്രമുള്ളതാണെന്ന് എപ്പോഴും ഉരുവിട്ടുകൊണ്ടിരിക്കുന്ന പ്രസിഡന്റ് ഡൊണാൾഡ് ട്രമ്പ് ഇത്തരം ഹീനകൃത്യങ്ങൾക്ക് മൗനാനുവാദം നൽകുകയാണ്. ആരാണ് യഥാർത്ഥ അമേരിക്കക്കാർ ? എന്ന ചോദ്യം, 'കുലീന' ആര്യരക്തവാദത്തിലേക്കും വംശീയതയിലേക്കുമാണ് എത്തിച്ചേരുന്നത്. ജർമ്മനിയിലെ 'നവനാസിക'ളെപ്പോലെ 'അശുദ്ധരക്തം 'തിരഞ്ഞുപിടിച്ച് തെരുവിൽ ഒഴുക്കിക്കൊണ്ട് ചരിത്രം ആവർത്തിക്കുകയാണ്. ഇതിനെതിരെ പ്രതിഷേധങ്ങളും പ്രതിരോധങ്ങളും ഏറ്റവും ശക്തമാവുന്നതും അമേരിക്കയിൽ തന്നെയാണെന്നത് ആശ്വാസകരമാവുന്നു. ജനങ്ങളുടെ പ്രതിഷേധം ഭയന്ന് നിലവറയിൽ പേടിച്ച് കഴിഞ്ഞ ഒരു ഭരണാധികാരിയെന്ന പേർ ഡൊണാൾഡ് ട്രമ്പ് നേടിക്കഴിഞ്ഞു. കറുത്തവരുടെ അവകാശങ്ങൾക്കായി പ്രവർത്തിച്ചു കൊണ്ടിരിക്കുന്ന പ്രസിദ്ധ അമേരിക്കൻ ചലച്ചിത്രകാരൻ സ്പൈക് ലീ (Spike Lee) ജോർജ്ജ് ഫ്ലോയിഡിന്റെ കൊലപാതകത്തിനു തൊട്ടടുത്ത ദിവസം പുറത്ത് വിട്ട വീഡിയോ ലോകം മുഴുവൻ കണ്ടു, കറുത്തവരോട് ഐക്യപ്പെട്ടു. തന്റെ ചിത്രങ്ങളിലൂടെ വംശീയ വേർതിരിവുകളും അവയുണ്ടാക്കുന്ന സംഘർഷങ്ങളും പ്രമേയമാക്കുന്ന ലീയുടെ ബ്ലേക്ക്ക്ലാൻസ്മാൻ (Blackklansman) സമകാലീന അമേരിക്കയിലെ വംശീയ പ്രശ്നങ്ങൾ വളരെ സവിശേഷമായ രീതിയിലാണ് ആവിഷ്കരിക്കുന്നത്. അതിന്റെ അംഗീകാരമാണ് 2018 കാൻ ചലച്ചിത്രോൽസവത്തിൽ ചിത്രത്തിന് ലഭിച്ച ഗ്രാൻഡ് പ്രീ പുരസ്കാരം.

കറുത്തവർഗ്ഗക്കാരുടെ മേൽ നടന്നുകൊണ്ടിരിക്കുന്ന കടന്നുകയറ്റങ്ങളും അവയ്ക്കെതിരെയുള്ള പ്രതിരോധങ്ങളും രേഖപ്പെടുത്തുന്ന അനവധി രചനകൾ ചലച്ചിത്രചരിത്രത്തിൽ നമുക്ക് കണ്ടെത്താൻ കഴിയും. ലോകം മുഴുവൻ നടന്നുകൊണ്ടിരിക്കുന്ന വംശീയ വേർതിരിവുകളും അവയുണ്ടാക്കുന്ന സംഘർഷങ്ങളും ലോകസിനിമ ഇപ്പോഴും ഗൗരമവമായി കൈകാര്യം ചെയ്തുകൊണ്ടിരിക്കുന്ന പ്രമേയമാണ്. വിഷയം തീവ്രമായി ആവിഷ്കരിക്കുന്ന ഡോക്യുമെന്ററികളും യഥാർത്ഥ സംഭവങ്ങളെ കേന്ദ്രീകരിച്ചും അല്ലാതേയും നിർമ്മിക്കുന്ന

• ബ്ലേക്ക് ക്ലാൻസ്മാൻ

ഫീച്ചർ ഫിലിമുകളും പതിവായി ലോകത്ത് പുറത്തിറങ്ങിക്കൊണ്ടിരിക്കയാണ്, മിക്കയും പുരസ്കാരങ്ങൾ നേടുകയും ചെയ്യുന്നു. സമീപകാലത്ത് ചർച്ച ചെയ്യപ്പെട്ട ചിത്രങ്ങളിൽ ഹാരിയറ്റ് (2019), ജസ്റ്റ് മേഴ്സി (2019), ക്വീൻ ഏൻഡ് സ്ളിം (2019), ഗെറ്റ് ഔട്ട് (2019), ബ്ലേക്ക്ക്ലാൻസ്മാൻ (2018) എന്നീ ഫീച്ചറുകളും 'അയാം നോട്ട് ഏ നീഗ്രോ' തുടങ്ങിയ ഡോക്യുമെന്ററികളും ഉൾപ്പെടുന്നു. ഇവയിൽ വളരെയധികം വ്യത്യസ്തകൾ അവകാശപ്പെടാനാവുന്ന ചിത്രമാണ്സ്പൈക്ക് ലീയുടെ 'ബ്ലേക്ക് ക്ലാൻസ്മാൻ '.

യഥാർത്ഥസംഭവങ്ങൾ അടിസ്ഥാനപ്പെടുത്തി നിർമ്മിച്ച ഈ ചിത്രം, അമേരിക്കയിലെ കോളറാഡോ സ്പ്രിങ്ങ്സ് മുനിസിപ്പാലിറ്റിയിൽ പോലീസ് ഡിപ്പാർട്ട്മെന്റിൽ ജോലി ചെയ്ത ആദ്യത്തെ കറുത്ത വർഗ്ഗക്കാരനായ ഓഫീസർ റോൺ സ്റ്റാൾവർത്തിന്റെ ജീവിതമാണ് ആവിഷ്കരിക്കുന്നത്. സ്റ്റാൾവർത്ത് എഴുതിയ 'ബ്ലേക്ക് ക്ലാൻസ്മാൻ 'എന്ന അനുഭവപുസ്തകം ആണ് ചിത്രത്തിന്റെ അടിസ്ഥാനം. ആര്യരക്തത്തിന്റെ 'മേധാവിത്വ'ത്തിലും 'ഉന്നതി'യിലും ഊറ്റം കൊള്ളുകയും മറ്റുള്ളവരെ, പ്രത്യേകിച്ച് കറുത്ത വർഗ്ഗക്കാരേയും ജൂതരേയും ഉന്മൂലനം ചെയ്യാനായി രൂപം കൊണ്ട വെളുത്ത വർഗ്ഗക്കാരുടെ സംഘടന ക്ലൂ ക്ലക്സ് ക്ലാനിൽ (Ku Klux Klan, K. K. K) നുഴഞ്ഞ് കയറി രഹസ്യങ്ങൾ മനസ്സിലാക്കുകയും അവരെ നശിപ്പിക്കാൻ പദ്ധതികൾ തയ്യാറാക്കുകയും ചെയ്ത സ്റ്റാൾ വർത്തിന്റെ ജീവിതം തികച്ചും സംഘർഷഭരിതമായിരുന്നു. വെള്ളക്കാരന്റെ വ്യാജദേശീയത,

• സ്പൈക് ലീ

കുടിയേറ്റവിരുദ്ധ നിലപാടുകൾ,വംശീയ വേർതിരിവുകൾ എന്നിവ കേന്ദ്രീകരിച്ച് പ്രവർത്തിച്ചിരുന്ന K. K. K, 1860 കളിലാണ് അമേരിക്കയിൽ പ്രവർത്തനം തുടങ്ങുന്നത്. 1872 വരെ സജീവമായിരുന്ന അത് അടിച്ചമർത്തപ്പെട്ടെങ്കിലും, 1915 ഓടെ അമേരിക്കൻ സമൂഹത്തെ ശുദ്ധീകരിക്കുകയെന്ന മുദ്രാവാക്യത്തോടെ രണ്ടാം വരവ് പ്രഖ്യാപിച്ചുകൊണ്ട്, ജോർജ്ജിയ കേന്ദ്രമായി സജീവമാകുകയായിരുന്നു. 1920 വരെ നീണ്ടുനിന്ന അതിന്റെ പ്രവർത്തനങ്ങളിൽ കറുത്തവർക്കായി പ്രവർത്തിച്ചിരുന്ന അനവധി മനുഷ്യാവകാശ പ്രവർത്തകർ ഉന്മൂലനം ചെയ്യപ്പെട്ടു. അമേരിക്കയിൽ കറുത്തവർക്ക് വേണ്ടി തെരുവിലിറങ്ങുന്നവരെ ആക്രമിക്കുന്നവരുടെ പട്ടികയിൽ K. K. K പ്രവർത്തകർ ഉൾപ്പെടുന്നു എന്നത് വ്യക്തമാണ്.

ബ്ലേക്ക്ക്ലാൻസ്മാൻ 1970 കളുടെ അവസാന കാലത്തെ കോളറാഡ നഗരം പശ്ചാത്തലമാക്കുന്നു. തങ്ങളുടെ കുലീനമായ പൈതൃകവും ജീവിതവും 'മലിന'പ്പെടുത്തുന്ന, തങ്ങളുടെ കുട്ടികൾ പഠിക്കുന്ന സ്കൂളുകൾ 'അശുദ്ധ'മാക്കുന്ന കറുത്തവരുടെ മക്കളെ, മാർട്ടിൻ ലൂതറുടെ അനുയായികളെ തെറി പറഞ്ഞുകൊണ്ട്, അവർക്കെതിരെ ആക്രോശിക്കുന്ന വെള്ളക്കാരന്റെ ദൃശ്യത്തോടെ ചിത്രം ആരംഭിക്കുന്നു. പോലീസ് സേനയിൽ ചേരാനായി അഭിമുഖത്തിനെത്തിയ സ്റ്റാൾവർത്ത് ചോദ്യങ്ങളിൽ പ്രകോപിതനാകാതെ നൽകുന്ന മറുപടികൾ ശ്രദ്ധേയമാണ്. കറുത്ത വർഗ്ഗക്കാരിൽ നിന്നുള്ള ആദ്യത്തെ പോലീസ് ഓഫീസറായി ജോലിയിൽ പ്രവേശിച്ച അയാൾ സഹപ്രവർത്തകനാൽ അപമാനിക്കപ്പെടുമ്പോഴും സമചിത്തതയോടെ അത് നേരിടുന്നു. സംഘർഷങ്ങൾ ഒഴിവാക്കാനായി മേലുദ്യോഗസ്ഥൻ

സ്റ്റാൾവർത്തിനെ ഇന്റലിജെന്റ്സ് വിഭാഗത്തിലേക്ക് മാറ്റുന്ന തോടെയാണ് ചിത്രത്തിന്റെ ദിശ മാറുന്നത്. തുടക്കത്തിൽ സൂചിപ്പി ച്ചത് പോലെ കോളറാഡോ കോളേജിലെ കറുത്ത വർഗ്ഗക്കാരുടെ റാലിയ്ക്ക് എത്തിയ മനുഷ്യാവകാശ പ്രവർത്തകൻ കാർമിഷേലിനെ നിരീക്ഷിക്കാൻ സ്റ്റാൾവർത്ത് നിയോഗിക്കപ്പെടുന്നു. അവിടെ വെച്ച് യൂനിയൻ പ്രസിഡന്റ് പടീഷ് ഡ്യൂമാസിനെ പരിചയപ്പെടുന്ന അയാൾ, ആ സൗഹൃദം നിലനിർത്തുകയാണ്. കാർമിഷേലിന്റെ പ്രസംഗത്തിൽ ആവേശഭരിതനായി വെള്ളക്കാർക്കെതിരെ മുദ്രാ വാക്യം വിളിക്കുന്ന സ്റ്റാൾവർത്തിനേയാണ് ഈ രംഗത്ത് തുടർന്ന് നാം കാണുന്നത്.

അടുത്ത ദിവസം പത്രത്തിൽ K. K. K യുടെ പരസ്യം കണ്ട സ്റ്റാൾ വർത്ത് അവരുമായി അടുക്കുന്നതായി അഭിനയിച്ചുകൊണ്ട് രഹസ്യ ങ്ങൾ മുഴുവൻ ചോർത്തുന്നു. സഹപ്രവർത്തകൻ ഫിലിപ്പ് സിമ്മെർ മേനു മായി ചേർന്ന് അയാൾ, K. K. K യുടെ രഹസ്യ സങ്കേതങ്ങൾ കണ്ടെത്തുകയും കറുത്തവർക്കും ജൂതർക്കുമെതിരെ വർഷങ്ങളായി അവർ നടത്തിക്കൊണ്ടിരിക്കുന്ന ഭീകരപ്രവർത്തനങ്ങളുടെ രേഖകൾ പരിശോധിക്കുയും ചെയ്യുന്നു. ഫെലിക്സ്, അയാളുടെ പത്നി, K. K. K തലവൻ ഡാനിയൽ ഡ്യൂക്ക്, ഐവാൻഹോ തുടങ്ങിയവർ നേതൃത്വം നൽകുന്ന സംഘടനയിലെ നിരവധി അംഗങ്ങൾ വെളുത്തവർ മാത്രമു ള്ള അമേരിക്ക സ്വപ്നം കണ്ടുകൊണ്ട് കറുത്തവരെ കൊന്നൊടുക്കാൻ നടത്തിക്കൊണ്ടിരിക്കുന്ന ഭീകര പ്രവർത്തനങ്ങൾ നമ്മെ നടുക്കുന്നു. വളരെ സംഘടിതമായ രീതിയിൽ കറുത്തവരെ ഉന്മൂലനം ചെയ്യാ നുള്ള ശ്രമങ്ങൾ വർഷങ്ങളായി നടന്നുകൊണ്ടിരിക്കുയാണ് എന്ന

• റോൺ സ്റ്റാൾവർത്ത്

അറിവ് നമ്മെ അത്ഭുതപ്പെടുത്തുന്നുണ്ട്. സ്റ്റാൾവർത്തിന്റെ പേരിൽ K. K. K യുടെ മുമ്പിൽ എത്തുന്ന ജൂത പോലീസ് ഓഫീസർ സിമ്മെർ മേൻ തന്റെ ജീവൻ അവഗണിച്ച് നടത്തുന്ന ശ്രമങ്ങൾ അയാൾക്ക് സംഘത്തിൽ അംഗത്വം നേടിക്കൊടുക്കയും അവരുടെ എല്ലാ പരി പാടികളിലും പങ്കെടുക്കാൻ അവസരമുണ്ടാക്കുകയും ചെയ്യുന്നു.

കറുത്ത വിദ്യാർത്ഥികളുടെ റാലിയ്ക്കിടെ ബോംബ് വെച്ച് പട്രീഷ് ഡ്യൂമാസടക്കമുള്ളവരെ കൊല്ലാനുള്ള K. K. K യുടെ പരിപാടി സ്റ്റാൾ വർത്തും സിമ്മെർമേനും ചേർന്ന് പരാജയപ്പെടുത്തുകയാണ്. ചില കുറ്റവാളികൾ ജയിലിലിലടക്കപ്പെട്ടുന്നെങ്കിലും, എല്ലാ കേസുകളും അവസാനിപ്പിക്കാനുള്ള ഉത്തരവാണ് അധികാരികളിൽ നിന്നും സംഘത്തിന് കിട്ടുന്നത്. നിരാശനെങ്കിലും തന്റെ പോരാട്ടം തുടരാൻ തന്നെ സ്റ്റാൾവർത്ത് തീരുമാനിക്കുന്നു. വാതിലിൽ മുട്ടിയ ശത്രുവിന് നേരെ തോക്കു ചൂണ്ടി നിൽക്കുന്ന സ്റ്റാൾവർത്തിന്റേയും പട്രീഷ് ഡ്യൂ മാസിന്റേയും ദൃശ്യത്തിലൂടെ പോരാട്ടത്തിന്റെ വഴികളിലൂടെ മുമ്പോട്ട് പോകുന്ന അവരുടെ കാഴ്ചയിലൂടെ ചിത്രം അവസാനിക്കുന്നു. ചിത്ര ത്തിന്റെ അവസാന ഭാഗത്ത് 2017 ആഗസ്റ്റിൽ, വിർജീനിയയിൽ സമാധാനപരമായി നടന്ന പ്രകടനത്തിൽ പങ്കെടുക്കുമ്പോൾ നിയോ നാസികൾ ഹിയാതെർ ഹെയറിനെ കാറിടിച്ച് കൊല്ലുന്ന ക്ലിപ്പിങ്ങ് സംവിധായകൻ ലീ ഉൾപ്പെടുത്തിയിട്ടുണ്ട്. ഹെയറിന്റെ കൊലപാ തകത്തിൽ പ്രതിഷേധിച്ച സ്പൈക് ലീ, കാൻ പുരസ്കാരച്ചടങ്ങിൽ ട്രമ്പിനെതിരെ പ്രസം ഗിച്ചത് വിവാദങ്ങൾക്ക് വഴിവെച്ചു. എന്നാൽ തന്റെ നിലപാടിൽ നിന്നു പിന്നോട്ട് പോകാൻ ലീ തയ്യാറായില്ല. കറുത്ത വർഗ്ഗക്കാർ അമേരിക്കൻ സമൂഹത്തിൽ നേരിടുന്ന അപമാനം, ഭീഷണി, അക്രമം എന്നിവ 'ബ്ലേക്ക്ക്ലാൻസ്മാൻ' സൂക്ഷ്മമായി രേഖപ്പെ ടുത്തുന്നുണ്ട്. ചിത്രത്തിന്റെ ആദ്യന്തം പ്രേക്ഷകർ ഇത് തിരിച്ചറിയുന്നു. സഹപ്രവർത്തകൻ ജിമ്മി, സ്റ്റാൾവർത്തിനേയും മറ്റ് കറുത്ത വർഗ്ഗ ക്കാരേയും 'ചൊറിത്തവള'യെന്നാണ് വിശേഷിപ്പിക്കുന്നത്. അത് 'മനുഷ്യനെ'ന്ന് തിരുത്തുന്ന സ്റ്റാൾവർത്തിന്റെ പ്രതിഷേധത്തിന്റെ സ്വരം ശ്രദ്ധേയമാണ്. ഇതേ ജിമ്മിയാണ് കോളെജിലെ പരിപാടി കഴിഞ്ഞ് കാറിൽ പോകുന്ന പട്രീഷയേയും കാൾമിഷേലിനേയും തടഞ്ഞു നിർത്തി, അവളെ അപമാനിക്കുന്നത്. സ്റ്റാവർത്തിനൊപ്പം അവൾ റെസ്റ്റോറന്റിൽ ഇരിക്കുമ്പോഴും അയാൾ ഇത് തുടരുമ്പോൾ, പോലീസ് ജിമ്മിയെ അറസ്റ്റ് ചെയ്യുകയാണ്. ചിത്രത്തിന്റെ അവസാനഭാഗത്ത്, K. K. K യുടെ പരിപാടിയ്ക്കിടെ, നേതാവിന് സുര ക്ഷയൊരുക്കാൻ അവിടെയെത്തിയ സ്റ്റാൾവർത്തിന്റെ കൈകൾ

ദേഹത്ത് മുട്ടിയപ്പോൾ വെള്ളക്കാർ ശക്തമായി പ്രതികരിക്കുന്ന കാഴ്ച നമ്മുടെ നാട്ടിൽ ഒരു കാലത്ത് നിലനിന്നിരുന്ന തൊട്ടുകൂടാ യ്മയാണ് ഓർമ്മിപ്പിക്കുന്നത്. ഇത്തരം നിലപാടുകളോടെയാണ് അമേരിക്കൻ സമൂഹം ജീവിക്കുന്നതെന്ന അറിവ് യഥാർത്ഥത്തിൽ നമ്മെ അമ്പരപ്പിക്കുന്നുണ്ട്. ചിത്രം മുഴുവൻ, വെള്ളക്കാരന്റെ മഹത്വം, അവനവകാശ പ്പെട്ട അമേരിക്കൻ പാരമ്പര്യത്തെ 'നശിപ്പി'ക്കുന്ന കറുത്തവനെതിരെയുള്ള ആക്രോശങ്ങൾ, ശാപങ്ങൾ, ഇവ നിറഞ്ഞു നിൽക്കുന്നു.

നേരത്തെ സൂചിപ്പിച്ചതുപോലെ 2018 കാൻ മേളയിൽ ഗ്രാൻഡ് പ്രീ അവാർഡ് അടക്കം നിരവധി അന്താരാഷ്ട്രപുരസ്കാരങ്ങൾ നേടിയിരുന്നു ബ്ലേക്ക്ക്ലാൻസ്മാൻ. അക്കാദമി അവാർഡ് നോമി നേഷനുകൾ, ഡയറക്ടേഴ്സ് ഗിഡ്, ക്രിട്ടിക്സ് ചോയ്സ് പുരസ്കാരങ്ങൾ എന്നിവ ചിത്രം നേടിയ അംഗീകാരങ്ങളിൽപ്പെടുന്നു. എല്ലാ പുരസ്കാ രങ്ങളും ചിത്രത്തിന്റെ സമകാലീന പ്രസക്തി ചൂണ്ടിക്കാട്ടിയിരുന്നു എന്ന കാര്യം എടുത്തു പറയാവുന്നതാണ്. പൂർവ്വകാല സംഭവങ്ങളി ലൂടെ സഞ്ചരിച്ച്കൊണ്ട് സമകാലീന അമേരിക്കയിലെ വംശീയ വേർതിരിവുകളിലേക്കും അതുണ്ടാക്കുന്ന സംഘർഷങ്ങളിലേക്കും എത്തിച്ചേരുന്ന ബ്ലേക്ക്ക്ലാൻസ്മാൻ സംവിധാനം ചെയ്തിരിക്കുന്നത് പ്രസിദ്ധ അമേരിക്കൻ ചലച്ചിത്രകാരൻ, സ്പൈക്ക് ലീ(യഥാർത്ഥ പേര് ഷെൽട്ടൺ ജാക്സൺ) യാണ്. നടനും നിർമ്മാതാവും ചലച്ചി ത്രപഠനത്തിൽ പ്രൊഫസറുമായ അദ്ദേഹം വംശീയവേർതിരിവുകൾ, കറുത്ത വർഗ്ഗക്കാരുടെ ഇടയിൽ അവയുണ്ടാക്കുന്ന സംഘർഷങ്ങൾ, നഗരജീവിതക്കാഴ്ചകൾ ഇവ പ്രമേയവൽക്കരിച്ചുകൊണ്ട് ചിത്രങ്ങൾ നിർമ്മിച്ചു കൊണ്ടിരിക്കയാണ്. ജോർജ്ജ് ഫ്ലോയിഡിന്റെ കൊലപാ തകത്തിൽ പ്രതിഷേധിച്ച് സ്പൈക് ലീ നിർമ്മിച്ച ഷോർട്ട് ഫിലിം, 'ത്രീ ബ്രദേഴ്സ് 'സാമൂഹ്യമാദ്ധ്യമങ്ങളിൽ വൈറലായിരുന്നു. ലീയുടെ 1989 ലെ പ്രതിരോധചിത്രം, 'ഡു ദ റൈറ്റ് തിങ്ങ്സി'ൽ നിന്നെടു ത്ത ക്ലിപ്പുകളായിരുന്നു അതിൽ അദ്ദേഹം ഉപയോഗിച്ചിരുന്നത്. ഫീച്ചറുകളും ഡോക്യുമെന്ററികളുമായി മുപ്പതിലേറെ ചിത്രങ്ങൾ സംവിധാനം ചെയ്ത സ്പൈക് ലീ, കാൻ ഗ്രാൻഡ് പ്രീ. ബ്ലേക്ക് മൂവി അവാർഡ്, ബർലിൻ ഇന്റർനേഷനൽ ഫിലിം ഫെസ്റ്റിവൽ അവാർഡ്, അക്കാദമി ഓണററി അവാർഡ് ഇവ നേടിക്കഴിഞ്ഞു. സ്പൈക് ലീയുടെ 2020 ചിത്രം Da 5 Bloods, വിയറ്റ്നാം യുദ്ധത്തിൽ പങ്കെടുത്ത അമേരിക്കയിലെ കറുത്ത വർഗ്ഗക്കാരുടെ ജീവിതമാണ് പറയുന്നത്.

ഏറ്റവും പുതിയ കറുത്തവർഗ്ഗക്കാരുടെ പ്രതിരോധചിത്രങ്ങളിൽ അമേരിക്കൻ സംവിധായകൻ ഡസ്റ്റിൻ ഡാനിയൽ ക്രെറ്റൻ (Dustin Daniel Cretton) നിർമ്മിച്ച 'ജസ്റ്റ് മേഴ്സി '(Just Mercy,2019), തെറ്റായി, കൊലപാതകക്കുറ്റം ചുമത്തപ്പെട്ട്, വധശിക്ഷയ്ക്ക് വിധിക്കപ്പെട്ട അമേരിക്കയിലെ കറുത്ത വർഗ്ഗക്കാരൻ തൊഴിലാളി വാൾട്ടർ മാക്മില്ലന്റെ കഥയാണ് പറയുന്നത്. 1988 ലെ വിചാരണയിൽ ജൂറി അയാൾക്ക് വിധിച്ച ജീവപര്യന്തം പ്രതി കറുത്തവനായതിനാൽ, ജഡ്ജി വധശിക്ഷയായി മാറ്റുകയായിരുന്നു. 1990-93 കാലഘട്ടങ്ങളിൽ അയാൾ സമർപ്പിച്ച അപ്പീലുകളൊക്കെ കോടതി തള്ളി. ഇതിനിടയിൽ പാവപ്പെട്ടവർക്ക് നിയമസഹായം ചെയ്യുന്ന പ്രസിദ്ധ സാമൂഹിക പ്രവർത്തകൻ അഡ്വക്കറ്റ് ബ്രയൻ സ്റ്റീവൻസൺ കേസിൽ ഇടപെടുകയും അമേരിക്കയിലെ കോർട്ട് ഓഫ് ക്രിമിനൽ അപ്പീൽസ്, കീഴ്ക്കോടതി വിധി തള്ളിക്കൊണ്ട് പ്രതിയെന്ന് മുദ്രകുത്തിയ ആളെ വെറുതെ വിടുകയും ചെയ്തു. ബ്രയൻ സ്റ്റീവൻസന്റെ പുസ്തകം 'ജസ്റ്റ് മേർസി' അടിസ്ഥാനമാക്കിയാണ് ചിത്രം നിർമ്മിച്ചിരിക്കുന്നത്. നിരവധി അന്താരാഷ്ട്ര പുരസ്കാരങ്ങൾ നേടിയ 'ജസ്റ്റ് മേഴ്സി', കറുത്തവർക്കെതിരെ അമേരിക്കൻ പോലീസും നീതിന്യായ വകുപ്പും നടത്തിക്കൊണ്ടിരിക്കുന്ന ഗൂഢാലോചനകളുടെ ശക്തമായ ദൃഷ്ടാന്തമാകുകയാണ്. കറുത്തവരുടെ മേലുള്ള അതിക്രമങ്ങൾ പറയുന്ന മിക്ക ലോക ചിത്രങ്ങളും യഥാർത്ഥ സംഭവങ്ങൾ കേന്ദ്രീകരിച്ചാണ് നിർമ്മിക്കപ്പെടുന്നത് എന്നത് ശ്രദ്ധേയമാണ്.

2019 ൽ പുറത്തിറങ്ങിയ മറ്റൊരു കറുത്തവർഗ്ഗ പ്രതിരോധ ചിത്രമാണ് 'ഹാരിയറ്റ് '(Harriet). അടിമയായി ജനിക്കുകയും കുറേക്കാലം അടിമയായി ജീവിച്ച ശേഷം, അമേരിക്കയിലെ അടിമത്വ നിരോധനത്തിനായി വളരെയേറെ പ്രയത്നിച്ച സാമൂഹ്യ പ്രവർത്തക ഹാരിയറ്റ് ടുബ്മാന്റെ (1822-1913) ജീവിതകഥയാണ്ചിത്രം രേഖപ്പെടുത്തുന്നത്. ജീവൻ പണയപ്പെടുത്തി എഴുപതിലേറെ അടിമകളെ രക്ഷിക്കുകയും രഹസ്യവഴികളിലൂടെ അവരെ സുരക്ഷിതസ്ഥാനത്തെത്തിക്കുകയും ചെയ്തു ഹാരിയറ്റ്. അവരടക്കമുള്ളവരുടെ പോരാട്ടത്തിന്റെ ഫലമായാണ് 1920 ൽ അമേരിക്കൻ സ്ത്രീകൾക്ക് വോട്ടവകാശം ലഭിക്കുന്നത്. ജീവിതകാലം മുഴുവൻ സ്ത്രീകളുടെ അവകാശങ്ങൾക്കുവേണ്ടി നിലകൊണ്ട ഹാരിയറ്റ് 1913 ലെ മരണശേഷം കറുത്ത വർഗ്ഗക്കാരായ സ്ത്രീകളുടെ ധീരതയുടെ അടയാളമായി ചരിത്രത്തിൽ ഇടം പിടിച്ചു. ടൊറോണ്ടോ അന്താരാഷ്ട്രമേളയിൽ പ്രദർശിപ്പിച്ച 'ഹാരിയറ്റ്'2020 ലെ സിനിമ ഫോർ പീസ്, ക്രിട്ടിക്സ് ചോയ്സ് അവാർഡ് തുടങ്ങി നിരവധി പുരസ്കാരങ്ങൾ നേടി.

ലോക സിനിമരംഗം വളരെ ഗൗരവമായി കൈകാര്യം ചെയ്യുന്ന പ്രമേയമെന്ന നിലയിൽ കറുത്ത വർഗ്ഗക്കാർക്കെതിരെ നടന്നുകൊണ്ടിരിക്കുന്ന അതിക്രമങ്ങൾ കേന്ദ്രീകരിച്ച് നിരവധി ചിത്രങ്ങളാണ് വർഷം തോറും നിർമ്മിക്കപ്പെടുന്നത്. അവ പ്രേക്ഷകർ വളരെ ആത്മാർത്ഥതയോടെ സ്വീകരിക്കുന്നു എന്നത് കറുത്തവരോടും അവരുടെ പോരാട്ടങ്ങളോടുമുള്ള ലോകത്തിന്റെ സാഹോദര്യവും ഐക്യദാർഢ്യവുമാണ് രേഖപ്പെടുത്തുന്നത്. തങ്ങൾ തനിച്ചല്ല എന്നും ലോകം മുഴുവൻ ഒപ്പമുണ്ടെന്നും ഉള്ള അറിവ് പോരാട്ടത്തിന്റേയും സ്വയം രക്ഷയുടേയും വഴികളിലുള്ള കറുത്ത സഹോദരങ്ങൾക്ക് വളരെയേറെ ആത്മവിശ്വാസം നൽകുന്നുണ്ട്.

തെരുവുകളിൽ പ്രതിഷേധിക്കുന്ന അമേരിക്കൻ ജനതയിലാണ് എന്റെ പ്രതീക്ഷ: സ്പൈക് ലീ.

ബ്ലേക്ക്ക്ലാൻസ്മാൻ സംവിധായകൻ സ്പൈക് ലീയുമായി അഭിമുഖം

2020 ജൂൺ 10 ന് നടന്ന അഭിമുഖത്തിൽ ജോർജ്ജ് ഫ്ലോയ്ഡിന്റെ കൊലപാതകത്തിൽ പ്രതിഷേധിച്ചുകൊണ്ടും, അമേരിക്കയിലെ വർണ്ണവെറിയുടെ ചരിത്രം ഓർമ്മിച്ചുകൊണ്ടും, തന്റെ ഏറ്റവും പുതിയ ചിത്രം Da 5 Bloods നെക്കുറിച്ച് സ്പൈക് ലീ സംസാരിക്കുന്നു.

ചോ: പുതിയ ചിത്രം Da 5 Bloods നെക്കുറിച്ച് എനിക്ക് അറിയണമെന്നുണ്ട്. അതിനു മുമ്പ്, ജോർജ്ജ് ഫ്ലോയ്ഡ് കൊലപാതകത്തേപ്പറ്റിയാണ് മനസ്സിലാക്കേണ്ടത്. മറ്റൊരു കറുത്ത വർഗ്ഗക്കാരനും കൂടി പോലീസ് മർദ്ദനത്തിൽ അമേരിക്കയിൽ മരിച്ചിരിക്കുന്നു.

ലീ: ഞാനത് വീഡിയോയിലാണ് കണ്ടത്.

ചോ: അത് കണ്ടപ്പോൾ താങ്കളുടെ ആദ്യ പ്രതികരണം എന്തായിരുന്നു?

ലീ: അത് കണ്ട ഉടൻ ഞാൻ, പോലീസ് നടത്തിയ ഈ ക്രൂരകൊലപാതകത്തിൽ പ്രതിഷേധിച്ച് ഒരു ചെറിയ ചിത്രം നിർമ്മിച്ചു. 1983 സപ് തം ബർ 15 ന്, ഗ്രാഫിറ്റി കലാകാരൻ മിഷേൽ സ്റ്റ്യുവർട്ടിനെ ഇതുപോലെ ശ്വാസം മുട്ടിച്ച് കൊന്നപ്പോൾ, ഞാൻ നിർമ്മിച്ച ചിത്രമാണ് 'ഡു ദ റൈറ്റ് തിങ്ങ്സ് (1989). ഇതുപോലെ, ഇപ്പോൾ വെടിവെച്ച് കൊല്ലുന്ന കറുത്തവരെക്കുറിച്ചും ഞാൻ ചിന്തിക്കുവാൻ തുടങ്ങി.

ചോ: ഇത് ദശകങ്ങളായി, അല്ല, നൂറ്റാണ്ടുകളായി, തുടർച്ചയായി നടന്നു കൊണ്ടിരിക്കയാണ്. വീണ്ടും വീണ്ടും ആവർത്തിച്ചു കൊണ്ടിരിക്കുന്ന ഈ ക്രൂരത തടയാൻ എന്തുചെയ്യണമെന്നാണ് താങ്കൾക്ക് തോന്നുന്നത് ?

ലീ: ഇപ്പോൾ അമേരിക്കൻ ജനത് ഒന്നടങ്കം ഇത് നിർത്തണമെന്ന് ആവശ്യപ്പെടുന്നു. വെളുത്ത സഹോദന്മാരും സഹോദരിമാരും കറുത്തവർക്കൊപ്പം പ്രതിഷേധവുമായി തെരുവിൽ ഇറങ്ങിയിരിക്കുന്നു. അമേരിക്കൻ പോലീസ് സേനയുടെ പ്രവർത്തനങ്ങളിൽ മാറ്റങ്ങൾ ആവശ്യപ്പെട്ട്കൊണ്ട് പ്രക്ഷോഭങ്ങൾ തുടങ്ങിക്കഴിഞ്ഞു. നാം അവർക്കൊപ്പം ചേരുകയാണ് വേണ്ടത്.

ചോ: എറ്റവും മുകളിലുള്ള ആൾക്കു (പ്രസിഡന്റ്) എന്തു മാത്രം ഉത്തരവാദിത്വ മുണ്ടെന്നാണ് താങ്കൾ കരുതുന്നത്? പ്രസിഡന്റ് ട്രമ്പിനെ താങ്കൾ 'ഏജന്റ് ഓറഞ്ച്'എന്നാണല്ലോ വിശേഷിപ്പിക്കാറുള്ളത്?

ലീ: 'ഏജന്റ് ഓറഞ്ച് 'അമേരിക്കയിലെ ഏറ്റവും മോശം പ്രസിഡന്റായി ചരിത്രത്തിൽ അറിയപ്പെടും. വിശ്വസ്തരായിരുന്ന പട്ടാള/ പോലീസ് മേധാവികളും രാഷ്ട്രീയക്കാരും അദ്ദേഹത്തെ ഉപേക്ഷിച്ച് പോയ്ക്കൊണ്ടിരിക്കുന്നതാണ് നാം കണ്ടുകൊണ്ടിരിക്കുന്നത്. കാരണം ചുവരെഴുത്തുകൾ അവർ കാണുന്നുണ്ട്, ചരിത്രത്തിന്റെ ചവറ്റുകൊട്ടയിൽ ചെന്നുവീഴാൻ അവർക്ക് താല്പര്യം ഉണ്ടാവില്ല. അറിഞ്ഞുകൊണ്ട്, ചരിത്രത്തിന്റെ തെറ്റായ വഴി ആരും തിരഞ്ഞെടുക്കില്ലല്ലോ.

ചോ: ചരിത്രം താങ്കളുടെ പുതിയ ചിത്രത്തിന്റെ പ്രമേയം കൂടിയാണല്ലോ. എന്തുകൊണ്ടാണ് വിയറ്റ്നാമിലെ ആഫ്രിക്കൻ അമേരിക്കൻ പട്ടാളക്കാരുടെ കഥ പറയാൻ തീരുമാനിച്ചത് ?

ലീ: ശരിയാണ്, വിയറ്റ്നാം യുദ്ധത്തിലെ ആഫ്രിക്കൻ - അമേരിക്കൻ പട്ടാളക്കാരുടെ പ്രമേയം കൈകാര്യം ചെയ്ത നിരവധി വിയറ്റ്നാം ചിത്രങ്ങൾ നാം കണ്ടിട്ടുണ്ട്. എന്നാൽ, എനിക്ക് ഏറെ പ്രിയപ്പെട്ട ചിത്രം 'അപ്പൊക്കാലിപ്സ് നൗ' വിന് (ഫ്രാൻസിസി കപ്പോള സംവിധാനം ചെയ്ത വിയറ്റ്നാം യുദ്ധചിത്രം) ആദരവ് പ്രകടിപ്പിക്കാനാണ് ഞാൻ Da 5 Bloods നിർമ്മിക്കാൻ തീരുമാനിച്ചത്. ആ സിനിമ ചെയ്തപ്പോൾ ലോറൻസ് ഫിഷ്ബേണിന്('അപ്പൊക്കാലിപ്സ് നൗ 'വിൽ അഭിനയിച്ച അമേരിക്കൻ നടൻ) വെറും പതിനാല് വയസ്സ് മാത്രമായിരുന്നു.

ചോ: അമേരിക്കയുടെ എല്ലാ യുദ്ധങ്ങളിലും ആഫ്രിക്കൻ - അമേരിക്കക്കാർ പങ്കെടുത്തിട്ടുണ്ട്.

ലീ: ശരിക്ക് പറഞ്ഞാൽ, അമേരിക്കയിൽ ആദ്യമായി യുദ്ധത്തിൽ മരിച്ച ക്രിസ്പ്സ് അറ്റക്സ് ഒരു കറുത്തവനായിരുന്നു, ബോസ്റ്റേൺ കൂട്ടക്കൊലയിലാണ് അയാൾ കൊല്ലപ്പെട്ടത്.

ചോ: ശരിയാണ്, അത് താങ്കളുടെ ചിത്ര (Da 5 Bloods) ത്തിലുണ്ടല്ലോ. എന്നാൽ ഹോളിവുഡ്ഡിൽ നിർമ്മിക്കുന്ന ഒരു യുദ്ധചിത്രത്തിലും ആഫ്രിക്കൻ -അമേരിക്കക്കാരെ കാണാൻ കഴിയില്ല. ആഫ്രിക്കൻ - അമേരിക്കൻ ചരിത്രത്തെപ്പറ്റി, അമേരിക്കക്കാരുടെ ധാരണയെന്താണ് ?

ലീ: അവർക്ക് കൃത്യമായ വിവരങ്ങളല്ല ലഭിക്കുന്നത്. സ്കൂൾ വിദ്യാഭ്യാസം മുതൽ അത് തുടങ്ങുന്നുണ്ട്. മറ്റ് കുട്ടികൾക്കൊപ്പം സ്കൂളിൽ പഠിക്കുമ്പോൾ,ജോർജ്ജ് വാഷിങ്ങ്ടൺ ഒരിക്കലും കളവ് പറഞ്ഞിരുന്നില്ലെന്നാണ് ഞങ്ങളെ പഠിപ്പിച്ചിരുന്നത്. അമേരിക്കയുടെ ആദ്യപ്രസിഡന്റായിരുന്ന അദ്ദേഹത്തിന് 123 അടിമകൾ ഉണ്ടായിരുന്നു എന്ന് ഞങ്ങളെ അവർ പഠിപ്പിച്ചിരുന്നില്ല. അത്തരം കാര്യങ്ങൾ അധികാരികൾ ബോധപൂർവ്വം മറച്ച് വെക്കയായിരുന്നു.

ചോ: താങ്കൾ 'ഡു ദ റൈറ്റ് തിങ്ങ്' നിർമ്മിച്ചിട്ട് 31 വർഷങ്ങൾ കഴിഞ്ഞു. എന്നാൽ അതേ കാര്യങ്ങൾ തെരുവുകളിൽ ആവർത്തിച്ചുകൊണ്ടേയിരിക്കുന്നു. ഭാവിയിൽ എന്തു പ്രതീക്ഷയാണുള്ളത്?

ലീ: തെരുവുകളിൽ പ്രതിഷേധിക്കുന്ന ലക്ഷ്ക്കണക്കിന് അമേരിക്കക്കാരിലാണ് എന്റെ പ്രതീക്ഷ. കറുത്തവർക്കെതിരെയുള്ള അക്രമങ്ങളിൽ പ്രതിരോധിക്കേണ്ടത് അത്യാവശ്യമാണ് എന്ന് തന്നെയാണ് അവർ പറയുന്നത്. അവരിൽ എനിക്ക് പ്രതീക്ഷയുണ്ട്. അതിലേറെ പ്രതീക്ഷയോടെ ഞാൻ നവമ്പർ നാലിലേക്ക് നോക്കിയിരിക്കയാണ്, അന്നാണല്ലോ അമേരിക്കയുടെ പുതിയ പ്രസിഡന്റിനെ തെരെഞ്ഞെടുക്കുന്നത്.

(ദേശാഭിമാനി വാരിക, 2020 ജൂലൈ 5)

കാബിനറ്റ് ഓഫ് ഡോ. കലിഗിരിയുടെ ഫാസിസ്റ്റ് വിരുദ്ധ സമീപനങ്ങൾ

ചലച്ചിത്രലോകത്തെ അത്ഭുതപ്പെടുത്തുകയും അധികാര വ്യവസ്ഥകളേക്കുറിച്ച് ചിന്തിക്കാൻ പ്രേരിപ്പിക്കയും ചെയ്ത കാബിനറ്റ് ഓഫ് ഡോ. കലിഗരി (Cabinet Of Dr. Caligiri) ലോക സിനിമയിലെ വേറിട്ട കാഴ്ചയാണ്. പ്രശസ്ത ജർമ്മൻ ചലച്ചിത്ര കാരൻ റോബർട്ട് വെയിൻ (Robert Weine) സംവിധാനം ചെയ്ത്, 1920 ഫിബ്രവരി 26 ന് ബർലിനിൽ നടന്ന ആദ്യപ്രദർശനത്തിനു ശേഷം കടന്നു പോയ വർഷങ്ങളിൽ, അതിന്റെ ആവിഷ്കാരരീതിയോട് കിടപിടിക്കുന്ന സിനിമാസങ്കേതങ്ങൾ പരീക്ഷിക്കപ്പെട്ടിട്ടില്ല. ഫാസിസ്റ്റ് അധികാരഘടനയെ സൂക്ഷ്മമായി ആവിഷ്കരിച്ച ചിത്രത്തിന്റെ രാഷ്ട്രീയ സൂചനകൾ വളരെയേറെ പഠനങ്ങൾക്ക് വഴിയൊരുക്കിക്കഴിഞ്ഞതായി ലോകം തിരിച്ചറിയുന്നുണ്ട്. നിശ്ശബ്ദ സിനിമക്കാലത്തെ ഏറ്റവും ശ്രദ്ധേമായ ചിത്രമായും ആദ്യജർമ്മൻ എക്സ്പ്രഷണിസ്റ്റ് സിനിമയായും പരിഗണിക്കപ്പെടുന്ന 'കാബിനറ്റ് ഓഫ് ഡോ. കാലിഗിരി'യുടെ ലക്ഷക്കണക്കിന് പ്രദർശനങ്ങൾ ലോകമെമ്പാടും നടന്നുകഴിഞ്ഞു. കാബിനറ്റിന്റെ നവീകരിച്ച ബ്ലൂ-റേ പതിപ്പിന്റെ വിൽപ്പന ഇപ്പോഴും ചിത്രം ജനശ്രദ്ധ നേടിക്കൊണ്ടൊരിക്കയാണെന്ന് സൂചിപ്പിക്കുന്നു.

ആധുനികകാല സിനിമകളിൽ കാബിനറ്റ് ഓഫ് ഡോ. കാലിഗിരിയുടെ സ്വാധീനം ഏറെക്കാണാനുണ്ട്. മാർട്ടിൻ സ്കോഴ്സസി (Martin Scorces) ന്റെ 2010 ലെ ചിത്രം, ഷട്ടർ ഐലൻഡ് (Shutter Island) ഇതിന്റെ റിമേക്കായാണ് പരിഗണിക്കപ്പെടുന്നത്. അതുപോലെ ടിം ബർട്ട(Tim Burton)ന്റെ 'ബാറ്റ്മാൻ'(1999) മുതൽ കോപ്സ് ബ്രൈഡ്

(2005)വരെയുള്ള ചിത്രങ്ങളിൽ കാബിനറ്റിന്റെ പ്രകടമായ സ്വാധീനം കാണാം. ഇങ്ങനെ വാണിജ്യ സിനിമകളിലും കലാമൂല്യചിത്രങ്ങളിലും 'കാബിനറ്റ് ഓഫ് കലിഗിരി'യുടെ സ്വാധീനം നിലനിൽക്കുന്നുണ്ട്. ഇപ്പോൾ ലോകത്തിൽ പ്രദർശനവിജയം നേടുന്ന പല ഹൊറർ സിനിമകളിലും 'കാബിനറ്റ് ഓഫ് ഡോ. കലിഗരി' യുടെ സ്വാധീനം പ്രകടമാണ്.

പുതിയതലമുറയേയും പഴയ കാഴ്ചക്കാരേയും ഒരേ പോലെ അതിശയിപ്പിക്കുന്ന കാലിഗരിയുടെ അത്യപൂർവ്വ കാഴ്ചകൾ. സംഭാഷണങ്ങളില്ലാതെ ചുരുക്കം ചില ടൈറ്റിൽ കാർഡുകൾ മാത്രമുപയോഗിച്ച് ആശയവിനിമയം നടത്തി ക്കൊണ്ടിരിക്കുന്ന ചിത്രം ഇത്തരത്തിലുള്ള പ്രേക്ഷകസ്വാധീനം എങ്ങനെയാണ് നേടിക്കൊണ്ടിരിക്കുന്നത് എന്നത് ചലച്ചിത്ര നിരൂപകരേയും ചലച്ചിത്ര പ്രവർത്തകരേയും ഒരേ പോലെ അത്ഭുതപ്പെടുന്നു. ചലച്ചിത്രപഠനം നടത്തുന്നവർക്കും ആസ്വാദകർക്കും ഒരു പാഠപുസ്തകമാണ് 'കാബിനറ്റ് ഓഫ് കലിഗിരി'. ജർമ്മൻ എക്സ്പ്രഷണിസത്തിന്റെ ഏറ്റവും മികച്ച ഉദാഹരണമെന്ന നിലയിലും അക്കാലത്തെ ജർമ്മനിയിലെ രാഷ്ട്രീയ അധികാര വ്യവസ്ഥയുടെ കൃത്യമായ അന്തരീക്ഷം വ്യക്തമാക്കുന്ന ചിത്രമെന്ന നിലയിലും ചലച്ചിത്രചരിത്രത്തിൽ ഈ സിനിമ ഏറെ പ്രസക്തമാകുന്നുണ്ട്.

എക്സ്പ്രഷനിസം

ഇരുപതാം നൂറ്റാണ്ടിന്റെ ആദ്യകാലത്ത് ജർമ്മനിയിൽ രൂപം കൊണ്ട ആധുനികപ്രസ്ഥാനമായ എക്സ്പ്രഷണിസം (ജർമ്മൻ എക്സ്പ്രഷനിസം) മിക്കവാറും എല്ലാ സാഹിത്യ-കലാവിഭാഗങ്ങളേയും സ്വാധീനിച്ചിരുന്നു.

കവിത, നോവൽ, കഥ, സംഗീതം, ചിത്രകല, ആർക്കിടെക്ച്ചർ, ശില്പകല, തിയേറ്റർ, സിനിമ എന്നിങ്ങനെ മിക്കവാറും എല്ലാ മേഖലകളിലും അത് വ്യാപിച്ചു. അക്കാലത്ത് ലോകത്ത് സജീവമായിരുന്ന റിയലിസ്റ്റിക്ക് ആവിഷ്ക്കാരങ്ങളെ മാറ്റിമറിച്ചുകൊണ്ട്, വൈകാരികവും മാനസികവുമായ ഘടകങ്ങളെ സ്വാംശീകരിക്കുന്ന ഇമേജുകൾ സൃഷ്ടിച്ചുകൊണ്ട്, വസ്തുനിഷ്ഠമായ കാഴ്ചകളെ വ്യക്ത്യാധിഷ്ഠിത വീക്ഷണകോണിൽ നോക്കിക്കാണുകയായിരുന്നു എക്സ്പ്രഷണിസ്റ്റ് കലാകാരന്മാരും എഴുത്തുകാരും. ജർമ്മനിയിൽ 1920മുതൽ 1933 വരെ വളരെ സജീവമായിരുന്ന പ്രസ്ഥാനം ഏറ്റവുമധികം സ്വാധീനിച്ച രണ്ട് കലാവിഭാഗങ്ങളായിരുന്നു ചിത്രകലയും സിനിമയും. പ്രസിദ്ധ

• കാബിനറ്റ് ഓഫ് ഡോ. കലിഗരി പോസ്റ്റർ

നോർവീജിയൻ ചിത്രകാരൻ എഡ്വേഡ് മഞ്ചിന്റെ (1863-1944) (Edvard Munch) പ്രസിദ്ധമായ 'ദ സ്ക്രീം' (The Scream) എക്സ്പ്രഷനിസ്റ്റ് പെയിന്റിങ്ങിന്റെ ഏറ്റവും മികച്ച ദൃഷ്ടാന്തമായാണ് ലോകം വിലയിരുത്തുന്നത്. അയാർത്ഥങ്ങളായ രൂപങ്ങളും, ഇടുങ്ങിയ കോണുകളും, തീക്ഷ്ണമായ നിറങ്ങളും ചേർന്ന്, ഭ്രമാത്മകവും ഭീതിജനകവുമായ അന്തരീക്ഷങ്ങളാണ്അത്തരം രചനകൾ സൃഷ്ടിച്ചത്. ലോകത്തിന്റെ, വസ്തുക്കളുടെ, വ്യക്തികളുടെ യഥാർത്ഥചിത്രീകരണങ്ങളല്ലാതെ, വികാരങ്ങളുടേയും മാനസികാവസ്ഥകളുടേയും വിഭ്രാന്തിയുടേയും ആവിഷ്കാരമായാണ് എക്സ്പ്രഷനിസ്റ്റ് കലാരൂപങ്ങൾ തിരിച്ചറിയപ്പെടുന്നത്. പിക്കാസ്സോ, പോൾ ക്ലീ, എഡ്വേഡ് മഞ്ച്, മാറ്റിസ് തുടങ്ങി നിരവധി പ്രസിദ്ധരായ എക്സ്പ്രഷനിസ്റ്റ് ചിത്രകാരന്മാരുടെ ഇത്തരത്തിലുള്ള സൃഷ്ടികൾ കാലങ്ങളായി ആസ്വദിക്കപ്പെടുന്നു. യഥാർത്ഥലോക ചിത്രീകരണങ്ങൾക്ക് പകരം വ്യക്തികളുടെ ആന്തരികലോകമായിരുന്നു അവർ ആവിഷക്കരിച്ചത്, അതായിരുന്നു അന്ന് കൂടുതൽ പ്രസക്തമായതും. ഇങ്ങനെ വൈകാരികമായി സത്യസന്ധമായ

ആന്തരിക സംഘർഷങ്ങളുടെ പ്രതിഫലനമായാണ് കലയിലെ എക്സ്പ്രഷണിസത്തെ ലോകം തിരിച്ചറിയുന്നത്.

1920കളിൽ ജർമ്മനിയിൽ സജീവമായിരുന്ന എക്സ്പ്രഷണിസ്റ്റ് സിനിമകൾ അക്കാലത്ത് പ്രചാരത്തിലുണ്ടായിരുന്ന ഹോളിവുഡ് സിനിമാരീതികളിൽ നിന്ന് ഏറെ വ്യത്യസ്തമായിരുന്നു. ചിത്രകലയിലും തിയേറ്ററിലും പ്രചാരത്തിലുണ്ടായിരുന്ന എക്സ്പ്രഷണിസ്റ്റ് രീതികളിൽ നിന്നും ഊർജ്ജം സംഭരിച്ച ഈ സിനിമകൾ, പതിവു റിയലിസ്റ്റിക്ക് ചലച്ചിത്രകാഴ്ചകളിൽ നിന്നും പൂർണ്ണമായി മാറി നിൽക്കയായിരുന്നു. പ്രതിസമമായി (symmetric) പ്രദർശിപ്പിക്കാറുള്ള ജ്യാമിതീയരൂപങ്ങളായ ജനൽ - വാതിൽ പാളികൾ, കെട്ടിടങ്ങൾ, ഇവയൊക്കെ വക്രീകരിച്ച് (distorted) അവർ ദൃശ്യവൽക്കരിച്ചു. നിഴലുകളുടെ സമൃദ്ധതയിൽ, കുറഞ്ഞ വെളിച്ചത്തിൽ, സെറ്റുകളിൽ വരച്ച് ചേർത്ത പെയിന്റിങ്ങുകളുടെ സഹായത്തോടെ ചിത്രീകരിക്കപ്പെട്ട, ഇരുണ്ട ബിംബങ്ങളടങ്ങിയ ദൃശ്യങ്ങൾ, ചിത്രത്തിന്റെ പ്രമേയത്തിലേയും കഥാപാത്രങ്ങളുടേയും വൈകാരിക സംഘർഷങ്ങളുടെ രേഖപ്പെടുത്തലുകളായി മാറുകയായിരുന്നു. ഭംഗിയുള്ള ദൃശ്യങ്ങൾക്ക പകരം വൈകാരിക ആവിഷ്കാരങ്ങൾക്ക് പ്രാമുഖ്യം നൽകുകയായിരുന്നു സംവിധായകർ. ഇതിനുവേണ്ടി പലപ്പോഴും പെയ്ന്റിങ്ങുകളേയും അമൂർത്ത ശിൽപ്പങ്ങളേയും അവർ ആശ്രയിച്ചു. പ്രസിദ്ധ ചലച്ചിത്രചരിത്രകാരി സെബീന ഹെയ്ക്ക് (Sabine Hake), എക്സ്പ്രണിസ്റ്റ് സിനിമകളെക്കുറിച്ച് നടത്തിയ നിരീക്ഷണം ഇവിടെ പ്രസക്തമാണ്: “ഭൗതികലോകത്തെ കാണുന്ന രീതിയിൽ സമൂലമായ മാറ്റങ്ങൾ വരുത്തിയ എക്സ്പ്രണിസ്റ്റ് സംവിധായകർ, കഥാപാത്രങ്ങളുടെ ആന്തരികലോകത്തെ തിരശ്ശീലകളിലേക്ക് പ്രക്ഷേപിക്കുക (project) യായിരുന്നു.” എക്സ്പ്രഷണിസ്റ്റ് ചിത്രങ്ങളിലെ ആർക്കിറ്റെക്ചർ ഇന്ന് നിരവധി നിരൂപകർ പഠന വിധേയമാക്കിക്കൊണ്ടിരിക്കുന്ന ഒരു മേഖലയാണ്.

ഒന്നാം ലോക മഹായുദ്ധത്തിൽ ജർമ്മനി നേരിട്ട പരാജയവും അതേത്തുടർന്നുള്ള വൻ സാമ്പത്തിക തിരിച്ചടിയും ജർമൻ ജനതയെ പുതിയ ചിന്തകളിലേക്ക് നയിച്ചിരുന്നു. അക്കാലത്തെ അവിടുത്തെ രാഷ്ട്രീയ സാഹചര്യങ്ങൾ എക്സ്പ്രണിസ്റ്റ് സിനിമകളെ വലിയ തോതിൽ സ്വാധീനിച്ചിരുന്നു. ജീവിതത്തിലെ പതിവു യാഥാർത്ഥ്യങ്ങൾക്ക് പകരം, ജർമ്മൻ ജനത അക്കാലത്ത് അനുഭവിച്ച യുദ്ധഭീകരതകൾ, ഭരണാധികാരികളുടെ അതിക്രമങ്ങൾ, യുദ്ധം ഉണ്ടാക്കിവെച്ച വൻ ബാദ്ധ്യത, ഇവയെല്ലാം സൃഷ്ടിച്ച മാനസിക

സംഘർഷങ്ങൾ ദൃശ്യവൽക്കരിക്കയായിരുന്നു എക്സ്പ്രഷനിസ്റ്റ് ചലച്ചിത്രകാരന്മാർ. ഇതിന് മറ്റൊരു കാരണം കൂടെ ഉണ്ടായിരുന്നു. 1916ഇൽ ജർമ്മനി വിദേശചിത്രങ്ങൾക്ക് വിലക്ക് ഏർപ്പെടുത്തിയിരുന്നതിനാൽ അവിടെ അക്കാലത്ത് വളരെ അപൂർവ്വമായി മാത്രമേ സിനിമകൾ പ്രദർശിപ്പിച്ചിരുന്നുള്ളൂ. അതുകൊണ്ട് രാജ്യത്തിനകത്ത് വെച്ച് സിനിമകൾ നിർമ്മിക്കുവാൻ ഗവർമെണ്ട് നിർദ്ദേശങ്ങൾ നൽകി. എന്നാൽ യുദ്ധത്തിലെ ആക്രമണങ്ങൾ, ചതി, ക്രൂരത, ഭയം എന്നിവ കണ്ടു ശീലിച്ച ജനങ്ങളെ പതിവ് കുടുംബകഥകൾ സംതൃപ്തരാക്കിയില്ല. അതിനു പകരം, അവർക്ക് വേണ്ട ചിത്രങ്ങളുമായി എക്സ്പ്രഷണിസ്റ്റ് ചലച്ചിത്രകാരന്മാർ രംഗത്തു വന്നു. പ്രധാനമായും റോബർട്ട് വെയിൻ (Robert Weine), ഫ്രിറ്റ്സ് ലാങ്ങ് (Fritz Lang), മർണൊ (Murnau) തുടങ്ങിയവർ പുതിയ രീതിയിൽ സിനിമകൾ നിർമ്മിക്കാൻ തുടങ്ങി. ഈ ചിത്രങ്ങളുടെ ശൈലി ജർമ്മൻ ജനത നേരത്തെ പരിചയിച്ചിട്ടില്ലാത്ത ഒന്നായിരുന്നു. ഫ്രിറ്റ്സ് ലാങ്ങിന്റെ വാക്കുകളിൽ നിന്നും ഇത് വ്യക്തമാണ്: “ക്രൂരത, മരണം, പേടി, ഭീകരത എന്നിവ എന്നെ ഏറെ ആകർഷിക്കുന്ന വിഷയങ്ങളാണ്. വയലൻസിന്റെ ലക്ഷണങ്ങളാണ് എന്റെ ചിത്രങ്ങൾ ആവിഷ്കരിക്കുന്നത്.”

മറ്റൊരു പ്രധാന ഘടകം ജർമ്മൻ സിനിമയ്ക്ക് ഹൊററുമായുള്ള ബന്ധമായിരുന്നു. ഒന്നാം ലോകമഹായുദ്ധകാലത്ത് ലോകം അനുഭവിച്ച ഭീകരതകൾ, അവർ നേരിട്ടുകണ്ട യുദ്ധകാഴ്ചകൾ, ക്രൂരതകളുടെ വിവരണങ്ങൾ ഇവയൊക്കെ ജർമ്മൻ ജനതയെ ഹൊറർ സിനിമകളിലേക്ക് എത്തിച്ചു. എക്സ്പ്രഷണിസത്തിന്റെ വരവോടെ ഈ

• കാബിനറ്റ് ഓഫ് ഡോ. കലിഗരി

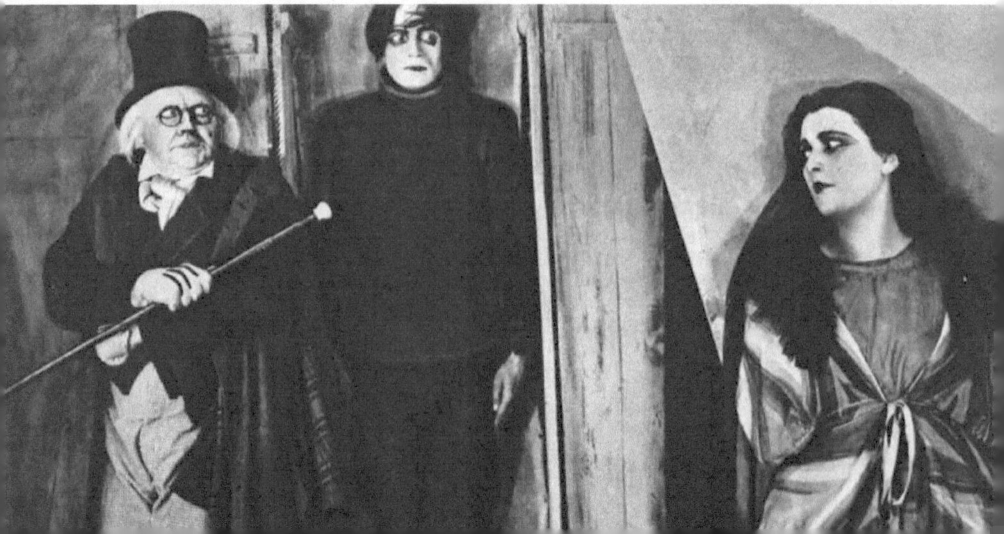

• ദ സ്ക്രീം

കാഴ്ചകൾ കൂടുതൽ തീവ്രതകളോടെ ദൃശ്യവൽക്കരിക്കപ്പെട്ടു തുടങ്ങി. അതോടെ ജർമ്മനിയിൽ എക്സ്പ്രഷണിസ്റ്റ് സിനിമകൾ കൂടുതൽ ജനകീയമായി. ഇത് തിരിച്ചറിഞ്ഞ നിർമ്മാണ കമ്പനികൾ ഇത്തരം സിനിമകൾ മാത്രം നിർമ്മിക്കാനാരംഭിച്ചു. ഒരു ഘട്ടത്തിൽ ജർമ്മനിയിൽ പുറത്തിറങ്ങിയ പകുതി സിനിമകളും എക്സ്പ്രഷണിസ്റ്റ് ചിത്രങ്ങളായിരുന്നു എന്നത് നമ്മെ അത്ഭുതപ്പെടുത്തുക തന്നെ ചെയ്യുന്നു. 1925 വരെ ഈ രീതി തുടർന്നു പോന്നു. കാബിനെറ്റ് ഓഫ് കലിഗിരി (റോബർട്ട് വെയിൻ,1920), ഡെസ്റ്റിനി (ഫ്രിറ്റ്സ് ലാങ്,1921), നൊസ്ഫെരാതു (മർനൗ, 1922), മെട്രോപൊലിസ് (ഫ്രിറ്റ്സ് ലാങ്,1927) എന്നിവയായിരുന്നു ഇക്കാലത്ത് ജർമ്മനിയിൽ പുറത്തിറങ്ങിയ പ്രധാന എക്സ്പ്രഷണിസ്റ്റ്ചിത്രങ്ങൾ.

കാബിനെറ്റ് ഓഫ് ഡോ. കലിഗിരി –കഥാഘടന

ഫ്ലാഷ് ബേക്കായി നിർമ്മിച്ച 'കാബിനെറ്റ് ഓഫ് ഡോ. കലിഗിരി' യുടെ കാഴ്ചയാരംഭിക്കുന്നത് യുവാവായ ഫ്രാൻസിസ് മദ്ധ്യവയസ്കനായ സുഹൃത്തിനൊപ്പം പാർക്കിലെ ബഞ്ചിലിരിക്കുന്ന ദൃശ്യത്തോടെയാണ്. ദുഷ്ടാത്മാക്കൾ തന്നെ കുടുംബത്തിൽ നിന്നും സമൂഹത്തിൽ നിന്നും അകറ്റിയിരിക്കയാണെന്ന് മദ്ധ്യവയസ്കൻ ഫ്രാൻസിനോട് പരാതിപ്പെടുന്നതിനിടയിലാണ്, നാടകീയ ചലനങ്ങളോടെ ഒരു യുവതി അതിലെ നടന്നുവരുന്നത്. അവരെക്കണ്ട ഫ്രാൻസിസ്, പെട്ടെന്ന് തന്റെ പൂർവ്വകാല ഓർമ്മകളിലേക്ക് പോകുകയാണ്. തന്റെ കാമുകി ജെയിനാണതെന്ന് സുഹൃത്തിനോട് വെളിപ്പെടുത്തിയ അയാൾ, തന്റെ ജീവിതത്തിൽ നടന്ന ഒരു നിർണ്ണായക സംഭവം അയാളുമായി പങ്കുവെക്കുന്നു. അവിടെ ചിത്രത്തിലെ ഫ്ലാഷ് ബേക്ക് ആരംഭിക്കുന്നു. ഇതിലാണ് കലിഗിരിയുടെ നിഗൂഢമായ കഥയുടെ വിശദാംശങ്ങൾ പ്രേക്ഷകരിലെത്തുന്നത്. ഹോൾസെൻവാൾ നഗരത്തിൽ താൻ സുഹൃത്തുക്കളായ ജെയ്ൻ, അലൻ എന്നിവരോടൊപ്പം ചിലവഴിച്ച ദിവസങ്ങളേക്കുറിച്ച് ഫ്രാൻസ് പറഞ്ഞുതുടങ്ങുന്നു.

നഗരത്തിൽ നടന്ന ആഘോഷങ്ങൾക്കിടയിൽ, അസാധാരണമായ ഒരു പ്രദർശനവുമായെത്തിയ കലിഗിരിയെന്ന മാന്ത്രികനാണ് ചിത്രത്തിൽ കേന്ദ്രസ്ഥാനത്തുള്ളത്. പ്രദർശനാനുമതിക്കായി നഗര ഓഫീസിലെത്തി ടൗൺക്ലർക്കിനെ സമീപിച്ച കലിഗിരിയെ അയാൾ അവഗണിക്കുന്നു. ഒടുവിൽ അയാൾക്ക് അനുമതി കിട്ടിയെങ്കിലും കലിഗിരി അനുഭവിച്ച അപമാനം ക്ലർക്കിന്റെ കൊലപാതകത്തിലാണ് അവസാനിക്കുന്നത്.

പ്രദർശനം കാണാനെത്തിയ ഫ്രാൻസും സുഹൃത്ത് അലനും കലിഗിരിയുടെ സ്റ്റാളിലെത്തുന്നു. ഇരുപത്തിമൂന്ന് വർഷങ്ങളായി ഉറങ്ങിക്കൊണ്ടിരിക്കുന്ന സീസറെന്ന സോമ്നാംബുലിസ്റ്റ് (somnambulist) തനിക്കൊപ്പം ഉണ്ടെന്നും ആവശ്യപ്പെട്ടാൽ അയാൾ ഭാവി പ്രവചിക്കുമെന്നും പറയുന്ന കലിഗിരി, ശവപ്പെട്ടിക്ക് സമാനമായ പെട്ടിയിൽ കിടക്കുന്ന സീസറെ ഉറക്കത്തിൽ നിന്നുമുണർത്തുന്നു. അലൻ അടുത്ത പ്രഭാതത്തിനു മുമ്പിൽ കൊല്ലപ്പെടുമെന്നാണ് സീസർ പ്രവിചിക്കുന്നത്. അതു ശരിവെച്ചുകൊണ്ട് രാത്രി അലനെ ആരോ കുത്തിക്കൊലപ്പെടുത്തുന്നു. അസാധാരണങ്ങളായ ഈ രണ്ട് കൊലപാതകങ്ങളിലും അന്വേഷണം ആരംഭിക്കുന്നതോടെ തന്റെ സംശയത്തിലുള്ള കലിഗിരിയെ ഫ്രാൻസിസ് നിരീക്ഷിക്കുന്നു. അന്നു രാത്രി ജെയ് നെ തട്ടിക്കൊണ്ടു പോകുന്നത് സീസറാണെന്ന് തിരിച്ചറിഞ്ഞപ്പോൾ അയാൾ കെട്ടിടത്തിനു മുകളിൽ നിന്നും വീണുമരിക്കയാണ്.

അക്രമിയെ കണ്ടെത്താനായി ഫ്രാൻസിസ് നടത്തിയ ശ്രമങ്ങൾ അയാളെ കലിഗിരിയിലേക്കും മാനസികചികിൽസാകേന്ദ്രത്തിലേക്കും എത്തിക്കുന്നുണ്ട്. അവിടുത്തെ ഡയറക്ടർ മാനസികരോഗിയായ കലിഗരിയാണെന്ന അറിവ് അയാളെ അക്ഷരാർത്ഥത്തിൽ ഞെട്ടിപ്പിക്കുണ്ട്. ഇത്രയും ഭാഗം ഫ്ലാഷ് ബാക്കിൽ പൂർത്തിയാകുമ്പോൾ, അതിനു പുറത്ത് ഫ്രാൻസിസ്, സീസർ,ജെയ്ൻ എന്നിവർ മാനസികരോഗികളാണെന്നും അയാളെ ചികിൽസിക്കാൻ തനിക്കിപ്പോൾ കഴിയുമെന്നുമുള്ള കലിഗിരിയുടെ ആത്മവിശ്വാസത്തോടെയുള്ള വാക്കുകളിലാണ് ചിത്രം പൂർത്തിയാവുന്നത്. ഫ്ലാഷ് ബാക്കിനകത്തും പുറത്തുമുള്ള ചിത്രത്തിന്റെ കാഴ്ചകൾ തികച്ചും വിരുദ്ധമായ സമീപനങ്ങളിലാണ് അവസാനിക്കുന്നത്. ഇത് വ്യത്യസ്ത രാഷ്ട്രീയ മാനങ്ങൾ ചിത്രത്തിനു നൽകുന്നുണ്ട് എന്ന കാര്യം വളരെയേറെ ചർച്ച ചെയ്യപ്പെട്ടിരുന്നു. അതിന്റെ വിശദാംശങ്ങൾ ചിത്രത്തിന്റെ നിർമ്മാണരംഗത്തു നടന്ന ചില അണിയറക്കാഴ്ചകളിലേക്ക് നമ്മെ

എത്തിക്കുന്നുണ്ട്. ഇത് കാബിനറ്റിന്റെ രാഷ്ട്രീയപ്രസക്തിക്ക് പുതിയ ഒരു മാനം നൽകുന്നുമുണ്ട്. അതിന്റെ വിശദാംശങ്ങൾ തുടർന്നു വരുന്ന ഭാഗങ്ങളിൽ വായിക്കാം.

കാബിനെറ്റ് ഓഫ് ഡോ. കലിഗിരി – എക്സ്പ്രഷണിസ്റ്റ് സിനിമയുടെ എക്കാലത്തേയും മാതൃക

'കാബിനെറ്റ് ഓഫ് ഡോ. കലിഗിരി 'എക്സ്പ്രണിസ്റ്റ് സിനിമയുടെ കൃത്യവും ശക്തവുമായ മാതൃകയാണ്. ചിത്രത്തിന്റെ സെറ്റ് ഡിസൈനർമാരായ ഹെർമൻ വാം, വാൾട്ടർ റെയിൻമേൻ, വാൾട്ടർ റോഹ്റിഗ് എന്നിവരുടെ അത്ഭുതകരമായ ജോലിയാണ്ഇത് സാദ്ധ്യമാക്കിയത്. (ഹെർമൻ വാം, സെറ്റ് ഡിസൈൻ ചെയ്ത മറ്റൊരു പ്രസിദ്ധ ചിത്രമാണ് കാൾ ഡ്രയറുടെ 'പാഷൻ ഓഫ് ജോൻ ഓഫ് ആർക്ക്'). ഇരുണ്ട നിഴലുകളും അറ്റം കൂർത്ത കെട്ടിടങ്ങളും ആഖ്യാതാവായ ഫ്രാൻസിസിന്റെ ആന്തരിക വൈകാരിലോകത്തിന്റെ കാഴ്ചയായി മാറുന്നു. ചിത്രത്തിൽ ആദ്യന്തം നാം കാണുന്ന വക്രീകരിക്കപ്പെട്ട ലാൻഡ്സ്കേപ്പ് ജർമ്മനിയുടെ യുദ്ധാനന്തര ശിഥിലീകരണമാണ് സൂചിപ്പിക്കുന്നത്. സീസറുടേയും ജെയ്നിന്റേയും നൃത്ത/സ്വപ്നാടന ചുവടുകൾ, വിഷാദസാന്ദ്രമായ മുഖങ്ങൾ എന്നിവ അവരുടെ വൈകാരിക തകർച്ചയുടെ ആവിഷ്ക്കാരമാകുന്നു. കലിഗിരിയുടെ അസാധാരണ മെയ്ക്കപ്പ്, മുഖഭാവങ്ങൾ ഇവ ചിത്രത്തിലെ അയാഥർത്ഥലോകത്തിന്റെ സാന്ദ്രത വർദ്ധിപ്പിക്കുന്നുണ്ട്. ഇവയൊക്കെ ഒന്നിച്ച് ചേരുമ്പോൾ ചിത്രത്തിലെ ലോകം വ്ക്രീകരിക്കപ്പെട്ട, അസ്ഥിരമായ, സ്വപ്നസമാനമായ ഒന്നായി മാറുന്നു. മെറിക് ഡോൾ സൂചിപ്പിക്കുന്നതു പോലെ "എക്സ്പ്രഷണിസ്റ്റ് കലാകാരന്മാർ തങ്ങളുടെ വൈകാരിക അവസ്ഥകൾക്ക് വിധേയരായി, തികച്ചും വിപ്ലവാതമകമായ ദൃശ്യങ്ങൾ വഴി, വികാരങ്ങൾ ആവിഷ്ക്കരിക്കുന്നു." (Merric Doll, Cabinet of Dr. Caligiri, Yale University, 2010). ചലച്ചിത്രകല അന്നേവരെ ശീലിച്ച റിയലിസ്റ്റിക്ക് കാഴ്ചകളിൽ നിന്നും മാറിനിന്നുകൊണ്ടാണ് റോബർട്ട് വെയിൻ യുദ്ധാനന്തര ജർമ്മനിയുടെ ആന്തരികകാഴ്ചകൾ തന്റെ ചിത്രത്തിലൂടെ തിരശ്ശീലയിലെത്തിച്ചത്. ചിത്രത്തിന്റെ ടോണും രീതിയും പ്രേക്ഷകരെ ഒരേ സമയം ആകർഷിക്കയും ഭയചകിതരാക്കുകയും ചെയ്യുന്നു. കലിഗിരിയുടെ ഇരുണ്ട ലോകം ചിത്രത്തിന്റെ ഭ്രമാത്മകവും അസ്വസ്ഥജനകവുമായ എക്സ്പ്രണിസ്റ്റ് പരിസരത്തോട് ചേർന്നു തന്നെ നിൽക്കുന്നു. അനന്തതയിലേക്ക് നീളുന്ന മുറികളും പാതകളും ആദിയും അന്തവുമില്ലാത്ത ബോർഹസിന്റെ ലാബ്രിന്ത് (Labrynth) പോലെ നമുക്ക് പൂർണ്ണമായി ഉൾക്കൊള്ളാനാകാതെ

നിലകൊള്ളുന്നു. ജീവിതം, വ്യക്തികളുടെ നിയന്ത്രണങ്ങൾക്കപ്പുറമാണെന്ന് ജർമ്മനിയിലെ അക്കാലത്തെ സംഭവങ്ങൾ തെളിയിച്ചിരുന്നു. പ്രദർശനനഗരിയുടെ ഭീതിതമായ ലാൻഡ്സ്കേപ്പ്, ആ ജർമ്മൻ അവസ്ഥയുടെ ഒരു മിനിയേച്ചർ തന്നെയായി സംവിധായകൻ മാറ്റുന്നു. ജയിനിനെ കൊല്ലാനായെത്തിയ സീസർ തന്റെ മനസ്സ് മാറ്റി അവളെയുമെടുത്ത് ഓടിപ്പോകുന്നു. പുറകെ ഓടിയ ആളുകളെക്കണ്ട് ജെയിനിനെ വഴിയിൽ ഉപേക്ഷിച്ച് അയാൾ ഓടിമറയുന്നു. ഒടുവിൽ ഉയർന്ന് നിൽക്കുന്ന അനന്തമായ പാതയിൽ സീസർ അപ്രത്യക്ഷനാകുന്നു. പിന്നീട് അയാളുടെ ശവശരീരമാണ് നാം കാണുന്നത്. അനന്തമായ വഴിയിൽ നിൽക്കുന്ന സീസർ, അനിശ്ചിതമായ ഭാവിയോടെ, അപകടകരമായ അവസ്ഥയിൽ എത്തിനിൽക്കുന്ന ജർമ്മൻ ജനതയുടെ പ്രതിനിധാനമാകുകയാണ്. ഇത്തരം നിരവധി കാഴ്ചകൾ ചിത്രത്തിന്റെ വൈകാരിക- രാഷ്ട്രീയ തലത്തിന് ഏറെ സാന്ദ്രത നൽകുന്നു. കലിഗിരിയെന്ന ഭ്രാന്ത / ഏകാധിപത്യ ശക്തിയാൽ നയിക്കപ്പെടുന്ന ജനതയുടെ അവസ്ഥ പ്രവചിക്കുന്ന 'കാബിനറ്റ് ഓഫ് ഡോ. കലിഗിരി'യെന്ന ചിത്രം.

സൂക്ഷ്മമായി നിരീക്ഷിച്ചാൽ ചിത്രത്തിലെ കഥാപാത്രങ്ങളുടെ വേഷങ്ങൾ പല കാലങ്ങളിലേതാണെന്ന് നമുക്ക് തിരിച്ചറിയാം. സീസറിന്റേയും പോലീസുകാരുടേയും വേഷങ്ങൾ അമൂർത്തവും, ജെയിനിന്റേത് റൊമാന്റിക്കും കലിഗിരിയുടേത് പഴയകാലത്തിലേതുമാണ്. മറ്റൊരു കഥാപാത്രം അലൻ പത്തൊമ്പതാം നൂറ്റാണ്ടിലെ വിദ്യാർത്ഥിയുടെ വേഷത്തിൽ ആണ് ചിത്രത്തിൽ പ്രത്യക്ഷപ്പെടുന്നത്. ഒരിക്കലും ഒന്നിച്ച് ചേർക്കാൻ കഴിയാത്ത ഈ വേഷങ്ങൾ സാമ്പ്രദായിക ചലച്ചിത്ര ദൃശ്യഘടനയെയാണ് ചോദ്യം ചെയ്യുന്നത്.

കാബിനറ്റ് ഓഫ് ഡോ. കലിഗിരി ഉയർത്തുന്ന രാഷ്ട്രീയ സമസ്യകൾ കാബിനറ്റ് ഓഫ് ഡോ. കലിഗിരി, ഒന്നാം ലോകമഹായുദ്ധകാലത്തും അതിനു ശേഷവുമുള്ള ജർമ്മനിയിലെ രാഷ്ട്രീയ- സാമൂഹ്യ അവസ്ഥകളുടെ ശക്തമായ പ്രതിനിധാനമാണ്. ചിത്രത്തെ ഇത്തരത്തിലുള്ള ഒരു രാഷ്ട്രീയകാഴ്ചയെന്ന നിലയിൽ സമീപിക്കുന്ന നിരവധി പഠനങ്ങൾ പ്രസിദ്ധീകരിക്കപ്പെട്ടിട്ടുണ്ട്. രണ്ടാം ലോകമഹായുദ്ധകാലത്ത്, ഹിറ്റലറുടെ നേതൃത്വത്തിൽ നടന്ന നാസി ഭീകരതകൾ പ്രവചിച്ച ചിത്രമെന്ന നിലയിലും കാബിനറ്റ് വിലയിരുത്തലുകൾ ഉണ്ടായിട്ടുണ്ട്. ഇവ പരിശോധിക്കുന്നതിന് മുമ്പ്, ഒന്നാം ലോകമഹായുദ്ധ കാലത്തേയും അതിനുശേഷവുമുള്ള ജർമ്മനിയിലെ അവസ്ഥ സൂചിപ്പിക്കേണ്ടിയിരിക്കുന്നു.

ഒന്നാം ലോകമഹായുദ്ധത്തിൽ സഖ്യകക്ഷികൾക്കെതിരെ പോരാടിയ ജർമ്മനി വൻ തിരിച്ചടിയാണ് നേരിട്ടത്. യുദ്ധത്തിന് ശേഷം വമ്പിച്ച സാമ്പത്തിക തകർച്ച നേരിട്ട ജർമ്മനിയിലെ ഭരണാധികാരികൾക്കെതിരെ ശക്തമായ ജനരോഷമാണ് ഉയർന്നു വന്നത്. അതേത്തുടർന്ന്, 1871 മുതൽ അധികാരത്തിലുണ്ടായിരുന്ന രാജവാഴ്ചയുടെ സ്വേഛാധിപത്യത്തിനെതിരെ ജനകീയവിപ്ലവം ശക്തമാവുകയും ഭരണം അവസാനിച്ച് പാർലമെന്ററി രീതി നിലവിൽ വരികയും ചെയ്തു. തുടർന്ന് വർഷങ്ങളോളം ജർമ്മനി, വീമർ റിപ്പബ്ളിക്ക് (Weimar Republic) എന്ന പേരിലാണറിയപ്പെട്ടിരുന്നത്.

ദുർഭരണത്തിനെതിരെ ജനങ്ങളുടെ പ്രതിഷേധം അലയടിച്ചിരുന്ന 1918-1919 കാലത്താണ് കലിഗിരിയുടെ നിർമ്മാണം ആരംഭിക്കുന്നത്. ചിത്രത്തിന്റെ രാഷ്ട്രീയ സമീപനങ്ങൾ തിരക്കഥാകൃത്തുക്കളായ ഹാൻസ് ജനോനിറ്റ്സ് (Hans Janowitz), കാൾ മെയെർ (Carl Meyer) എന്നിവരുടെ ജീവിതവുമായി ബന്ധപ്പെട്ട് കിടക്കുന്നു. ഒന്നാം ലോകമഹായുദ്ധത്തിൽ പട്ടാള ഓഫീസറായിരുന്ന ജാനോവിറ്റ്സിന് ഭരണാധികാരികളുടെ സമീപനങ്ങളിലും അവർ നേതൃത്വം കൊടുത്ത് യുദ്ധഭീകരതകളിലും മനസ്സ് മടുത്തിരുന്നു. കാൾ മെയെറാകട്ടെ യുദ്ധത്തിൽ നിന്നും വിട്ട്നിൽക്കാനായി, താൻ മാനസിക അസ്വാസ്ഥ്യമുള്ള ആളാണെന്ന സത്യവാങ്ങ്മൂലം കൊടുത്തിരുന്നു. ഇത് തെളിയിക്കാനായി കഠിനമായ സൈക്യാട്രിക് പരിശോധന മെയെർക്ക് നേരിടേണ്ടി വന്നു. 1918ൽ കണ്ടുമുട്ടുമ്പോൾ, ഈ രണ്ടുപേരും ദാരിദ്ര്യത്തിൽ കഴിയുകയായിരുന്നു. മേയെറുടെ കാമുകിയായിരുന്ന നടി ഗിൽഡ ലേംഗറുടെ നിർബ്ബന്ധത്തിലാണ് രണ്ടുപേരും ചേർന്ന് തിരക്കഥ എഴുതുന്നത്. പൂർത്തിയാക്കിയ തിരക്കഥ നിർമ്മാതാവിനെ ഏൽപ്പിച്ച്, അയാൾ നൽകിയ വളരെ കുറഞ്ഞ പ്രതിഫലം അവർ സ്വീകരിച്ചു. കാരണം അവരുടെ അവസ്ഥ ദയനീയമായിരുന്നു. ഗിൽഡ ലേംഗറുടെ ഓർമ്മയിലാണ്, ഫ്രാൻസിസിന്റെ കാമുകിയായി ജെയിൻ ചിത്രത്തിൽ ഇടം പിടിക്കുന്നത്. ലേംഗറുടെ നിർദ്ദേശമനുസരിച്ച് ജാനോവിറ്റ്സ് ഭാവി പ്രവചിക്കുന്ന ഒരാളെ സമീപിച്ചിരുന്നു. ജാനോവിറ്റ്സ് ദീർഘകാലം ജീവിക്കുമെന്നും ലേംഗർ ഉടൻ മരിക്കുമെന്നും പ്രവചിച്ചയാൾക്ക് തെറ്റിയില്ല.

1920 ൽ ലേംഗർ ആകസ്മികമായി മരണമടഞ്ഞു. ഈ സംഭവങ്ങളാണ് ചിത്രത്തിൽ അലന്റെ മരണത്തേക്കുറിച്ചുള്ള സീസറുടെ പ്രവചനത്തിലേക്കും അതിനുശേഷമുള്ള അലന്റെ കൊലപാതകത്തിലേക്കും എത്തുന്നത്. മറ്റൊരു കൗതുകകരമായ കാര്യം,

സംവിധായകൻ റോബർട്ട് വെയിനിന്റെ പിതാവുമായി ബന്ധപ്പെട്ടതാണ്. നാടക നടനായിരുന്ന അദ്ദേഹം അവസാനകാലത്ത്, സ്റ്റേജുകൾ ലഭിക്കാതെ വന്നപ്പോൾ മാനസികമായി അസ്വസ്ഥത പ്രകടിപ്പിച്ചു തുടങ്ങിയിരുന്നു. ചിത്രത്തിലെ കലിഗിരിയുമായി ഇതിനെ ബന്ധപ്പെടുത്തുന്നു നിരൂപകർ. പ്രസിദ്ധ ജർമ്മൻ നാടക / ചലച്ചിത്ര നടനായ വെർനർ ക്രൗസ്സ് (Werner Krauss) ആണ് കലിഗരിയുടെ വേഷം ചെയ്തിരിക്കുന്നത്.

അതുപോലെ നിരവധി ചിത്രങ്ങളുടെ ക്യാമറ കൈകാര്യം ചെയ്ത വില്ലി ഹാമീസ്റ്ററുടെ (Willy Hameister) ഛായാഗ്രഹണം ചിത്രത്തിന്റെ അന്തരീക്ഷത്തിന് വളരെയേറെ സാന്ദ്രത നൽകുന്നുണ്ട്. കാബിനറ്റിന്റെ വിജയത്തിൽ ഈ രണ്ടുപേരുടേയും പങ്ക് നിർണ്ണായകമാണ്.

താനും സുഹൃത്തും ചേർന്ന് എഴുതിയ തിരക്കഥയെക്കുറിച്ച് ജാനോവിറ്റ്സിന്റെ പ്രതികരണം ഇതായിരുന്നു: "മാനസികനില തെറ്റിയ ഭരണാധികാരിയിലുള്ള അവിശ്വാസമാണ് കലിഗരിയെന്ന ചിത്രം." അനിയന്ത്രിതമായ അധികാരം, ഭ്രാന്തവും ഭീകരവുമാണെന്ന ആശയത്തിന്റെ ആഖ്യാനമായി ഈ ചിത്രത്തെ സമീപിക്കേണ്ടതാണ്. സ്വേച്ഛാധിപതിയായ, ഭ്രാന്തനായ കലിഗിരി ഇഷ്ടാനുസരണം കൊലപാതകങ്ങൾ നടത്താൻ പ്രയോഗിക്കുന്ന സീസർ, സ്വേച്ഛാധിപത്യം സ്വീകരിച്ച ജർമ്മൻ ജനതയുടെ ശക്തമായ പ്രതിരൂപമായി മാറുന്നു. ചിത്രത്തിൽ ഈ ലോകം സൃഷ്ടിച്ചപ്പോൾ തിരക്കഥാകൃത്തുക്കളുടെ മനസ്സിലുണ്ടായിരുന്നത് യുദ്ധകാലത്തെ ജർമ്മനിയിലെ ഭരണാധികാരിയും അവിടുത്തെ ജനങ്ങളുമായിരുന്നു. അതു വഴി, തങ്ങളുടെ കഥയ്ക്ക് ശക്തമായ ഒരു രാഷ്ട്രീയ അടിത്തറ സൃഷ്ടിക്കുകയായിരുന്നു അവർ. പ്രദർശനം നടത്താനുള്ള അനുമതിക്കായി ടൗൺ ക്ലർക്കിനെ സമീപിക്കുന്ന കലിഗിരിയെ അവഗണിക്കുന്ന അയാളെ, പിന്നീട് അനുമതി ലഭിക്കുന്നെങ്കിലും, സീസറിനെ ഉപയോഗിച്ച് കലിഗിരി കൊല്ലുന്നു. തുടർന്ന് അലന്റെ ഭാവി പ്രവചിച്ച് അയാളേയും കൊല്ലുന്നു.

• ഹാൻസ് ജനോനിറ്റ്സ്

യുദ്ധകാല ജർമ്മനിയിലേയും പിൽക്കാലത്ത് ഭരണത്തിലെത്തിയ ഹിറ്റ്ലറെയുമാണ് കൃത്യമായും ചിത്രത്തിന്റെ തിരക്കഥ വരച്ചുകാണിക്കുന്നവെന്ന് പ്രസിദ്ധ ചലച്ചിത്ര നിരൂപകൻ സിഗ്ഫ്രൈഡ് ക്രഷൗർ (Sigfried Kracauer) തന്റെ വിഖ്യാതമായ കലിഗിരി പഠനം, From Caligiri to Hitler എന്ന പുസ്തകത്തിൽ സമർത്ഥിക്കുന്നു.

കഥാപാത്രത്തിന്റെ കലിഗിരിയെന്ന പേര്, തിരക്കഥ പൂർത്തിയായതിനുശേഷമാണ് തീരുമാനിക്കപ്പെട്ടത്. പത്തൊമ്പതാം നൂറ്റാണ്ടിലെ ഫ്രഞ്ച് എഴുത്തുകാരനായ സ്റ്റെണ്ടാളി (Stendhal) ന്റെ കത്തുകളുടെ സമാഹാരം, Private Diaries of Stendhall ളിലുള്ള ഒരു കത്തിൽ അദ്ദേഹം കണ്ടുമുട്ടിയ ഫ്രഞ്ച് പട്ടാള ഓഫീസറുടെ പേരായിരുന്നു കലിഗിരി. അതുപോലെ പ്രസിദ്ധ ജർമ്മൻ തത്വചിന്തകൻ ആർദർ ഷോപ്പൻഹോവറുടെ (Arthur Schopenhauer, 1788-1860) വേഷമാണ് കലിഗിരിക്ക് ചിത്രത്തിൽ നൽകിയിരുന്നത്.

ചിത്രം പ്രദർശനത്തിനെത്തിയപ്പോൾ തങ്ങളെഴുതിയ തിരക്കഥയിൽ നിന്നു വ്യത്യസ്തമായ ചിത്രമാണ് തിരക്കഥാകൃത്തുക്കൾ കണ്ടത്. ചിത്രത്തിലെ ഫ്ലാഷ് ബാക്ക് തങ്ങൾ എഴുതിയ തിരക്കഥയിലില്ല എന്ന് അവർ തറപ്പിച്ചു പറഞ്ഞു. ഫ്രാൻസിസും സുഹൃത്ത് അലനും പ്രദർശനനഗരിയിൽ വെച്ച് കലിഗിരിയെ കാണുന്നതു മുതൽ, അവസാനം കലിഗിരിയെ പിന്തുടരുന്ന ഫ്രാൻസിസ്, അയാൾ മാനസിക ആരോഗ്യകേന്ദ്രത്തിന്റെ ഗെയ്റ്റ് കടന്നുപോകുന്നത് കാണുന്നത് വരെയായിരുന്നു അവരുടെ തിരക്കഥ. തങ്ങളുടെ തിരക്കഥ മാറ്റിയതിനെതിരെ നിയമനടപടി സ്വീകരിക്കാൻ തീരുമാനിച്ചിരുന്നു തിരക്കഥാകൃത്തുക്കൾ. ഒരു ഫ്രെയിം സ്റ്റോറി (ഒരു കഥയ്ക്കകത്ത് മറ്റൊരു കഥപറയുന്ന രീതി) യിൽ നിർമ്മാതാവ് ചിത്രം മാറ്റുകയായിരുന്നു എന്ന് അവർ ആരോപിച്ചു. ഈ രൂപത്തിൽ, ചിത്രത്തിന്റെ വിപ്ലവ സ്വഭാവം മാറ്റിയതിനെതിരെ അവർ ശക്തമായി പ്രതിഷേധിച്ചു. പ്രസിദ്ധ ജർമ്മൻ എക്സ്പ്രഷണിസ്റ്റ് ചലച്ചിത്രകാരൻ ഫ്രിറ്റ്സ് ലാങ് ആയിരുന്നു ഇതിനുപിന്നിലെന്ന്, 'ഫ്രം കലിഗിരി റ്റു ഹിറ്റ്ലർ' എന്ന പുസ്തകം കൃത്യമായി വിശദീകരിക്കുന്നു. ഈ മാറ്റങ്ങൾക്കൊടുവിൽ കലിഗിരിയെന്ന ശക്തമായ കഥാപാത്രം, ഫ്രാൻസിസിന്റെ ഭ്രമാത്മകത മാത്രമായി അവശേഷിക്കുകയാണ്. യഥാർത്ഥ തിരക്കഥയിൽ ഭ്രാന്തമായി അധികാരം പ്രയോഗിക്കുന്ന കലിഗിരി, ചിത്രത്തിൽ ഭരണാധികാരിയായി തുടരുകയും അധികാരഭ്രാന്ത് ചൂണ്ടിക്കാട്ടിയ ആൾ ഭ്രാന്തനാകുകയും അത് ചികിൽസിച്ചു മാറ്റാൻ തനിക്ക് കഴിയുമെന്ന് കലിഗിരി (ഭരണാധികാരി)

അവകാശപ്പെടുകയും ചെയ്യുമ്പോൾ കാര്യങ്ങൾ കീഴ്മേൽ മറിയുകയാണ്. ഇത് ചിത്രത്തിന്റെ രാഷ്ട്രീയത്തെ പൂർണ്ണമായും തകർക്കുന്നുണ്ട്. അധികാരത്തിന്റെ ഭ്രാന്തമായ കേന്ദ്രീകരണവും അത് സ്വീകരിക്കുന്ന ജനതയുമൊക്കെ എപ്പോഴും പ്രസക്തമായ വിഷയങ്ങൾ തന്നെയാണല്ലോ.

മറ്റൊരു കാര്യം ഒരു സ്വേഛാധിപതിയെ അംഗീകരിക്കാനും അനുസരിക്കാനും തയ്യാറാകുന്ന ജർമ്മൻ മനസ്സാണ്. ഇതിന്റെ പ്രതീകമാണ് സീസർ എന്ന് 'ഫ്രം കലിഗിരി റ്റു ഹിറ്റ്ലർ 'എന്ന പുസ്തകം വ്യക്തമാക്കുന്നു. മാനസികാ രോഗ്യവും മാനസികവിഭ്രാന്തിയും തമ്മിലുള്ള വൈരുദ്ധ്യം, മനുഷ്യസ്വഭാവത്തിന്റെ ദ്വന്ദ്വാത്മകത, യാഥാർത്ഥ്യത്തിന്റെ വൈവിദ്ധ്യമാർന്ന കാഴ്ചകൾ എന്നിവയാണ് ചിത്രം അടിവരയിടുന്ന മറ്റ് പ്രധാന പ്രശ്നങ്ങളെന്നും എന്ന് സിഗ്ഫ്രൈഡ് തന്റെ പഠനത്തിൽ കൂട്ടിച്ചേർക്കുന്നു.

തിരക്കഥയിലെ വ്യതിയാനങ്ങൾ നിരാകരിക്കുകയാണെങ്കിൽ പോലും, അധികാരകേന്ദ്രങ്ങൾ ഭ്രാന്തമായ അവസ്ഥകളിലെത്തുന്ന സാഹചര്യം ചിത്രം ആവിഷ്കരിക്കുന്നു എന്നും അതിനെതിരെ പ്രതികരിക്കുന്ന ഫ്രാൻസിസി നേപ്പോലുള്ളവരുടെ സാന്നിദ്ധ്യം പ്രസക്തമാണെന്നും നാം തിരിച്ചറിയുന്നുണ്ട്. അതോടൊപ്പം, വരാനിരുന്ന സമഗ്രാധിപത്യത്തിന്റെ ദുരന്തജീവിതക്കാഴ്ചകൾ മുൻകൂട്ടി കണ്ട ചിത്രമെന്ന നിലയിലും 'കാബിനറ്റ് ഓഫ് ഡോ. കലിഗിരി' ചലച്ചിത്രചരിത്രത്തിൽ പ്രസക്തമാവുന്നു. ഫാസിസ്റ്റ് ഭരണക്രമം ആവിഷ്കരിക്കുന്ന ചിത്രമെന്ന നിലയിൽ കലിഗിരിയിലെ രാഷ്ട്രീയവും അതിന്റെ സർവ്വകാലപ്രസക്തിയും തിരിച്ചറിയപ്പെടേണ്ടതു തന്നെയാണ്.

റൊബർട്ട് വെയിൻ

'കാബിനെറ്റ് ഓഫ് ഡോ. കലിഗിരി'യെന്ന അത്യപൂർവ്വമായ ചലച്ചിത്ര കാഴ്ചയൊരുക്കിയ എക്സ്പ്രഷണിസ്റ്റ് സിനിമയിലെ ഏറ്റവും ശ്രദ്ധേയനായ സംവിധായകൻ റൊബർട്ട് വെയിൻ (Robert Wiene), ഇന്നത്തെ പോളണ്ടിലെ (അക്കാലത്ത് ജർമ്മനിയുടെ ഭാഗമായിരുന്ന) റൊക്ലോ (Wroclaw) പട്ടണത്തിൽ 1873ലാണ് ജനിക്കുന്നത്. നാടകനടന്മാരുടെ കുടുംബത്തിൽ ജനിച്ച് ചലച്ചിത്രകലയിലേക്ക് വന്ന വെയ്ൻ 1912 ലാണ് ആദ്യചിത്രം സംവിധാനം ചെയ്യുന്നത്. തുടക്കത്തിൽ കോമഡികളിൽ ഒതുങ്ങിയ അദ്ദേഹത്തിന്റെ ചലച്ചിത്ര ജീവിതം ലോകശ്രദ്ധ നേടുന്നത് 1920 ലെ 'കാബിനറ്റോ'ടെയാണ്. ചലച്ചിത്ര കാഴ്ചയുടെ പതിവുരീതികൾ അടിമുടി തിരുത്തിയെഴുതിയ

• റോബർട്ട് വെയിൻ

'കാബിനറ്റ്' ഇപ്പോഴും പ്രേക്ഷകരെ അതിശയിപ്പിക്കുക മാത്രമല്ല, അധികാരത്തിന്റെ വ്യത്യസ്തവും ഭീതിജനകവുമായ സഞ്ചാരപഥങ്ങളിലേക്ക് അവരെ എത്തിക്കയും ചെയ്യുന്നു. ജൂതവംശത്തിൽപ്പിറന്ന വെയ്ൻ പിന്നീട് ജർമ്മനി വിട്ട് പാരീസിലാണ് സ്ഥിരതാമസമാക്കിയത്. 1933 ൽ ജർമ്മനിയിൽ നാസിഭരണം ആരംഭിച്ചപ്പോൾ അദ്ദേഹത്തിന്റെ ചിത്രം തയ്ഫൺ (Taifun) അവിടെ നിരോധിക്കപ്പെട്ടിരുന്നു. അദ്ദേഹത്തിന്റെ ശ്രദ്ധേയമായ ചിത്രങ്ങളിൽ ഡോസ്റ്റീയ്വ്സ്കിയുടെ 'ക്രൈം ഏൻഡ് പണിഷ്മെന്റ്' അടിസ്ഥാനമാക്കിയ റാസ്കൾനിക്കോവ് (Raskolnikov, 1923), ഫിയർ (Fear, 1917), മറ്റൊരു എക്സ്പ്രഷണിസ്റ്റ് ചിത്രമായ ഹേൻഡ്സ് ഓഫ് ഓർലാക്ക് (Hands of Orlac, 1924) എന്നിവ ഉൾപ്പെടുന്നു. ജർമ്മൻ സിനിമയിലെ മാത്രമല്ല, ലോകസിനിമയിലെ തന്നെ ക്ലാസ്സിക് ആയി മാറിയ 'കാബിനറ്റ് ഓഫ് ഡോ. കലിഗരി' എന്ന ചിത്രം വഴി, റോബർട്ട് വെയ്ൻ എന്ന ചലച്ചിത്രകാരനെ എക്കാലവും ലോകം ആദരവോടെ ഓർമ്മിക്കുക തന്നെ ചെയ്യും.

References:

1. Erica Toortolani: Citizenship in a nightmare country – German Expressionist Films and Freud"s Dream Theory (Rhode Islan College, Digital Initiatives Press)
2. Chris Girling: The Cabinet of Dr. Caligiri – Opening Scenes Analysis
3. Siegfried Kracauer: From Caligiri to Hitler (Princeton University Press; Revised, Expanded edition (2004))
4. The Cabunet Of Dr, Caligiri: World Heritage Encyclopedia

(മാതൃഭൂമി ആഴ്ചപ്പതിപ്പ്, 2020 മെയ് 20)

കപ്ലനോഗ്ലു: അതിജീവനത്തിന്റെ ആത്മീയവഴികൾ

"മനുഷ്യനും പ്രകൃതിയും ഇഴപിരിക്കാനാത്തവിധം ഒന്നിച്ചുചേരുന്നുണ്ട് എന്നത് നാം പലപ്പോഴും മറക്കുന്നു. ഇത് തിരിച്ചറിയണമെങ്കിൽ നാം നമ്മുടേ ഉള്ളിലേക്ക് തന്നെ നോക്കണം "

- സെമി കപ്ലനോഗ്ലു

ആത്മീയസഞ്ചാരങ്ങളാണ് തുർക്കി സംവിധായകൻ സെമി കപ്ലനോഗ്ലു (Semih Kaplanoglu) തന്റെ ചിത്രങ്ങളിലൂടെ നടത്തിക്കൊണ്ടിരിക്കുന്നത്. ഈ യാത്രകളിൽ അദ്ദേഹത്തെ നയിക്കുന്നത് സൂഫിസം, ഇസ്ലാം മതം തുടങ്ങിയ പൗരാണികസങ്കേതങ്ങളീൽ നിന്നും ആർജ്ജിച്ച ഊർജ്ജവും ശക്തിയുമാണ്. യഥാർത്ഥ സിനിമ പ്രേക്ഷകനു നൽകേണ്ടതന്നത് ആത്മീയ അനുഭവമാണെന്ന് തിരിച്ചറിഞ്ഞ റഷ്യൻ ചലച്ചിത്രകാരൻ ആന്ദ്രേ താർക്കൊവ്സ്കിയുടെ ചിത്രങ്ങളാണ് സെമി കപ്ലനോഗ്ലുവിനെ ഈ വഴിയിലേക്ക് നയിച്ചത്. പൗരസ്ത്യസംസ്കാരത്തിൽ ജീവിച്ചു കൊണ്ട്, അതിലെ ആദ്ധ്യാത്മികതയിൽനിന്നു ശക്തി സംഭരിക്കുമ്പോഴും യൂറോപ്യൻ സിനിമയുടെ സഞ്ചാരപഥങ്ങൾ അദ്ദേഹം പിന്തുടരുന്നു. ഇറ്റാലിയൻ നിയോ റിയലിസ്റ്റ് സംവിധായകൻ റോബെർട്ടോ റൊസെല്ലിനി, ഫ്രഞ്ച് സിനിമയിലെ ആത്മീയസാന്നിദ്ധ്യം റൊബർട്ട് ബ്രസ്സൺ, കിഴക്ക് ജനിച്ച് പടിഞ്ഞാറൻ സിനിമ ഏറെ സ്വാധീനിച്ച സത്യജിത് റായ് എന്നിവരുടെ സിനിമകൾ സെമി കപ്ലനോഗ്ലു തന്റെ ചലച്ചിത്ര സമീപനങ്ങൾക്ക് അടിസ്ഥാനഘടകങ്ങളായി സ്വീകരിച്ചു. പ്രശസ്ത

തായ് സംവിധായകൻ അപ്പിച്ചാത്പോങ്ങിനെ സസൂക്ഷം നിരീക്ഷിച്ചുകൊണ്ടിരിക്കയാണ് തുർക്കി സിനിമയിലെ ന്യൂവേവ് വക്താക്കളിലൊരാളായ സെമി കപ്ലനോഗ്ലു ജനിച്ചുവളർന്ന ഗ്രാമത്തിൽ നിന്ന് ജീവിതവഴികൾ തേടി നഗരത്തിലേക്ക് താമസം മാറ്റുന്നവർ തുർക്കി സിനിമയിലെ പതിവു കാഴ്ചയാണ്. നൂറി ബിൽഗേ ജിലാന്റെ മിക്കവാറും മിക്ക ചിത്രങ്ങളും ഇത്തരം പ്രമേയങ്ങൾ കേന്ദ്രീകരിക്കുന്നവയാണ്. ഇവരുടെ ജീവിതം നേരിടുന്ന ആത്മീയ പ്രതിസന്ധികൾ കപ്ലനോഗ്ലുവിനെ വളരെയധികം സ്വാധീനിച്ചിരുന്നു.. നഗരങ്ങളിലെ ആത്മീയ ദാരിദ്ര്യം തിരിച്ചറിഞ്ഞ്, തങ്ങൾക്ക് നഷ്ടപ്പെട്ടു കൊണ്ടിരിക്കുന്ന ജീവിതത്തിന്റെ പച്ചപ്പുകളിലേക്ക് തിരിച്ചുവരുന്ന അവർ, ജീവിതത്തിന് പുതിയ അർത്ഥങ്ങളും ലക്ഷ്യങ്ങളും നൽകുന്ന രീതിയിൽ സ്നേഹവും സൗഹൃദങ്ങളും അനുഭവിക്കുന്നത് നാം കാണുന്നു. തന്റെ ചിത്രങ്ങളിൽ പ്രകൃതി ഒരു മുഖ്യഘടകമാക്കി മാറ്റുന്ന കപ്ലനോഗ്ലു, ഭാവിയിൽ പ്രകൃതിയും മനുഷ്യനും അനുഭവിക്കാൻ പോകുന്ന ദുരന്തത്തെക്കുറിച്ച് മുന്നറിയിപ്പ് നൽകുന്നുണ്ട്.

കപ്ലനോഗ്ലു സിനിമകൾ പ്രമേയങ്ങളിലെ വ്യത്യസ്തതകൾക്കൊപ്പം ആഖ്യാനങ്ങൾക്കും പുതിയവഴികൾ തേടുന്നുണ്ട്. ആത്മീയാനുഭവമാക്കി സിനിമകളെ മാറ്റുക എന്ന ലക്ഷ്യം മുൻനിർത്തി നടത്തുന്ന ഈ ശ്രമങ്ങൾ ചിത്രങ്ങളെ പുതിയ അനുഭവതലങ്ങളിലേക്കാണ് എത്തിക്കുന്നത്. ഇവിടെയാണ് റഷ്യൻ ചലച്ചിത്രകാരൻ ആന്ദ്രേ താർക്കോവ്സ്കിയുടെ സിനിമ സങ്കൽപ്പങ്ങളുടെ സ്വാധീനം നാം തിരിച്ചറിയുന്നത്. ചലച്ചിത്രത്തെക്കുറിച്ചുള്ള തന്റെ നിലപാടുകൾ വിശദീകരിക്കുന്ന 'കാലത്തിൽ കൊത്തിയ ശിൽപ്പങ്ങൾ' (Sculpting in Time) എന്ന ചലച്ചിത്രസൗന്ദര്യശാസ്ത്രപഠനത്തിൽ, തന്റെ ചിത്രങ്ങളിൽ ഇമേജുകൾ ആശയങ്ങളെ പ്രതിനിധാനം ചെയ്യാതെ, ആത്മീയാനുഭവങ്ങൾ ഉണ്ടാക്കുകയാണ്ചെയ്യുന്നതെന്ന് താർക്കോവ്സ്കി പറയുന്നു. ഇമേജുകൾ തന്റെ ചിത്രങ്ങളുടെ പ്രധാനഭാഗമാണെന്നും അവ സൂചകങ്ങളായിട്ടല്ല നിലനിൽക്കുന്നത് എന്ന് അദ്ദേഹം വ്യക്തമാക്കുന്നുണ്ട്. അവ സ്വതന്ത്രമായ ആത്മീയ അനുഭവമായി പ്രേക്ഷകരിലേക്ക് കൈമാറ്റം ചെയ്യപ്പെടുകയാണെന്നാണ് അദ്ദേഹം അർത്ഥമാക്കുന്നത്.

സിനിമയുടെ പ്രധാനഭാഗങ്ങളായി കപ്ലനോഗ്ലോ കാണുന്നത് അതിലെ ഇമേജുകളും അവയുണ്ടാക്കുന്ന ഹാർമണിയുമാണ്. ചിത്രം ഷൂട്ട് ചെയ്യുമ്പോൾ അദ്ദേഹത്തിന്റെ മനസ്സിൽ വരുന്നത് സിനിമാ സങ്കൽപ്പമാണിത്. ലോകം അക്രമങ്ങളിലേക്ക് പോയ്

ക്കൊണ്ടിരിക്കുമ്പോൾ, അതിനെ കൂടുതൽ അക്രമാസക്തമാക്കുകയ ല്ല നാം ചെയ്യേണ്ടത്. മറിച്ച്, മനുഷ്യന്റെ ആത്മാവിലെ സൗന്ദര്യം ആവിഷ്കരിച്ചുകൊണ്ട് അതിനെ ശാന്തമാക്കുകയാണ്. സിനിമ ഒരു പ്രാർത്ഥന പോലെയായിരിക്കേണമെന്ന് പറയുന്ന അദ്ദേഹം പുറം ലോകക്കാഴ്ചകളേക്കാൾ നമ്മുടെ ഉള്ളിലുള്ളവ അനുഭവിക്കാനുള്ള രീതിയിൽ മന്ദഗതിയിലായിരിക്കണമെന്നും കരുതുന്നു. അതുകൊണ്ടാണ് വിവരണത്തേക്കാൾ ദൃശ്യവും ശബ്ദവും ചേർന്നുണ്ടാകുന്ന ലയം അദ്ദേഹം ഇഷ്ടപ്പെടുന്നത്.

കപ്ലനോഗ്ലുവിന്റെ ചലച്ചിത്രയാത്രകൾക്ക് തുടക്കം കുറിച്ചത് തർക്കോവ്സ്കിയുടെ പ്രസിദ്ധ ചിത്രം 'മിറർ' ആണ്. സുഹൃത്ത് ഇംഗ്ല ണ്ടിൽ നിന്നും എത്തിച്ച 'മിററി'ന്റെ വി. എച്. എസ് പകർപ്പ് ആണ് അതിന് അവസരമൊരുക്കിയത്. 'മിറർ 'തന്റെ ചലച്ചിത്രപാഠപുസ്ത കമായി അദ്ദേഹം ഇപ്പോഴും മനസ്സിൽ സൂക്ഷിക്കുകയാണ്. കപ്ലനോ ഗ്ലു, തന്റെ ചിത്രം ആരംഭിക്കുന്നത് ഒരു അടിസ്ഥാനവികാരത്തിൽ നിന്നാണ്. പിന്നീട് ആ വികാരത്തിന് മൂർത്തരൂപം നൽകി അതിന് യോജിക്കുന്ന ഒരു അന്തരീക്ഷം സൃഷ്ടിക്കുന്നു. സ്വാഭാവികമായി ഇതിനിടയിൽ നറേഷൻ രൂപപ്പെടുന്നു. താൻ ഒരു നടനു നൽകുന്ന അതേ പ്രാധാന്യം ഒരു ഇലയ്ക്കും നൽകാറുണ്ടെന്ന അദ്ദേഹം സൂചി പ്പിച്ചിക്കുന്നുണ്ട്. കഥാപാത്രങ്ങളെപ്പോലെ, ചിത്രത്തിലെ ഇലയും മറ്റേതൊരു വസ്തുവും ഒരു വികാരം സൃഷ്ടിക്കുന്നുണ്ട് എന്ന് അദ്ദേഹം തിരിച്ചറിയുന്നു. സിനിമയിലെ വൈകാരിക അന്തരീക്ഷം അതിലെ വസ്തുക്കളിലൂടെ, പ്രകൃതിയിലൂടെ, കാലത്തിലൂടെയാണ് നിർമ്മിക്കപ്പെ ടുന്നത്. സ്വാഭാവികതയെ നശിപ്പിക്കുന്ന ഒന്നും അദ്ദേഹം ഒരിക്കലും ചിത്രീകരണത്തിൽ ഉപയോഗിക്കാറില്ല. സ്വാഭാവിക പ്രകാശത്തിൽ മഴയും മഞ്ഞും സ്വാഭാവികമായി ഉള്ള ഇടങ്ങളിൽ അതത് കാലങ്ങ ളിൽ അദ്ദേഹം തന്റെ ചിത്രീകരണം നിർവ്വഹിക്കുന്നു.

കഴിഞ്ഞ അമ്പത് വർഷങ്ങൾക്കിടെ വലിയ മാറ്റങ്ങളാണ് തുർ ക്കിയിൽ സംഭവിച്ചത്. ഗ്രാമങ്ങളിൽ നടക്കുന്ന നഗരവൽക്കരണം മൂലം നഷ്ടപ്പെടുന്ന സാംസ്ക്കാരിക തനിമ, മനസ്സുകളിൽ ഇതുണ്ടാ ക്കുന്ന ശൂന്യത. ഇത് മറികടക്കാൻ, തങ്ങൾ പണ്ട് ജീവിച്ചിരുന്ന ആത്മീയപാരമ്പര്യത്തിലേക്ക് തിരിച്ച് പോകയാണ് ശരിയായ വഴിയെന്ന് കപ്ലനോഗ്ലു പറയുന്നു. അതിന് അദ്ദേഹം സ്വീകരിക്കുന്നത് ഇസ്ലാംമതത്തിലേയും, ഒരേ സമയം പ്രാദേശികവും അതേപോലെ സാർവലൗകികവുമായ സൂഫിസത്തിലേയും വഴികൾ ആണ്. സിനിമയിൽ ധ്യാനാത്മകമായ അന്തരിക്ഷം സൃഷ്ടിക്കാൻ ഇതു

• സെമി കപ്ലനോഗ്ലു

വഴി അദ്ദേഹത്തിന് കഴിയുന്നുണ്ട്. തന്റെ ചിത്രങ്ങളുടെ നിർമ്മാണം സ്വയം ഏറ്റെടുക്കുന്നത് കാരണം ആവിഷ്കാരത്തിൽ എല്ലാ തരത്തിലുള്ള സ്വാതന്ത്ര്യവും കപ്ലനോഗ്ലു അനുഭവിക്കുന്നു.

തുർക്കി സിനിമയുടെ ചരിത്രം പരിശോധിക്കാൻ ഇവിടെ ശ്രമിക്കുന്നില്ലെങ്കിലും ചില സൂചനകൾ നൽകേണ്ടത് അത്യാവശ്യമാകുന്നു. ലൂമിയർ സഹോദരന്മാർ ചലിക്കുന്ന ചിത്രം പ്രദർശിപ്പിച്ച് ലോകത്തെ അത്ഭുതപ്പെടുത്തി, ഒരു വർഷം കഴിഞ്ഞാണ് തുർക്കിയിൽ ആദ്യ സിനിമ പ്രദർശിപ്പിക്കുന്നത്. തുർക്കി സുൽത്താന്റെ ഇസ്താംബുളിലെ കൊട്ടാരത്തിൽ ആ സ്വകാര്യ പ്രദർശനം നടന്നത് 1896ലാണ്. ആദ്യമായി പൊതുവേദിയിൽ സിനിമ പ്രദർശിപ്പിക്കപ്പെട്ടത് ഇസ്താംബുളിലെ ഒരു ബിയർപാർലറിലാണ്. സിനിമാ തിയ്യേറ്ററുകൾ തുർക്കിയിൽ ആദ്യമായി തുടങ്ങിയത് 1908 ലായിരുന്നു. വിദേശികൾ ആരംഭിച്ച ഈ തിയ്യേറ്ററുകളിൽ പ്രദർശിപ്പിച്ച വിദേശചിത്രങ്ങൾ കണ്ടിരുന്നത് അവർ മാത്രമായിരുന്നു. ഒരു ആർമി ഡോക്യുമെന്ററിയാണ് തുർക്കിയിൽ നിർമ്മിക്കപ്പെട്ട ആദ്യസിനിമ. തുടർന്ന് ഫീച്ചർ സിനിമകളിലേക്ക് പതുക്കെ എത്തുകയായിരുന്നു അവർ. 1914 മുതൽ 1939 വരെയുള്ള കാലത്ത് 23 ചിത്രങ്ങൾ മാത്രമാണ് തുർക്കിയിൽ നിർമിച്ചതെങ്കിലും, 1939മുതൽ, വിദേശങ്ങളിൽ പരിശീലനം നേടിയ തുർക്കി ചലച്ചിത്രപ്രവർത്തകരും സാങ്കേതികവിദഗ്ദരും

ഒരുമിച്ചതോടെ തുർക്കി ചലച്ചിത്രരംഗം സജീവമാകാൻ തുടങ്ങി. തുർക്കിയിൽ ആദ്യത്തെ ചലച്ചിത്രമേള സംഘടിക്കപ്പെടുന്നത് 1948 ലാണ്. 1950ഓടെയാണ് തുർക്കി ചിത്രങ്ങൾ വിദേശമേളകളിൽ പ്രദർശിപ്പിക്കാൻ തുടങ്ങിയത്. ആദ്യ തുർക്കി കളർ സിനിമ 1950 ൽ പുറത്തിറങ്ങിയത് തുർക്കി സിനിമാരംഗത്ത് വളരെ ശ്രദ്ധേയമായി മാറിയിരുന്നു. അക്കാലത്ത് രാജ്യം നേരിട്ട വൻ സാമ്പത്തിക തകർച്ച ചലച്ചിത്രമേഖലയേയും സാരമായി ബാധിച്ചു. പിന്നീട് വളരെക്കാലത്തിനു ശേഷം അത് സജീവമാകുന്നത് 1990 കളിലാണ്. അക്കാലത്ത് നൂറി ബിൽഗേ ജിലാനേ പ്പോലുള്ള ചലച്ചിത്രകാരന്മാർ ന്യൂവേവ് സിനിമയുടെ വക്താക്കളായി തുർക്കിയിൽ രംഗത്തു വന്നുതുടങ്ങി. ഇവർക്കിടയിലാണ് സെമി കപ്ലനോഗ്ലു തന്റെ സിനിമാ പ്രവർത്തനങ്ങൾ ആരംഭിക്കുന്നത്.

1963ൽ തുർക്കിയിലെ ഇസ്മിറിൽ ജനിച്ച കപ്ലനോഗ്ലു, വിദ്യാഭ്യാസത്തിനുശേഷം, 1984 ൽ ആണ് ജോലി തേടി ഇസ്താംബുളിലെത്തുന്നത്. ഒരു പരസ്യകമ്പനിയിലെ ജോലിക്ക് ശേഷം, 1986ൽ ക്യാമറ അസിസ്റ്റന്റ് ആയി പ്രവർത്തിക്കാൻ തുടങ്ങിയ അദ്ദേഹം തുർക്കി ടെലിവിഷനിൽ 52 എപ്പിസോഡുള്ള സീരിയൽ എഴുതി സംവിധാനം ചെയ്തു. അതോടെയാണ് കപ്ലനോഗ്ലുവി ന്റെ സജീവ സിനിമാജീവിതം തുടങ്ങുന്നത്. ആദ്യ ചിത്രം എവേ ഫ്രം ഹോം (Away from Home) 2001 ൽ പുറത്തിറങ്ങി എന്നു മാത്രമല്ല, സിംഗപ്പൂർ അന്താരാഷ്ട്ര ചലച്ചിത്രമേളയിൽ മികച്ച സംവിധായകനുള്ള പുരസ്കാരം അദ്ദേഹത്തിന് നേടിക്കൊടുക്കയും ചെയ്തു. നാലു വർഷങ്ങൾക്ക് ശേഷം നിർമ്മിച്ച എയെൻജൽസ് ഫോൾ (Angel`s Fall) 2005 ലെ കേരളം, ബാഴ്സലോണ, നാൻന്റെൻ അന്താരാഷ്ട്രമേളകളിൽ മികച്ച ചിത്രമായി തിരഞ്ഞെടുക്കപ്പെട്ടതോടെ സെമി കപ്ലനോഗ്ലുവിന്റെ പേര് ലോകം കേൾക്കാൻ തുടങ്ങി.

കപ്ലനോഗ്ലുവിന്റെ ചലച്ചിത്രജീവിതം മാറ്റിയെഴുതുന്നത് അദ്ദേഹത്തിന്റെ യൂസഫ് ചലച്ചിത്രത്രയം (Yusaf Trilogy) ആണ്. 2007 ലെ എഗ്ഗ് (Egg), മിൽക്ക് (Milk, 2008), ഹണി (Honey, 2010) എന്നിവയാണ് തികച്ചും ആത്മകഥാപരമായി നിർമ്മിച്ച ഈ ചിത്രത്രയത്തിലെ രചനകൾ. ഇവയിൽ എഗ്ഗ് കാനിൽ പ്രദർശിപ്പിക്കയും ഫജർ,ബാങ്ഗോക്ക് മേളകളിൽ മികച്ച സംവിധായകപുരസ്കാരം നേടുകയും ചെയ്തു. "മിൽക്ക് 'വെനീസ് മേളയിൽ ഉൾപ്പെടുകയും 'ഹണി 'വെനീസിൽ ഏറ്റവും ഉന്നത ബഹുമതി ഗോൾഡൻ ബിയർ (Golden Bear) നേടുകയും ചെയ്തു. അതോടെ സെമി കപ്ലനോഗ്ലു

തുർക്കി സിനിമയെ ലോകനിലവാരത്തിലേക്ക് എത്തിച്ചുകൊണ്ട്, അന്താരാഷ്ട്ര ചലച്ചിത്രകാരനായി മാറുകയായിരുന്നു.

2017 ൽ പുറത്തിറങ്ങിയ ഗ്രെയിനി (Grain) ൽ, കപ്ലനോഗ്ലു പ്രകൃതിയേയും മനുഷ്യനേയും കുറിച്ചുള്ള തന്റെ കരുതലുകളും, ആത്മീയ ഔന്നത്യത്തിന്റെ ആവശ്യകതയും അടിവരയിടുകയായിരുന്നു. ലോകമെമ്പാടും പരീക്ഷിക്കപ്പെടുന്ന ജനിതകവിളകളുടെ ഉപയോഗത്തെ വിമർശിക്കുന്നതോടൊപ്പം മനുഷ്യനും പ്രകൃതിയും തമ്മിലുണ്ടാവേണ്ട ജൈവബന്ധത്തെ ഊന്നിപ്പറയുന്ന ഗ്രെയിൻ ആ വർഷം, സരയാവോ, ടോക്കിയോ മേളകളിൽ മികച്ച ചിത്രമായി തിരഞ്ഞെടുക്കപ്പെട്ടു. അദ്ദേഹത്തിന്റെ പുതിയ 'കമിറ്റ്മെന്റ്' ചലച്ചിത്രത്രയത്തിലെ ആദ്യ ചിത്രം കമിറ്റ്മെന്റ് (Committement), തിരുവനന്തപുരം IFFK യിൽ പ്രദർശിപ്പിച്ചിരുന്നു. കുടുംബബന്ധങ്ങളിലെ സങ്കീർണ്ണതകളുടെ സൂക്ഷ്മമായ ആവിഷ്കാരങ്ങളാവുന്ന ഈ ചിത്രത്രയത്തിലെ ആദ്യചിത്രം ജോലിത്തിരക്ക് കാരണം സ്വന്തം കുഞ്ഞിനെ സംരക്ഷിക്കാൻ ഏൽപ്പിക്കുന്ന അമ്മയുടെ ജീവിതം നേരിടുന്ന ചിന്താക്കുഴപ്പങ്ങളും മാനസികസംഘർഷങ്ങളുമാണ് പരിശോധിക്കുന്നത്. തന്റെ മറ്റ് ചിത്രങ്ങളിൽ നിന്നുള്ള വ്യതിയാനമായി, സ്ത്രീജീവിതം കേന്ദ്രീകരിച്ചാണ് 'കപ്ലനോഗ്ലു കമിറ്റ്മെന്റ്' നിർമ്മിച്ചിരിക്കുന്നത്.

കപ്ലനോഗ്ലുവിന്റെ ചലച്ചിത്രസംഭാവനകൾ ആരംഭിക്കുന്നത് 2001 ൽ നിർമ്മിച്ച 'എവേ ഫ്രം ഹോമി' (Away from home) ലാണെങ്കിലും അദ്ദേഹം ലോകസിനിമാ രംഗത്ത് ശ്രദ്ധിക്കപ്പെടുന്നത് 2005 ൽ പുറത്തിറങ്ങിയ 'എയ്ഞ്ചൽസ് ഫോളോ' (Angel"s Fall) ടെയാണ്. സെക്സും വയലൻസും നിറച്ച് ഒരു ക്രൈം ത്രില്ലറായി കച്ചവടവിജയം നേടാവുന്ന പ്രമേയം, തന്റെ സവിശേഷമായ ആഖ്യാനരീതിയിൽ ഒരു വ്യത്യസ്ത കാഴ്ചാനുഭവമായി മാറുന്നു.

സെന്യൂപ്പിന്റെ ജീവിതം കേന്ദ്രീകരിക്കുന്ന ചിത്രം, തനിക്ക് നഷ്ടപ്പെട്ട ജീവിതവും സ്വാതന്ത്ര്യവും അവൾ തിരിച്ചു പിടിക്കുന്ന കാഴ്ചയാണ് നമുക്ക് നൽകുന്നത്. ഉണങ്ങിയ മരക്കുറ്റിയിൽ കെട്ടിയിട്ട നൂലിന്റെ അറ്റം പിടിച്ചുകൊണ്ട് നടന്നു നീങ്ങുന്ന സെന്യൂപ്പ്, ലക്ഷ്യസ്ഥാനം എത്തും മുമ്പെ പൊട്ടിപ്പോയ നൂൽ വീണ്ടും കെട്ടി ജോലി ആവർത്തിക്കുന്നു (മന്ത്രങ്ങൾ ഉരുവിട്ട് കൊണ്ട് നൂൽ ചുറ്റുന്നത് തുർക്കിയിലെ ഒരു പ്രാർത്ഥനരീതിയാണ്). ഒടുവിൽ തന്റെ ജോലി പൂർത്തിയാക്കി നിൽക്കുമ്പോൾ, അവൾക്ക് മുമ്പിൽ ശാന്തമായ നീല ജലാശയം. എയ്ഞ്ചൽസ് ഫോൾ ഇങ്ങനെ ആരംഭിക്കുമ്പോൾ,

ചിത്രത്തിന്റെ പ്രമേയമാണ് ഈ ദൃശ്യത്തിൽ കപ്ലനോഗ്ലു ഒരുക്കിയ തെന്ന് അവസാനത്തോടെ മാത്രമാണ് നാം തിരിച്ചറിയുന്നത്.

നഗരത്തിലെ ഹോട്ടലിൽ പരിചാരികയായ അവളുടെ മടുപ്പാർന്ന ജീവിതം, ദീർഘദൂരം യാത്ര ചെയ്ത് വീടെത്തിയാൽ അവിടയുള്ള വീട്ടു ജോലികൾ പുറമേ, സ്വന്തം പിതാവിന്റെ ലൈംഗികപീഡനശ്രമങ്ങൾ, ഇവയൊക്കെ സെന്യൂപ്പിന്റെ ജീവിതം തകർച്ചയുടെ വക്കിലെത്തി ക്കുന്നു. ഒന്നിച്ച് ജോലി ചെയ്യുന്ന മുസ്തഫയുടെ സൗഹൃദശ്രമങ്ങൾ നിരസിക്കുന്ന സെന്യൂപ്, ഒടുവിൽ ജീവിതത്തിൽ അഭയം തേടുന്നത് അയാളുടെ തണലിലാണ്. പഴയ വസ്ത്രങ്ങൾ ശേഖരിക്കാനായി നഗരത്തിലെ സെല്യൂക്കിന്റെ വീട് സന്ദർശിച്ചതോടെയാണ് സെന്യൂ ക്കിന്റെ ജീവിതം വഴിമാറുന്നത്. അയാളെ ഉപേക്ഷിച്ച് സ്വന്തം വീട്ടി ലേക്ക് ഭാര്യ അബി കൊണ്ടുപോയ ആ ഉടുപ്പുകൾ, കാറപടകത്തിൽ അബി മരിക്കുന്നതോടെ ഉപയോഗശൂന്യമാകുന്നു. അവ നിറച്ച പെട്ടിയുമായി വീട്ടിലെത്തി, അത് തുറന്നതോടെ സെന്യൂപ്പിന്റെ മുമ്പിൽ ഒരു പുതിയ ലോകമാണ് പ്രത്യക്ഷപ്പെട്ടത്. താനിതേവരെ ഉപയോഗിക്കാത്ത പരിഷ്കൃതവേഷങ്ങൾ അവളെ അമ്പരപ്പിക്കുന്നു. തനിക്ക് ഏറ്റവും ആകർഷകമായി തോന്നിയ ഒരു വസ്ത്രമണിഞ്ഞ് സോഫയിൽ കിടന്ന് സ്വപ്നങ്ങളുടെ ലോകത്തെത്തുന്നു അവൾ. അവൾക്ക് നഷ്ടപ്പെട്ട ജീവിതത്തിന്റെ, സ്വാതന്ത്ര്യത്തിന്റെ വീണ്ടെടു ക്കലാവുന്നു അത്. മറ്റൊരു ദിവസം ഏറ്റവും ആധുനികമായ വസ്ത്രമണി ഞ്ഞ് ടെലിവിഷനിലെ നൃത്തപരിപാടി ആസ്വദിച്ച് കൊണ്ട് സ്വയം മറന്നിരുന്ന അവളെ പിതാവ് ശകാരിക്കയും അടിക്കയും ചെയ്യുന്നു. ഒടുവിൽ പിതാവിന്റെ ജീവിതം അവസാനിപ്പിച്ച്, മുസ്തഫയോടൊപ്പം ജീവിക്കുന്ന സെന്യൂപ്പിന്റെ കാഴ്ചയിൽ അവസാനിക്കുന്നു ചിത്രം.

ക്രമം തെറ്റിച്ചുള്ള ദൃശ്യസംവിധാനം, വിശദാംശങ്ങളുടെ അസാ ന്നിദ്ധ്യം, സൂക്ഷ്മമായ ദൃശ്യപരിചരണം എന്നിവ ചിത്രത്തിന്റെ കാഴ്ച ഒരു സവിശേഷാനു ഭവമായി മാറ്റുന്നുണ്ട്. ഫ്ലാഷ് ബാക്കായല്ലാതെ, ദൃശ്യങ്ങൾ സമയക്രമമില്ലാതെ യോജിപ്പിക്കുന്ന കാഴ്ച കപ്ലനോഗ്ലു ചിത്രങ്ങളുടെ പ്രത്യേകതയാണ്. ഇത് താർക്കോവിസ്കിയുടെയും ചലച്ചിത്ര സമീപനമായിരുന്നല്ലോ. വർത്തമാനത്തി ന്റേയും ഭൂത കാലത്തിന്റേയും ഒന്നിച്ചുള്ള മിശ്രണം 'എയെൻജൽസ് ഫോളി'ൽ നാം കാണുന്നു. സെല്യൂക്കുമായി പിണങ്ങിപ്പോയ ഭാര്യ അബി യുടെ അപകട മരണം ഒരു ലോങ്ങ് ഷോട്ടിൽ, ദൂരെക്കിടക്കുന്ന തകർന്ന് കാറിന്റെ അകത്ത് നിന്നും വസ്ത്രങ്ങൾ സൂക്ഷിച്ച പെട്ടിയുമെടുത്ത്, പരി ക്ഷീണനനായി നടന്നു വരുന്ന സെല്യൂക്കിന്റെ കാഴ്ചയിൽ ഒതുക്കുന്നു

• എഗ്ഗ്

• മിൽക്ക്

കപ്ലനോഗ്ലു. ആശുപത്രി യിൽ കിടക്കുന്ന അബിയുടെ നിശ്ചലമായ കൈ പിടിക്കുന്ന സെല്യൂക്കിന്റെ ഒരു ദൃശ്യം മാത്രം നാം കാണുന്നു. പിതാവിന്റെ രക്തക്കറ മായ്ച്ച് കളയുന്ന സെന്യൂപ്പിന്റെ ദൃശ്യം അയാളുടെ അന്ത്യത്തേക്കുറിച്ച് സൂചനകൾ നൽകുന്നു. അവസാനദൃശ്യത്തിൽ, വിവസ്ത്രയായി ജനൽപ്പടിയിൽ കയറി നിൽക്കുന്ന സെന്യൂപ്പിന്റെ ദൃശ്യം അവളുടെ സ്വാതന്ത്ര്യത്തിന്റെ കാഴ്ചയായി മാറുന്നു.

കപ്ലനോഗ്ലുവിന്റെ ചലച്ചിത്രസംഭവനകളിൽ ഏറ്റവും പ്രധാന മാണ് യൂസഫ് ചിത്രത്രയം. തികച്ചും ആത്മകഥാപാരമായി വായിച്ചെ ടുക്കാവുന്ന ത്രയത്തിലെ ചിത്രങ്ങൾ എഗ്ഗ് (Egg, 2006), മിൽക്ക് (Milk, 2008), ഹണി (Honey,2010) എന്നിവയാണ്. കവിയായ യൂസഫിന്റെ ജീവിതത്തിലെ മൂന്ന് വ്യത്യസ്ത ജിവിതകാലങ്ങളാണ് ചിത്രങ്ങൾ ദൃശ്യവൽക്കരിക്കുന്നത്. ചിത്രങ്ങളെക്കുറിച്ച് കപ്ലനോഗ്ലുവിന്റെ ഈ വാക്കുകൾ വളരെയേറെ നമ്മോടു പറയുന്നുണ്ട്: "യൂസഫിന്റെ

• ഹണി

ജീവിതം എന്റെ ജീവിതത്തിന്റെ ഭാഗം തന്നെയാണ്. ചിത്രങ്ങളുടെ തിരക്കഥകൾ എഴുതുമ്പോൾ എന്റെ ബാല്യവും ചെറുപ്പകാലവുമാണ് ഞാൻ ഓർമ്മിച്ചിരുന്നത്. അതുകൊണ്ട് യൂസഫിന്റെ അന്വേഷണങ്ങളും പ്രയാസങ്ങളും റിയലിസ്റ്റിക്കായി കൈകാര്യം ചെയ്യാൻ എനിക്ക് കഴിഞ്ഞു. എന്റെ ബാല്യകാലമാണ് ഹണിയിലുള്ളത്. സ്കൂളിൽ വെച്ച് എഴുതാനും വായിക്കാനും നേരിട്ട വിഷമങ്ങൾ, മുതിർന്നവരിൽ നിന്നും മറുപടി ലഭിക്കാത്ത എന്റെ ചോദ്യങ്ങൾ, പ്രകൃതിയുടെ ക്രൂരതകളും സമ്പന്നതയും ഒക്കെ ചിത്രത്തിൽ അങ്ങിനെയാണ് വരുന്നത്. "സത്യജിത് റേയെ വളരെയേറെ ബഹുമാനിക്കയും അദ്ദേഹത്തിന്റെ അപുത്രയം ഇഷ്ടപ്പെട്ടുകയും ചെയ്ത കപ്ലനോഗ്ലു, ചിത്രങ്ങളുടേ ക്രമം മാറ്റിയത് (യൂസഫ് ചിത്രത്രയം യുവാവായ യൂസഫിൽ നിന്നും തുടങ്ങി, അയാളുടെ ബാല്യത്തിലെത്തുന്നു) ഇങ്ങനെ വിശദീകരിക്കുന്നു: "എന്റെ ഓർമ്മകളിൽ ഏറ്റവും വ്യക്തമായതിൽ നിന്നും ഞാൻ ആരംഭിച്ചു എന്നു മാത്രം"

ദീർഘകാലം ഇസ്താംബുൾ നഗരത്തിൽ ജീവിക്കുന്ന എഴുത്തുകാരനായ യൂസഫ്, താൻ ബാല്യവും യൗവ്വനവുമൊക്കെ ചിലവഴിച്ച ടയറിലേക്ക് പോകുന്നതും അവിടെ ഓർമകളുടെയും സ്നേഹബന്ധങ്ങളുടെയും പച്ചപ്പുകൾ തിരിച്ചറിയുന്നതുമാണ് ആദ്യചിത്രം എഗ്ഗ് ആവിഷ്കരിക്കുന്നത്. സ്നേഹത്തിന്റെയും സൗഹൃദത്തിന്റെയും തിരിച്ചറിവുകളും വീണ്ടെടുക്കലുകളായി മാറുന്ന ഈ കാഴ്ച്ചകൾ അയാളുടെ മുമ്പിൽ പുതിയ ലോകം തുറന്നിടുകയാണ്. മാതാവിന്റെ

മരണസന്ദേശം ലഭിച്ച യൂസഫ് നാട്ടിലെത്തിയപ്പോൾ ഉടൻ തിരിച്ചു പോകാൻ തിരുമാനിക്കുന്നെങ്കിലും അതിനായാൾക്ക് കഴിയുന്നില്ല. ദിർഘകാലമായി മാതാവിനെ സരക്ഷിച്ചിരുന്ന അയ്‌ലെയിൽ നിന്നും, മാതാവിനും ബന്ധുക്കൾക്കും തന്നെപ്പറ്റി എന്തുമാത്രം സ്നേഹവും കരുതലും ഉണ്ടായിരുന്നു എന്ന് അയാൾക്ക് ബോദ്ധ്യ മാവുകയാണ്. അതോടൊപ്പം അവൾക്ക് തന്നോടുള്ള സ്നേഹവും ബഹുമാനവും യൂസഫ് തിരിച്ചറിയുന്നു. സുഹൃത്തുക്കൾ തന്നോടുള്ള കാണിക്കുന്ന സ്നേഹത്തിന്റെ ആഴം അയാൾ മനസ്സിലാക്കുന്നു. കിണർ കുഴിക്കാനുള്ള ഇടം അന്വേഷിച്ച് ഭൂമിയിൽ വെള്ളം തിരഞ്ഞ പിതാവിനെ ഓർമ്മിക്കുന്ന യൂസഫ്, സ്നേഹം തിരച്ചറിയുന്ന സ്വന്തം ജീവിതത്തിൽ തന്നെയാണ് വന്നെത്തുന്നത്. ഈ തിരിച്ചറിവാണ് യൂസഫ് തന്റെ ടയറിലെ ജീവിതം മുമ്പോട്ട് കൊണ്ട്പോകാൻ കാര ണമാകുന്നത്.

ബാല്യകാല ഓർമ്മകളുടെ രൂപകമായി മാറുന്ന, കോഴിക്കു ട്ടിൽ മുട്ട തിരയുന്ന കുട്ടിയിൽ നിന്നു, യൂസഫിന്റെ കൈകളിൽ മുട്ടയേൽപ്പിക്കുന്ന അയ്‌ലെയിൽ എത്തുമ്പോൾ ആ ഓർമകളുടെ സമകാലീന സാക്ഷാൽക്കാരമാണ് നാം കാണുന്നത്. സൂക്ഷ്മസൂ ചനകളുടെ അർത്ഥസമ്പന്നത കപ്ലനോഗ്ലു ചിത്രങ്ങളുടെ സവി ശേഷതയാണ്. എഗ്ഗിൽ ഇത്തരം നിരവധി സന്ദർഭങ്ങൾ നമുക്ക് എടുത്തുകാണിക്കാം. സ്ക്രീനിൽ, പ്രേക്ഷകരിലേക്ക് നടന്നു വന്ന്, തിരിച്ച് പോകുന്ന വൃദ്ധയിൽ നിന്നും ആരംഭിക്കുന്ന ചിത്രം, അവർ യൂസഫിന്റെ മാതാവ് ആയിരുന്നു എന്ന് തുടർന്ന് വരുന്ന ദൃശ്യങ്ങളിൽ നിന്നുള്ള സൂചനകളിൽ മാത്രം നാം കണ്ടെടുക്കുന്നതാണ്. പതിവ് രീതിയിൽ മാതാവിന്റെ ഫ്ലേഷ് ബേക്കുകൾ കൊണ്ട് നിറക്കാവുന്ന ചിത്രം, അവരുടെ ഒരു ഫോട്ടോയിൽ മാത്രം ഒതുക്കിക്കൊണ്ട് അവസാനിപ്പിക്കുന്നു കപ്ലനോഗ്ലു. യൂസഫും അയ് ലെയും തമ്മിലുള്ള ബന്ധവും ഈ രീതിയിൽ ദൃശ്യവൽക്കരിക്കപ്പെടുന്നു. ബലികർമ്മം ചെയ്യാനായി അവർ താമസിക്കുന്ന ഹോട്ടലിൽ രാത്രി നടക്കുന്ന നൃത്തം കാണുന്ന രണ്ടുപേരും ഏറ്റവും അകലത്തിൽ നിൽക്കുന്ന ദൃശ്യം തികച്ചും സൂക്ഷ്മമായി ആവിഷ്കരിക്കപ്പെട്ടതാണ്. സിനിമയിൽ ഇമേജുകളുടെ പ്രാധാന്യവും തീവ്രതയും എടുത്തുപറയാറുള്ള ചലച്ചി ത്രകാരനാണ് കപ്ലനോഗ്ലു. അത് തന്റെ ചിത്രങ്ങളിൽ കൃത്യമായി ഉപയോഗപ്പെടുത്താറുമുണ്ട് അദ്ദേഹം. എഗ്ഗിൽ അത്തരം നിരവധി സന്ദർഭങ്ങൾ നമുക്ക കാണാം. ജീവിതത്തിന്റെ മരുഭൂമിയിൽ നിന്ന്, ഓർമ്മകളുടെ, സ്നേഹത്തിന്റെ സൗഹൃദത്തിന്റെ, കുടുംബബന്ധങ്ങളുടെ

പച്ചപ്പുകളിലേക്ക് എത്തിച്ചേരുന്ന ചിത്രമാണ് എഗ്ഗ്.

കാലത്തിലൂടെ പിന്നോട്ട് സഞ്ചരിക്കുന്ന യൂസഫ് ചിത്രത്രയത്തിലെ രണ്ടാമത്തെ ചിത്രം മിൽക്കിൽ, മാതാവുമൊന്നിച്ചുള്ള യൂസഫിന്റെ ജീവിതത്തിലെ സങ്കീർണതകളാണ് പ്രേക്ഷകർക്ക് മുൻപിൽ എത്തുന്നത്. കവിതകൾ എഴുതി തുടങ്ങുന്ന, ജീവിതത്തെക്കുറിച്ച് പുതിയ അറിവുകൾ നേടുന്ന യൂസഫിന്റെ യൗവനകാലം. ലോകം വളരെയേറെ ചർച്ച ചെയ്ത ഒരു ദൃശ്യത്തോടെയാണ് ചിത്രം തുടങ്ങുന്നത്. വീടിനു പുറത്ത് മരങ്ങൾക്കിടയിലെ ഒരു പ്രഭാതം. പുറത്ത് മേശയ്ക്കരികിൽ എഴുതിക്കൊണ്ടിരിക്കുന്ന വൃദ്ധൻ. തൊട്ടടുത്ത മരത്തിൽ തലകീഴായി കെട്ടിയിടപ്പെട്ട നിലയിൽ പെൺകുട്ടി. അവളുടെ തലയക്ക് താഴെ പാത്രത്തിൽ തിളച്ചുകൊണ്ടിരിക്കുന്ന പാൽ. കുറച്ച് ഗ്രാമീണർ അത് നോക്കിനിൽക്കുന്നു. ഉടനെ അവളുടെ വായിൽ നിന്നും പുറത്തേക്ക് വരുന്ന പാമ്പ്. സ്ക്രീനിൽ കാണുന്നത് ഏതോ ആഭിചാരക്രിയയാണെന്ന കരുതിയവരായിരുന്നു പ്രേക്ഷകരിലും നിരൂപകരിലും മിക്കവരും. അതിന് പുതിയ അർത്ഥങ്ങൾ തേടി അവർ ആശയ കുഴപ്പത്തിലാകുകയും ചെയ്തു. ഒടുവിൽ വിശദീകരണവുമായി സംവിധായകൻ തന്നെ രംഗത്ത് വന്നു. തുർക്കിയിലെ ഗ്രാമങ്ങളിൽ പതിവായി നടക്കുന്ന ഒരു സംഭവമാണ് ചിത്രീകരിച്ചതെന്ന് അദ്ദേഹം വിശദീകരിച്ചു. ഉറങ്ങുമ്പോൾ ചിലപ്പോൾ പാമ്പുകൾ വായിലൂടെ ശരീരത്തിനകത്ത് കയറും. വളരെയധികം പാൽ കുടിച്ചു കൊണ്ടാണ് അതിനെ അവർ പുറത്താക്കാറുള്ളത്. ആ ദൃശ്യത്തിൽ നിന്നുമാരംഭിച്ച 'പാൽ 'ചിത്രത്തിന്റെ അന്ത്യം വരെ നാം കാണുന്നുണ്ട്. ഈ ദൃശ്യം ഷൂട്ട് സമയത്തെ അനുഭവം അദ്ദേഹം ഓർമ്മിച്ചിരുന്നു. പാമ്പിന്റെ മോഡലുകൾ ഉപയോഗിക്കാനായി തീരുമാനിച്ചപ്പോൾ, അസ്വാഭാവികത കാരണം അത് ഒഴിവാക്കേണ്ടി വന്നു. മറ്റ് അവശ്യങ്ങൾക്കായി കൊണ്ട് വന്ന ജീവനുള്ള പാമ്പിനെ ഉപയോഗിക്കാൻ നടി ഓസൻ ധൈര്യം കാണിച്ചു. അത് പെട്ടെന്ന് ഓടിപ്പോകാതിരിക്കാൻ പാമ്പിന്റെ ശരീര ചൂട് കുറച്ചുകൊണ്ടാണ് ചിത്രീകരണത്തിനായി ഉപയോഗിച്ചത്.

യൂസഫിന്റെ ജീവിതത്തിലെ ഒരു പ്രധാന ഘട്ടമാണ് മിൽക്കിൽ നാം കാണുന്നത്. കവിയായി അറിയപ്പെടാനും ആത്മാർത്ഥമായ സൗഹൃദങ്ങൾ ഉണ്ടാക്കാനുമുള്ള ആഗ്രഹത്തോടൊപ്പം ജീവിതത്തെക്കുറിച്ചുള്ള പുതിയ അറിവുകൾ നേടുകയും ചെയ്യുന്ന യൂസഫിനെയാണ് നാം 'മിൽക്കി' ൽ കാണുന്നത്. പിതാവിന്റെ അഭാവത്തിൽ വീട്ടിലെ കാര്യങ്ങൾ ശ്രദ്ധാപൂർവ്വം ചെയ്യുന്ന അമ്മയും മകനും. പശുക്കളെ

വളർത്തി, പാലും ചീസും വിൽപ്പന നടത്തി ജീവിതം മുമ്പോട്ട് കൊണ്ട്പോകുന്നതിനിടയിൽ തന്റെ വായനയും കവിതയെഴുത്തും സജീവമാക്കി നിർത്തുന്ന യൂസഫ്. കവിത പ്രസിദ്ധികരിക്കാൻ ഏറെ ആഗ്രഹിക്കുന്ന യൂസഫ്, അയാൾ എഴുതിയ കവിതയിലെ പെൺകുട്ടിയെപ്പറ്റി മാത്രം ചിന്തിക്കുന്ന മാതാവ്. എന്നാൽ പെൺ സുഹൃത്ത് ഇല്ലാത്ത യൂസഫ് യുവാക്കളുടെ പതിവുരീതികളിൽ നിന്നും മാറിനടക്കുന്നു. യൂസഫിന്റെ ജീവിതത്തിലെ വഴിത്തിരിവാകുന്ന മാതാവിന്റെ പുനർവിവാഹം വളരെ സൂക്ഷ്മമായി സംവിധായകൻ ദൃശ്യവൽക്കരിക്കുന്നു. കസേരകളിലെ പുത്തൻ വിരികൾ, അഴിച്ച് വെച്ച ഷൂസ്, ഒഴിഞ്ഞ കാപ്പിക്കപ്പ് എന്നീ സൂചനകളിൽ വീട്ടിൽ ഒരു മറ്റൊരു പുരുഷന്റെ സാന്നിദ്ധ്യം അടയാളപ്പെടുത്തുന്നു കപ്ല നോഗ്ലോ. വിവാഹത്തോടെ തന്നിൽ നിന്നും അകന്ന യൂസഫിനെ ആശ്വസിപ്പിക്കുന്ന മാതാവ്. അപസ്മാരം കാരണം, പട്ടാളത്തിൽ ജോലി ലഭിക്കാതെ, തന്റെ സുഹൃത്തിനെപ്പോലെ ഖനിയിൽ ജോലി ചെയ്യുന്ന യൂസഫിൽ ചിത്രം അവസാനിക്കുന്നു.

ചിത്രത്തിലൂടെ സഞ്ചരിക്കുമ്പോൾ നിരവധി സവിശേഷദൃ ശ്യങ്ങളിൽ നമ്മുടെ ശ്രദ്ധ പതിയുന്നു. സംവിധായകന് വളരെ പ്രിയപ്പെട്ട 'മിററി' ലെ ആദ്യ ദൃശ്യമാണ് അവയിലൊന്ന്. പച്ചപ്പ് നിറഞ്ഞ് വയലിൽ, വേലിക്ക് പുറത്തിരിക്കുന്ന മാതാവ്. അവിടെ വന്നിരിക്കുന്ന ഡോക്ടർ മറിഞ്ഞു വീഴുന്നു. അതേ കാഴ്ച്ച മിൽക്കിൽ ആവർത്തിക്കുന്നു. അതേ പശ്ചാത്തലത്തിൽ, വേലിക്കടുത്ത് നില്ക്കു ന്ന യൂസഫിന്റെ മാതാവ്, യൂസഫിന്റെ കവിത പ്രസിദ്ധികരിച്ച മാസികയുമായി വന്ന പോസ്റ്റ്മേൻ സൈക്കിളിൽ നിന്നും താഴെ വിഴുന്നു. തന്റെ ചലച്ചചിത്രജീവിതം മാറ്റിമറിച്ച ചിത്രമാണ് 'മിറർ' എന്ന് കപ്ലനോഗ്ലു ആവർത്തിക്കാറുണ്ടായിരുന്നു. തന്റെ പ്രിയപ്പെട്ട സംവിധായകന് നൽകുന്ന ആദരവായി ഈ ദൃശ്യം നം തിരിച്ചറി യുന്നു. ഒഴിഞ്ഞ മൈതാനത്തിലെ ഒറ്റപ്പെട്ട മരം. നിലത്ത് കിടന്ന് ഭൂമിക്കടിയിലൂടെ ഒഴുകുന്ന വെള്ളത്തിന്റെ ശബ്ദം കേൾക്കാനായി നിലത്ത് കിടന്ന് ചെവിയോർക്കുന്ന യൂസഫും പിതാവും. 'എഗ്ഗ്'ലെ പിതാവിനെക്കുറിച്ചുള്ള യൂസഫിന്റെ പരാമർശം നാം ഓർക്കുന്നു. പുഴയിൽ നിന്ന് മൽസ്യം പിടിച്ച് വീട്ടിലെത്തുമ്പോൾ യൂസഫ് കാണുന്നത്, ഇറച്ചി വൃത്തിയാക്കിക്കൊണ്ടിരിക്കുന്ന മാതാവിനെ. തന്റെ അസാന്നിദ്ധ്യം വീട്ടിൽ പ്രശ്നമല്ലെന്ന് അയാൾ തിരിച്ചറിയുന്നു. വിവാഹശേഷം തന്നിൽ നിന്നും അകന്നുപോകുന്ന മകനെ ആശ്വസി പ്പിക്കുന്ന മാതാവ് വേലിക്കരികിൽ വെച്ച് മകന്റെ മുടിയിഴകളിലൂടെ

തലോടുന്നു. ഇവയിലൂടെ യൂസഫ് ജീവിതത്തിൽ പുതിയ അറിവുകൾ നേടുകയാണ്. ഈ രീതിയിൽ ഒറ്റപ്പെട്ട ദൃശ്യങ്ങളുടെ സമഗ്രമായ കാഴ്ചകളിലൂടെ 'മിൽക്ക്' മികവാർന്ന ചലച്ചിത്ര അനുഭവമാക്കി മാറ്റുന്നു സംവിധായകൻ സെമി കപ്ലാനോഗലു.

യൂസഫിന് പട്ടാളത്തിലെ ജോലി കിട്ടാതെ പോവുന്നതിന് കാരണമായ അപസ്മാരമാണ് അയാളുടെ പിതാവിന്റെ മരണത്തിന് കാരണമാവുന്നത്. അടുത്ത ചിത്രം ഹണി തുടങ്ങുന്നത് പിതാവിന്റെ മരണത്തോടെയാണ് `Sensitivity യുമായി ബന്ധപ്പെട്ട അസുഖമാണ് അപസ്മാരമെന്നാണ് പൊതുവെ കണക്കാക്കപ്പെടുന്നത്. തന്റെ ഇഷ്ട കഥപത്രം, ഡോസ്റ്റോവിസ്കിയുടെ ഇഡിയറ്റിലെ പ്രിൻസ് മിഷ്കിനും അപസ്മാരരോഗിയായിരുന്നു എന്ന് സംവിധായകൻ ഓർമ്മിക്കുന്നുണ്ട്. അപ്പോൾ മിൽക്കിൽ യൂസഫിന്റെ മുറിയിലെ ഡോസ്റ്റോവിസ്കിയുടെ ഫോട്ടോ നമ്മുടെ ഓർമ്മയിലെത്തുന്നു.

യൂസഫ് ചിത്രത്രയത്തിലെ അവസാന ചിത്രം ഹണി 2010 ലാണ് കപ്ലനോഗ്ലു പൂർത്തിയാക്കുന്നത്. കുട്ടിക്കാലത്തെ യൂസഫിനെ ദൃശ്യവൽക്കാരി ക്കുന്നു ചിത്രം, ബാലനായ യൂസഫിന് പിതാവുമയുള്ള ബന്ധം, പിതാവിന്റെ മരണം എന്നിവ പ്രമേയമാക്കുന്നു. ദൃശ്യപരമായി ഈ പരമ്പരയിലെ ഏറ്റവും മികച്ച ചിത്രമാണ് ഹണി. ചിത്രത്തിന്റെ തുടക്കത്തിൽ തന്നെ അത് വ്യക്തമാവുന്നുണ്ട്. ഇരുളും വെളിച്ചവും കലർന്ന, കാട്ടിലെ സാന്ദ്രമായ പച്ചപ്പ്. കുതിരയുമായി നടന്നു വരുന്ന ഒരാൾ അതിനെ സ്വതന്ത്രമായി വിട്ട് കാട്ടിലൂടെ നടക്കുന്നു. മരത്തിൽ നിന്നും ഇറ്റുവീഴുന്ന ജലാംശം രുചിച്ച് നോക്കിയ ശേഷം, കൈയിലിരുന്ന കയറെടുത്ത് മരത്തിനു മുകളിലേക്ക് എറിയുന്നു. കുരുക്കിട്ട്, മുകളിലേക്ക് കയറാൻ തുടങ്ങുമ്പോൾ കമ്പ് പൊട്ടി അയാൾ താഴെ വീഴുന്നു. ഇങ്ങനെ, യൂസഫിന്റെ പിതാവ് യാക്കുബിന്റെ അന്ത്യത്തിലാരംഭിക്കയും അവസാനിക്കുകയും ചെയ്യുന്നു ഹണി. അതിനിടയിൽ, പിതാവുമൊന്നിച്ചുള്ള യൂസഫിന്റെ ബാല്യകാലജീവിതം. തേൻ ശേഖരിച്ച് വിൽപ്പന നടത്തി ജീവിക്കുന്ന കുടുംബത്തിൽ മാതാവിനും പിതാവിനുമൊപ്പം യൂസഫും സഹായിയായിട്ടുണ്ട്. . മിൽക്ക്, യൂസഫും മാതാവുമായുള്ള ബന്ധമാണ് ആവിഷ്കരിക്കുന്നെങ്കിൽ, ഹണിയിൽ പിതാവുമൊന്നിച്ചുള്ള ജീവിതമാണ് നാം കാണുന്നത്. യൂസഫിന്റെ സ്വഭാവത്തിൽ മുൻചിത്രങ്ങളിൽ നാം കാണുന്ന സവിശേഷതകൾ, ഹണിയിൽ ആരംഭിക്കുന്നു. ക്ലാസിൽ മികച്ച വിദ്യാർത്ഥിയാകാൻ ആഗ്രഹിക്കുന്നെങ്കിലും അതിന് കഴിയാതെ മറ്റുള്ളവരിൽ നിന്നും എപ്പോഴും ഒറ്റപ്പെട്ട് കഴിയുന്ന അവൻ പ്രകൃതിയോട് ഏറ്റവും അടുത്ത്

നിൽക്കുന്നു. നിഷ്കളങ്കമായ സ്നേഹം എപ്പോഴും മനസ്സിൽ സൂക്ഷിക്കുന്ന, കവിതയും സ്വപ്നങ്ങളും ഇഷ്ടപ്പെടുന്ന കവിയെന്ന രീതിയിൽ യൂസഫിന്റെ ജീവിതം തുടങ്ങുന്നത് ഹണിയിലാണ്.

ഇവയ്ക്കൊപ്പം ഹണി ആവിഷ്കരിക്കുന്ന ഗ്രാമീണ ജീവിതത്തിന്റെ സമ്പന്നതയും സമഗ്രതയും ശ്രദ്ധേയമാണ്. യാക്കൂബിനായി കയറുണ്ടാക്കിക്കൊടുക്കുന്ന സുഹൃത്തും അയാളുടെ മകനും,യാക്കൂബിനെ കാണാതായപ്പോൾ ഉൽക്കണ്ഠയോടെ തിരയുന്ന ഗ്രാമത്തിലെ സാധാരണക്കാരുമൊക്കെ ഈ കാഴ്ച്ച പൂർത്തിയാക്കുന്നുണ്ട്. ഇമേജുകളുടെ സൂക്ഷ്മമായ ഉപയോഗം കപ്ലണോഗ്ലോ ചിത്രങ്ങളുടെ സവിശേഷതയാണ്. ഹണിയിൽ അത് വളരെ സജീവമാകുന്നു. ദൃശ്യങ്ങൾക്കൊപ്പം ചേർന്ന് നിൽക്കുന്ന കാടിന്റെ സൂക്ഷ്മശബ്ദങ്ങൾ നമ്മെ പ്രകൃതിയോട് ഏറെ അടുപ്പിച്ച് നിർത്തുന്നുണ്ട്. വെള്ളത്തിൽ പ്രതിബിംബിക്കുന്ന ചന്ദ്രനെ കൈകളിൽ എടുക്കാൻ ശ്രമിക്കുന്ന കാഴ്ച്ച നമ്മെ, കപ്ലാനോഗ്ലോവിന്റെ ഇഷ്ടസംവിധായകൻ തർക്കോവസ്കിയുടെ 'ഇവാൻസ് ചൈൽഡ്ഹുഡ്' ഓർമ്മിപ്പിക്കുന്നു. പിതാവിനെ അന്വേഷിച്ച് കാട്ടിലൂടെ നടന്ന് ക്ഷീണിച്ച യൂസഫ്, മരത്തിന് താഴെ ഇരുന്ന് ഉറങ്ങുന്ന കാഴ്ചയിൽ ചിത്രം അവസാനിക്കുമ്പോൾ, യൂസഫിന് സാന്ത്വനമായി മാറുന്ന പ്രകൃതിയിലാണ് നാം വന്നുനിൽക്കുന്നത്. ഹണി മികച്ച ചിത്രത്തിനുള്ള പുരസ്കാരങ്ങൾക്ക് പുറമെ ഛായാഗ്രഹണത്തിന് ചിത്രത്തിന്റെ ക്യാമറാമേൻ ബാരിഗ് ഓസ്ബിഷറിന് അവാർഡുകൾ നേടിക്കൊടുത്തിരുന്നു.

യൂസഫ് ചിത്ര ത്രയം, യൂസഫിന്റെ ജീവിതം സമഗ്രതയോടെ ആവിഷ്കരിക്കുന്നുണ്ട്. വിപരീതക്രമത്തിൽ, മദ്ധ്യവയസ്സ്, യൗവ്വനം, ബാല്യം ഈ മൂന്ന് ഘട്ടങ്ങളുടെ ചിത്രീകരണം, യൂസഫ് എന്ന വ്യക്തിയുടെ സവിശേഷ സ്വഭാവങ്ങളോടെയുള്ള ജീവിതത്തിന്റെ കാഴ്ച്ചകൾ നമുക്ക് മുമ്പിൽ എത്തിക്കുന്നു. നേരത്തെ സൂചിപ്പിച്ചതുപോലെ ഇത് സംവിധായകന്റെ ജീവിതം തന്നെയാണ്. തന്റെ ഓർമ്മകളിൽ നിന്നും അനുഭവങ്ങളിൽ നിന്നുമാണ് ഈ ചിത്രങ്ങൾ കൃത്യമായി രൂപപ്പെട്ടത് എന്ന് അദ്ദേഹം പറഞ്ഞിരുന്നല്ലൊ. തുർക്കി സിനിമയുടെ മാത്രമല്ല, ലോക സിനിമയുടെ എക്കാലത്തെയും മികച്ച കാഴ്ചയായി യൂസഫ് ചിത്രത്രയം മാറുന്നു.

കപ്ലനോഗ്ലു ചിത്രങ്ങളിൽ പ്രമേയങ്ങൾക്ക് ഏറെ ഊർജ്ജം പകരുന്ന സജീവസാന്നിധ്യമാണ് പ്രകൃതി. 2017 ൽ അദ്ദേഹം സംവിധാനം നിർവ്വഹിച്ച ഗ്രെയിൻ, പ്രകൃതിയും മനുഷ്യനും

തമ്മിലുണ്ടാവേണ്ട ആത്മീയ ബന്ധം അടിവരയിടുകയാണ്. ജനിതകമാറ്റം വരുത്തിയ വിത്തുകൾ ഉപയോഗിച്ച് നടത്തിയ കൃഷിയുണ്ടാക്കിയ നാശം ആവിഷ്കരിച്ച് ആരംഭിക്കുന്ന ഗ്രെയിൻ, പിന്നീട് എത്തുന്നത് പ്രകൃതിയും മനുഷ്യനും തമ്മിലുണ്ടാവേണ്ട ബന്ധത്തെക്കുറിച്ചുള്ള ഗൗരവതരമായ ചർച്ചയിലാണ്. മനുഷ്യനിലെ നന്മകൊണ്ട് മാത്രമേ പ്രകൃതിയെ സംരക്ഷിക്കാൻ കഴിയുകയുള്ളൂ എന്ന സത്യം ബോദ്ധ്യപ്പെടുത്തിക്കൊണ്ടാണ് ഗ്രെയിൻ അവസാനിക്കുന്നത്. സമീപ ഭാവിയിൽ സംഭവിക്കാൻ സാദ്ധ്യതയുള്ള കാഴ്ച്ചകൾ ആണ് ചിത്രം പ്രേക്ഷകർക്കായി ഒരുക്കിയിരിക്കുന്നത്. വൻ പരീക്ഷണശാലയിൽ നിരീക്ഷണത്തിലുള്ളവരുടെ കാഴ്ച, അഭയാർത്ഥികളായി മാറ്റിനിർത്തപ്പെട്ടവരുടെ യാത്ര, അതിർത്തി തെറ്റിക്കുന്നവരുടെ ദാരുണ അന്ത്യം തുടങ്ങിയ കാര്യങ്ങൾ സിനിമ ദൃശ്യവൽക്കരിക്കുന്നു. ലോകം ഇന്ന് അഭിമുഖീകരിച്ചു കൊണ്ടിരിക്കുന്ന പ്രധാനപ്രശ്നങ്ങളിലൊന്നായ അഭയാർത്ഥി സഞ്ചാരങ്ങളിൽ നിന്നും ചിത്രം തുടങ്ങുന്നു. ജനിതകമാറ്റം വരുത്തിയ വിത്തുകൾ ഉപയോഗിച്ചുമൂലമുണ്ടായ കൃഷിനാശം ചർച്ച ചെയ്യുന്ന കോർപ്പറേറ്റ് ലോകം, അത് എതിർത്ത ശാസ്ത്രജ്ഞൻ നേരിട്ട ദുരന്തങ്ങൾ എന്നിവ ചിത്രത്തിന്റെ ആദ്യ ഭാഗത്ത് നാം കാണുന്നു. ജനിതകവിത്തുകൾ മണ്ണിനുണ്ടാക്കുന്ന അപകടങ്ങൾ പഠനവിധേയമാക്കി പ്രബന്ധം തയ്യാറാക്കി, കോർപ്പറേറ്റ് ലോകത്തിന്റെ ശത്രുവായി അപ്രത്യക്ഷനായ ശാസ്ത്രജ്ഞൻ സെമിൽ എക്കർമാനെ അന്വേഷിച്ചിറങ്ങിയ വിത്തുശാസ്ത്രജ്ഞൻ എറോൾ എറിൻ, ഏക്കർമാൻ നേരിട്ട ദുരന്തങ്ങൾ നേരിട്ട് കാണുന്നു. ശത്രുക്കൾ തീയിട്ട വീട്ടിൽ വെന്തുമരിച്ച ഭാര്യ, പൊള്ളലേറ്റ മകൾ എന്നിവരുടെ കഥകൾ അയാൾ അറിയുന്നു. ഒടുവിൽ ഏക്കർമാൻ മരണതാഴ്വരയിലുണ്ട് എന്നറിഞ്ഞ എറിൻ, അയാളെ അന്വേഷിച്ച് അപകടകരമായ ഒരു യാത്രയ്ക്ക് തയ്യാറാവുകയാണ്. ജന്മനാടുകളിൽ നിന്നും പുറത്താക്കപ്പെട്ട അലിസും ആന്ദ്രെയും ഒന്നിച്ചുള്ള ദീർഘവും ദുർഘടവുമായ ഈ യാത്രയിൽ അയാൾ ഏക്കർമേനെ കണ്ടെത്തുന്നു.

തുടർന്ന് എക്കെർമേനൊമൊന്നിച്ച് എറിൻ നടത്തുന്ന യാത്രയിലാണ് ജനിതകവിത്തുകളുണ്ടാക്കിയ ദുരന്തങ്ങൾ നാം അഭിമുഖീകരിക്കുന്നത്. വിത്തുകൾ മണ്ണിലുണ്ടാക്കിയ നാശം, അമ്ലമഴ തുടങ്ങിയവയുടെ കാഴ്ചകൾ, പരിശുദ്ധമായ മണ്ണ് സൂക്ഷിച്ച ദേവാലയം, പകർച്ചവ്യാധി ഉണ്ടാക്കിയ മനുഷ്യശവകൂനകൾ തുടങ്ങിയവ നമുക്ക് നാശങ്ങളുടേയും അവയിൽ നിന്നുള്ള മോചനമാർഗ്ഗങ്ങളുടേയും വഴികൾ കാണിച്ചു തരുന്നുണ്ട്. ഗോതമ്പോ ജിവനോ എന്ന

ചോദ്യത്തിന് മുമ്പിൽ ജീവൻ അവഗണിച്ച് ഗോതമ്പ് തിരഞ്ഞെടുക്കുന്ന വിത്തുശാസ്ത്രജ്ഞൻ എറിലിനെ കാണുന്ന നാം, ചിത്രത്തിന്റെ അവസാനഭാഗത്ത്, ഗോതമ്പ് തന്നെ ജിവനായി മാറുന്നതാണ് കാണുന്നത്.

മനുഷ്യൻ വിത്തുകളിൽ ജനിതകമാറ്റം വരുത്തുമ്പോൾ, മനുഷ്യനും ജനിതകമാറ്റം വരുന്നു എന്ന് നിരീക്ഷിക്കുന്ന എക്കർ മേൻ വലിയ ഒരു സത്യത്തിലേക്കാണ് നമ്മെ എത്തിക്കുന്നത്. മനുഷ്യന്റെ അസ്തിത്വവും അവന്റെ രീതികളുമാണ് മറ്റെല്ലാ ജീവജാലങ്ങളിലും അചേതന വസ്തുക്കളിലും കാണുന്നതെന്ന് കൂട്ടിച്ചേർക്കുന്ന അയാൾ, മനുഷ്യകണം (human molecule) എന്ന സങ്കല്പത്തിൽ ആണ് ചെന്നെത്തുന്നത്. ആത്മിയമായി ലോകത്തെ കാണുക, ജീവിതത്തിൽ നന്മ ചെയ്യുക തുടങ്ങിയ സൂഫിസത്തിന്റെ വഴികളിലാണ് ഗ്രെയിൻ പ്രേക്ഷകരെ എത്തിക്കുന്നത്. സമകാലികപ്രസക്തിയുള്ള 'വിത്തുകളിലെ ജനിതകമാറ്റം' എന്ന ആശയത്തിലൂടെ, മനുഷ്യനന്മയിലും ആത്മീയതയിലും എത്തിച്ചേരുന്ന അപൂർവമായ ആവിഷ് കാരമായ ഗ്രെയിൻ, തർക്കോവ്സ്കി ചിത്രം 'സ്റ്റോക്കർ' ഓർമ്മിപ്പിക്കുന്നു. അതും മനുഷ്യനന്മയുടെ പാഠങ്ങളാണല്ലോ നമുക്ക് നൽകുന്നത്. 'സ്റ്റോക്കർ' പോലെ ആദ്യപകുതി സയൻസ് ഫിക്ഷനും രണ്ടാം പകുതിയിൽ തത്വശാസ്ത്രചർച്ചകളും ഇവിടെയും ആവർത്തിക്കുന്നു. ഖുറാനിലെ 'അൽ ഖാഫ്', (the cave) എന്ന ഭാഗം പറയുന്നത് നാമെപ്പോഴും നമ്മുടെ അകത്തേക്ക് നോക്കി ക്കൊണ്ടിരി ക്കണമെന്നാണ്. ഈ ഖുറാൻ ഭാഗമാണ് ഗ്രെയിനിന്റെ അടിസ്ഥാനമെന്ന് അഭിമുഖത്തിൽ കപ്ലനോഗ്ലു പറയുന്നുണ്ട്. നമ്മുടെ മനസ്സിനകത്ത് രൂപപ്പെടുന്ന, ദേഷ്യം, അത്യാഗ്രഹം, ദുരഭിമാനം ഇവ ആത്മാവിനുണ്ടാക്കുന്ന നാശം, നാം പ്രകൃതിയുടെ നേർക്കും പ്രയോഗിക്കുന്നു.

മറ്റ് കപ്ലനോഗ്ലു ചിത്രങ്ങൾ പോലെ ഗ്രെയിനും ദൃശ്യപരമായി ഏറെ ശ്രദ്ധേയമാണ്. ദുരന്തകാഴ്ചകൾ നിറങ്ങളിലല്ല ചിത്രീകരിക്കേണ്ടതെന്ന് തിരിച്ചറിഞ്ഞ കപ്ലനോഗ്ലു, കറുപ്പിലേയും വെളുപ്പിലേയും മികച്ച ദൃശ്യസാധ്യതകൾ ചിത്രത്തിൽ ഉപയോഗിക്കുന്നുണ്ട്. മൈതാനത്തിൽ കത്തിക്കൊണ്ടിരിക്കുന്ന ഒറ്റപ്പെട്ട മരം എറിലിന്റെ സ്വപ്നത്തിലാണ് വരുന്നത്. അതിനുള്ളിൽ നിന്ന് ഒരാൾ തന്നെ വിളിക്കുന്നതായി അയാൾക്ക് തോന്നുന്നു. ഒരിക്കലും താൻ കണ്ടിട്ടില്ലാത്ത മാതാപിതാക്കൾക്കൊപ്പം, തനിക്കില്ലാത്ത ഭാര്യക്കും മക്കൾക്കുമൊപ്പം സന്തോഷകരമായി ജീവിക്കയായിരുന്നു അപ്പോൾ അയാൾ. പരിസ്ഥിതി നേരിടുന്ന ദുരന്തത്തിന്റെ കാഴ്ചയായാണ് നാം ഇതു

സ്വീകരിക്കുന്നത്. 'ഹണി' ക്ക് ശേഷം നടത്തിയ ലോകയാത്രയാണ് തന്നെ ഗ്രെയിനിലെത്തിച്ചതെന്ന് കപ്ലനോഗ്ലു വെളിപ്പെടുത്തുന്നു. യാത്രയിൽ താൻ കണ്ട, അഭയാർത്ഥികളുടെ പലായനങ്ങൾ, പകർച്ച വ്യാധികൾ, പ്രകൃതിനാശം, വിളനാശം ഇവയൊക്കെ മനുഷ്യനിർമ്മിതമാണ് എന്ന തിരിച്ചറിവ്, മനുഷ്യനും പ്രകൃതിയും ഒന്നാവണം അറിവിലേക്ക് നമ്മെ എത്തിക്കുന്നു. അതുകൊണ്ട് തന്നെ നാം എപ്പോഴും നമ്മുടെ ഉള്ളിലേക്ക്തന്നെ നോക്കിക്കൊണ്ടിരിക്കേണം എന്നും കപ്ലനോഗ്ലു പറയുന്നു. ഇത്തരം ഒരു തിരിച്ചറിവാണ്'ഗ്രെയിൻ' എന്ന ലോകപ്രസിദ്ധ ചിത്രത്തിലേക്ക് അദ്ദേഹത്തെ എത്തിച്ചത്. വരാനിരിക്കുന്ന ദുരന്തം മുൻകൂട്ടി തിരിച്ചറിഞ്ഞ്, എപ്പോഴും മനസ്സിനകത്തേക്ക് നോക്കിക്കൊണ്ട്, നന്മകൾ മാത്രം ചെയ്ത് ജീവിക്കാൻ ഗ്രെയിൻ നമ്മോട് ആവശ്യപ്പെടുന്നു.

കപ്ലനോഗ്ലുവിന്റെ ഏറ്റവും പുതിയ ചിത്രം, 2019 ൽ അദ്ദേഹം സംവിധാനം ചെയ്ത കമിറ്റ്മെന്റ് ആണെന്ന് സൂചിപ്പിച്ചിരുന്നല്ലോ. അഡാനി (Adani) അന്താരാഷ്ട്ര ചലച്ചിത്രമേളയിൽ മികച്ച ചിത്രം, ബോസ്ഫറസ് (Bosphorous) മേളയിൽ മികച്ച സംവിധായകൻ എന്നീ പുരസ്കാരങ്ങൾ നേടിക്കൊടുത്ത 'കമിറ്റ്മെന്റ്' ആ വർഷത്തെ അക്കാദമി പുരസ്കാരത്തിനായി തുർക്കിയിൽ നിന്നുള്ള നോമിനേഷൻ ആയിരുന്നു. ആധുനിക കാലത്ത് ഒരു സ്ത്രീ അമ്മയായിത്തീരുമ്പോൾ ജീവിതത്തിൽ അനുഭവിക്കുന്ന സംഘർഷങ്ങൾ ദൃശ്യവൽക്കരിക്കുന്ന ചിത്രം തന്റെ ചുറ്റുപാടുകളുമായി ഇടപഴകുമ്പോൾ സ്ത്രീകൾ നേരിടുന്ന ദുരന്തത്തിന്റെ തീവ്രമായ ആവിഷക്കാരമാണ്. അസ്ലിയെന്ന ധനികയായ സ്ത്രീകഥാപാത്രത്തിൽ കേന്ദ്രീകരിക്കുന്ന ചിത്രം, പ്രസവശേഷം കുട്ടിയെ സംരക്ഷിക്കാനായി അവർ ഗൾനിഹാലിനെ നിയോഗിക്കയും അത് അവർക്കുണ്ടാക്കുന്ന പ്രശ്നങ്ങളുടേയും കാഴ്ചകളിലേക്കാണ് പ്രേക്ഷകരെ എത്തിക്കുന്നത്. ഇത് തുർക്കി സ്ത്രീകൾ മാത്രം നേരിടുന്ന പ്രശ്നങ്ങൾ അല്ലെന്നും ആധുനിക ലോകത്തിലെ ഏതൊരു സ്ത്രീയും അഭിമുഖീകരിക്കുന്ന പ്രതിസന്ധി കളാണെന്നും ചിത്രം അടിവരയിടുന്നു. ചിത്രത്തേക്കുറിച്ച്, കപ്ലാനോഗ്ലോവിന്റെ വിശദീകരണം ഇങ്ങനെയാണ്: "നാം ജീവിക്കുന്ന ഈ ലോകത്തിൽ സ്ത്രീകൾ വളരെയേറെ പ്രയാസപ്പെടുന്നുണ്ട്. ഒരു ഭാഗത്ത് സ്വന്തം ജോലിയും അതിന്റെ സങ്കീർണ്ണതകളും, മറു ഭാഗത്ത് ഭർത്താവ്, കുട്ടികൾ എന്നിവരടങ്ങുന്ന കുടുംബത്തിലെ പ്രശ്നങ്ങൾ, ഇവയ്ക്കിടയിൽ കുടുങ്ങിക്കിടക്കുന്ന ജീവിതം. ഈ രണ്ട് ലോകങ്ങളും ഒരേ പോലെ ശ്രദ്ധിച്ചുപോകുക പ്രയാസകരം തന്നെയാണ്. ഈ

ചിത്രം വഴി, എന്നെ ഞാനാക്കിയ മാതാവിന് നന്ദിപറയുകയാണ് ഞാൻ കമിറ്റ്മെന്റ് സംവിധാനം ചെയ്യുമ്പോൾ തന്റെ മാതാവ് ജീവിതത്തിൽ നേരിട്ട വിഷമങ്ങളായിരുന്നു കപ്ലനോഗ്ലുവിന്റെ മനസ്സിൽ ഉണ്ടായിരുന്നത്.

തന്റെ മകൾ തന്നിൽ നിന്നും അകന്നുപോയ്ക്കൊണ്ടിരിക്കുന്നതും അവളെ വളർത്തുന്ന ഗൾനിഹാലെന്ന സ്ത്രീയുമായി ബന്ധം സ്ഥാപിക്കുന്നതും അസൂയയോടെ മാത്രം കാണുന്ന അമ്മ. മകൾ സെയ്നെപ്പിന്റെ കാഴ്ചയിലൂള്ള ലോകമാണ് ഇതിൽ വരച്ചിട്ടിരിക്കുന്നത് എന്നത് ചിത്രത്തിന്റെ സവിശേഷതയാണ്. അതുകൊണ്ടാണ് ചിത്രത്തിലെ നായികയും അതിന്റെ സംവിധായികയും ഒരു വയസ്സുകാരി സെയ്നെപ്പാണെന്ന കപ്ലനോഗ്ലു സൂചിപ്പിക്കുന്നത്. വാക്കുകളുടെ സഹായമില്ലാതെ, വെറും ഒരു വയസ്സുമാത്രമുള്ള കുട്ടി ലോകവുമായി സംവദിക്കുന്നതും ലോകത്തോട് ചേർന്നു നിൽക്കുന്നതും ചിത്രം നമുക്ക് കാട്ടിത്തരുന്നു. തന്റെ പതിവു പ്രമേയങ്ങളിൽ നിന്നും വ്യത്യസ്തമായി, കുടുംബബന്ധങ്ങളിലെ പ്രതിസന്ധികളും സങ്കീർണ്ണതകളും കൈകാര്യം ചെയ്യുന്ന മൂന്ന് ചിത്രങ്ങളോടെ, കമിറ്റ്മെന്റ് ചിത്രത്രയം മറ്റൊരു കപ്ലനോഗ്ലു അനുഭവമായി മാറുമെന്ന് നമുക്ക് പ്രതീക്ഷിക്കാം.

മനുഷ്യനും പ്രകൃതിയും തമ്മിലുള്ള ബന്ധം മറക്കാതിരിക്കുക:

അഭിമുഖം: സെമി കപ്ലനോഗ്ലു

ഗ്രെയിനിന്റെ പ്രദർശനത്തിനു ശേഷം, സ്ക്രീൻ ഡെയിലി ലേഖകൻ വ്ളാഡൻ പെറ്റ്കോവിച് സംവിധായകൻ സെമി കപ്ലനോഗ്ലുവുമായി നടത്തിയ അഭിമുഖം.

ചോദ്യം: താങ്കളുടെ അവസാന ചിത്രം 'ഹണി' പുറത്ത് വന്ന് ഏഴ് വർഷങ്ങൾ കഴിഞ്ഞു. ഗ്രെയിനിലും അതേ കാവ്യാത്മകമായ പ്രമേയങ്ങൾ ആണ് താങ്കൾ കൈകാര്യം ചെയ്യുന്നത്. ഈ പദ്ധതിക്ക് പിന്നിലെ ഉദ്ദേശ്യം എന്തായിരുന്നു ?

കപ്ലനോഗ്ലു: ഹണിക്ക് ശേഷം ലോകത്തിലെ പല രാജ്യങ്ങളും ഞാൻ സന്ദർശിച്ചിരുന്നു. പരിസ്ഥിതിക്ക് നാശമുണ്ടാക്കുന്ന പല സന്ദർഭങ്ങളും സംഭവങ്ങളും ഞാൻ നേരിട്ടുകണ്ടു. നമ്മുടെ വിഭവങ്ങൾ നാം തന്നെയാണ് നശിപ്പിച്ചു കൊണ്ടിരിക്കുന്നത് എന്ന് തിരിച്ചറിഞ്ഞു. പലയിടങ്ങളിലും യുദ്ധങ്ങൾ നടക്കുന്നു. അത് പ്രകൃതിയ്ക്ക്

നാശങ്ങളുണ്ടാക്കുന്നു. പലായനം ചെയ്യുന്ന അഭയാർത്ഥികൾ, വരൾച്ച, വിശപ്പ്. ഇവ നമ്മുടെ പുറം ലോകത്ത് നടക്കുന്ന കാഴ്ചകൾ മാത്രമാണ്. നമ്മുടെ ഉള്ളിലേക്ക് നോക്കിയാലോ, മാനസികമായി എന്തൊക്കെ പീഡനങ്ങളാണ് നാം അനുഭവിക്കുന്നത് ? അവ തന്നെയാണ് പുറത്തും നാം കാണുന്നത്. ദേഷ്യം, അത്യാഗ്രഹം, ദുരഭിമാനം എന്നിവ മൂലം നമ്മുടെ ആത്മാവിന് നാം ഉണ്ടാക്കുന്ന നാശം പ്രകൃതിയുടെ നേർക്കും പ്രായോഗിക്കുകയാണ്.

മനുഷ്യനും പ്രകൃതിയും വേർപിരിക്കാൻ ആകാത്ത വിധം ഒന്നിച്ച് ചേരുന്നുണ്ട് എന്ന കാര്യം നാം മറക്കുന്നു. ഇത്തരമൊരു ബന്ധം തിരിച്ചറിയുമ്പോൾ ഈ പ്രപഞ്ചത്തിലുള്ളതെല്ലാം എങ്ങനെയാണ്നിലനിൽക്കുന്നതെന്ന് നമുക്ക് ബോദ്ധ്യപ്പെടും. എന്നാൽ വെറുതെയിരുന്നാൽ ഇത്തരം തിരിച്ചറിവുകളിലേക്ക് നാം എത്തില്ല. ഇതിനായി നാം നമ്മുടെ അകത്തേക്ക് ഒരു യാത്ര നടത്തുക തന്നെ ചെയ്യേണം. ഇത്തരത്തിലുള്ള തീവ്രമായ യാത്രകൾ ഖുറാനിലെ അൽ ഖാഫിലുണ്ട്, പരമമായ സത്യം തേടിപ്പോയ പ്രവാചകന്റെ അനുഭവങ്ങളിൽ ഉണ്ട്. ഇതാണ് ഗ്രെയിനിന് അടിസ്ഥാനമായത്.

ചോദ്യം: 'ഗ്രെയിൻ' ആണ് താങ്കളുടെ ഏറ്റവും സങ്കീർണവും താങ്കൾക്ക് ഏറ്റവും ഇഷ്ടപ്പെട്ടതുമായ പദ്ധതി. ചിത്രത്തിന്റെ നിർമ്മാണത്തിൽ താങ്കൾ നേരിട്ട വെല്ലുവിളികൾ എന്തൊക്കെയായിരുന്നു ?

കപ്ലനോഗ്ലു: ഗ്രെയിൻ പൂർത്തിയാക്കാൻ അഞ്ച് വർഷങ്ങളെടുത്തു. ചിത്രത്തിന് യോജിച്ച ലൊക്കേഷനുകൾ കണ്ടെത്തുക പ്രധാന ജോലിയായിരുന്നു. അതോടൊപ്പം ഞാൻ തിരക്കഥ എഴുതിത്തുടങ്ങുകയും ചെയ്തു. ഞാൻ മനസ്സിൽ കണ്ട സ്ഥലങ്ങൾ പല പ്രത്യേകതകളോടെ, പല ഭൂഖണ്ഡങ്ങളിൽ വ്യാപിച്ച് കിടക്കുകയായിരുന്നു. മനസ്സിലുള്ള നഗരം കണ്ടെത്തിനായി എനിക്ക് പലയിടങ്ങൾ അന്വേഷിക്കേണ്ടി വന്നു, Detroit,Cologne, Wuppertal, തുടങ്ങിയവ. അനറ്റോലിയൻ നഗരം Kony യിലെ ചില അത്യന്താധുനിക കെട്ടിടങ്ങളും ഇവയിൽ ഉൾപ്പെടുത്തി. സ്ക്രീനിലേക്ക് ആവശ്യമായ സെറ്റുകൾ, മദ്ധ്യ അനറ്റോളിയയിലെ പ്രകൃതിദൃശ്യങ്ങളിൽ നിന്നും ക്രമീകരിച്ചു. ഇതേ സമയം ഞാൻ തിരക്കഥ പൂർത്തിയാക്കിക്കൊണ്ടിരിക്കുകയായിരുന്നു. ഞാൻ എഴുതിയ പലതും യാഥാർത്ഥ്യമായിക്കൊണ്ടിരിക്കുന്നത് എനിക്ക് കാണാൻ കഴിഞ്ഞു. അഭയാർത്ഥികളുടെ പലായനം, അതിർത്തികൾ മതിൽ കെട്ടി അടക്കുന്ന രാജ്യങ്ങൾ, മുങ്ങുന്ന അഭയാർത്ഥി

ബോട്ടുകൾ, കരയിലേക്ക അടിഞ്ഞുകയറുന്ന ശവശരീരങ്ങൾ, ജി. എം. ഒയിൽ ഒളിഞ്ഞിരിക്കുന്ന അപകടങ്ങൾ, വനനശീക രണവും അതു കാരണമായി ഉണ്ടാകാൻ പോകുന്ന മരുഭൂമികളും. ഇവയൊക്കെ തിരക്കഥയിലുള്ളത് പോലെ ലോകത്ത് സംഭവിച്ച് വരികയായിരുന്നു.

ചിത്രീകരണസമയത്തെ ഒരു പ്രധാന പ്രശനം സെറ്റ് ഡിസൈനർ നാസ് എര്യാദ നിർമ്മിച്ച കോസ്റ്റ്യൂമും മറ്റും ഷൂട്ടിങ് ലൊക്കേഷ നുകളിൽ എത്തിക്കുന്നതായിരുന്നു, കാരണം ഒരിക്കലും രണ്ടു രാത്രികൾ ഒരിടത്തും ഞങ്ങൾക്ക് തങ്ങേണ്ടിയിരുന്നില്ല. മറ്റൊന്ന് റോഡുകളില്ലാത്ത അനറ്റോലിയൻ സ്റ്റെപ്പികളിലൂടെ ലൊക്കേഷ നുകളിലേക്ക് പോകുന്നതായിരുന്നു.

ചോദ്യം: ഇത് താങ്കളുടെ ആദ്യ ഇംഗ്ലീഷ് ചിത്രമാണ്, അതും അന്താരാഷ്ട്ര അഭിനേതാക്കളുമായി. എങ്ങനെയാണ് അവരെ പ്രത്യേകിച്ച് ഷീൻ മാക് ബാർ, എർമിൻ ബ്രാവോ എന്നിവരെ തിരഞ്ഞെടുത്തത് ?

കപ്ലനോഗ്ലു: അന്താരാഷ്ട്ര ചിത്രം ആവണമെന്ന് എനിക്ക് ഉദ്ദേ ശമുണ്ടായിരുന്നില്ല. എന്നാൽ സ്ക്രിപറ്റിലും കഥയിലും പല രാജ്യങ്ങളിലെ ആളുകൾ ഉൾപ്പെടുന്നത് കാരണം, ചിത്രത്തിന് ഒരു പൊതുഭാഷ വേണമായിരുന്നു. അത് ഇംഗ്ലീഷായി എന്നു മാത്രം. തുടക്കം മുതലേ നടൻ, ഷീൻ മാക് ആയിരിക്കണ മെന്ന് ഞാനുറപ്പിച്ചിരുന്നു, കാരണം അദ്ദേഹം വളരെ അച്ചടക്കമുള്ള, സെൻസിറ്റീവ് ആയ, ധൈര്യശാലിയായ നടനാണ്. അതു പോലുള്ള മറ്റൊരാളെ കണ്ടെത്തുക എളുപ്പമല്ല. പല നാളത്തെ അന്വേഷണത്തിനൊടുവിലാണ് എർമിനെ കണ്ടെത്തിയത്. പുരസ്കാരജേതാക്കളായ നടി ക്രിസ്റ്റിൻ ഫ്ലട്ടർ, നടൻ ഗ്രിഗറി ഡോബ്രിഗിൻ എന്നിവർ, അഭിനയിക്കണമെന്ന എന്റെ അഭ്യർ ത്ഥന തള്ളിക്കളഞ്ഞില്ല. എല്ലാ ചുറ്റുപാടുകളിലും ഒന്നിച്ച് നിന്ന ക്രൂവിനോട് എനിക്ക് അകമഴിഞ്ഞ നന്ദിയുണ്ട്.

ചോദ്യം: യൂറോപ്പിലെ സിനിമാ നിർമ്മാണ ചുറ്റുപാടുകളെക്കുറിച്ച് എന്തു പറയുന്നു, പ്രത്യേകിച്ച് തുർക്കിയിലെ അവസ്ഥയുമായി തരതമ്യപ്പെടുത്തുമ്പോൾ ?.

കപ്ലനോഗ്ലു: പ്രധാന പ്രശ്നം വിതരണമാണ്. ഗ്രെയിൻ ക്രിയാത്മക മായി വിലയിരുത്തുന്ന പ്രേക്ഷകർ ഉണ്ടാവണമെന്ന്, പ്രത്യേകിച്ച്

യൂറോപ്പിൽ ഉണ്ടാവണമെന്ന് എനിക്ക് വലിയ ആഗ്രഹമുണ്ട്. മനുഷ്യൻ അഭിമുഖീകരിക്കുന്ന വേദനയും മറ്റ് പ്രശ്നങ്ങളും വ്യാഖ്യാനിക്കുന്ന ഈ ചിത്രം എല്ലാവർക്കും കാണാൻ കഴിയുമെന്ന് എങ്ങനെ ഉറപ്പിക്കാം ? ചിത്രത്തിന്റെ ഭാഗമായ എല്ലാവർക്കും ഇതേ അഭിപ്രായമാണുള്ളത്. നമ്മുടെ ലോകം ഇന്ന് പല രീതിയിൽ വിഭജിക്കപ്പെട്ടി രിക്കയാണ്. പുതിയ കാലത്തെ ഡിജറ്റൽ ഡിസ്ട്രിബ്യൂഷൻ നെറ്റ് വർക്കിങ്ങ് കൊണ്ട് ഇത് പരിഹരിക്കാൻ പറ്റുമോ ? ഇത് കൊണ്ട് ആർക്കാണ് പ്രയോജനം ? ഇവയൊക്കെ ചിന്തിച്ചേ പറ്റൂ.

(സമകാലീന മലയാളം വാരിക, 2020 ജൂൺ 1)

സോറി, വി മിസ്ഡ് യു: പുത്തൻ സാമ്പത്തികക്രമത്തിലെ ദുരന്തകാഴ്ചകൾ

റാഡിക്കൽ ചലച്ചിത്രകാരനെന്ന് ലോകം തിരിച്ചറിഞ്ഞ ബ്രിട്ടീഷ് സംവിധായകൻ കെൻ ലോച്ച് (Ken Loach) എൺപത്തിരണ്ടാം വയസ്സിലും ലോകസിനിമാരംഗത്ത് സജീവസാന്നിദ്ധ്യമായി തന്റെ ദീർഘകാലസിനി മാസഞ്ചാരം തുടരുകയാണ്. സാമൂഹികപ്രതിബദ്ധത എക്കാലവും കാത്തുസൂക്ഷിച്ച ലോച്ച് 'എന്റെ ലക്ഷ്യം പോരാട്ടുക തന്നെയാണെ'ന്ന് ഇപ്പോഴും പ്രഖ്യാപിക്കുന്നു. ചുറ്റുമുള്ള സാമൂഹിക യാഥാർത്ഥ്യങ്ങൾ തന്റെ ചലച്ചിത്രങ്ങളിലൂടെ ലോകത്തിനുമുമ്പിൽ എത്തിച്ചുകൊണ്ടിരിക്കുന്ന കെൻ ലോച്ച് ബ്രിട്ടനിലെ ദാരിദ്ര്യം, പാർപ്പിടപ്രശ്നം എന്നിവ ചൂണ്ടിക്കാട്ടുകയും, തൊഴിലാളികളുടെ അവകാശങ്ങൾക്കുവേണ്ടി പ്രവർത്തിച്ചുകൊണ്ട്, സാമൂഹികക്ഷേമ പദ്ധതികളിലെ പൊള്ളത്തരങ്ങൾക്ക് എതിരെ തന്റെ മാദ്ധ്യമത്തിലൂടെ ശക്തമായി പ്രതികരിക്കുന്നു. അതേ സമയം ചലച്ചിത്രങ്ങൾ കലാമൂല്യങ്ങൾ ഉയർത്തിപ്പിടിക്കണമെന്ന് എപ്പോഴും നിഷ്കർഷിക്കാറുള്ള ലോച്ച്, കാൻ ചലച്ചിത്രോൽസവത്തിലെ എറ്റവും ഉന്നതമായ പുരസ്കാരം 'പാം ദി ഓർ' രണ്ട് പ്രാവശ്യം നേടുന്ന അപൂർവ്വം സംവിധായകരിൽ ഉൾപ്പെടുന്നു.

ചലച്ചിത്ര സംവിധാനത്തിനൊപ്പം സാമൂഹിക - രാഷ്ട്രീയ പ്രവർത്തനങ്ങൾക്കും സമയം കണ്ടെത്തുന്ന അപൂർവ്വം ചലച്ചിത്രകാരിൽ ഒരാളാണ് അദ്ദേഹം. താങ്കളുടെ ഏറ്റവും പ്രിയപ്പെട്ട ചിത്രങ്ങളേതൊക്കെയാണ് എന്ന ചോദ്യത്തിന് കെൻ ലോച്ചിന്റെ തിരഞ്ഞെടുപ്പ് അദ്ദേഹത്തിന്റെ സാമൂഹിക പ്രതിബദ്ധതയുടെ അടയാളമായി നമുക്ക്

വിലയിരുത്താവുന്നതാണ്. ഇറ്റാലിയൻ നിയോറിയലിസത്തിന്റെ എക്കാലത്തേയും മാതൃകയായ വിറ്റോറിയ ഡിസീക്കയുടെ ചിത്രം ബൈസിക്കിൾ തീവ്സ് (Bicycle Thieves,), ചെക്കോസ്ളോ വാക്കിയയിലെ ന്യൂ വേവ് ചിത്രമായ മിലോസ് ഫോർമാന്റെ ലവ്സ് ഓഫ് എ ബ്ലോണ്ടീ (Loves of a Blonde, 1965), അൾജീരിയൻ കലാപം പ്രമേയമാക്കി ഗില്ലൊ പോണ്ടെക്ഗോർവോ (Gillo PontecGorvo) സംവിധാനം ചെയ്ത ഇറ്റാലിയൻ ചിത്രം ബേറ്റിൽ ഓഫ് അൾജിയേഴ്സ് (Battle of Algeirs, 1966) എന്നിവയായിരുന്നു അന്ന് ലോച്ച് തിരഞ്ഞെടുത്ത ചിത്രങ്ങൾ.

കെൻ ലോച്ചിന്റെ ഏറ്റവും പുതിയ ചിത്രം സോറി വി മിസ്സ്ഡ് യു (Sorry,we, Missed you, 2019) ലോകചലച്ചിത്ര വേദികളിൽ ഏറെ ചർച്ച ചെയ്യപ്പെടുന്നു. തൊട്ടു മുൻചിത്രം ഐ ഡാനിയൽ ബ്ലെയ്ക്കും (I,Daniel Blake) ഇതുപോലെ രാഷ്ട്രീയരംഗത്ത് ചൂടുപിടിച്ച ചർച്ചകൾക്ക് തുടക്കമിട്ടിരുന്നു. അതിന്റെ തുടർച്ച എന്ന നിലയിലാണ് പ്രേക്ഷകരും നിരൂപകരും 'സോറി വി മിസ്ഡ് യൂ'യെ പരിഗണിക്കുന്നത്. ബ്രിട്ടനിലെ, അതുപോലെ ലോകത്തിലെ മറ്റ് പല ഇടങ്ങളിലേയും തൊഴിലാളികളുടെ ദാരുണമായ ജീവിതചിത്രങ്ങൾ വരച്ചുകാട്ടുന്നു ഈ ചിത്രം. ഇപ്പോൾ ലോകം അനുഭവിച്ചുകൊണ്ടിരിക്കുന്ന ഗിഗ് എക്കോണമി (Gig Economy) യെന്ന പേരിലറിയപ്പെടുന്ന പുത്തൻ സാമ്പത്തികക്രമത്തിന്റെ ബലിയാടുകളെ ഇംഗ്ലണ്ടിൽ മാത്രമല്ല, ലോകം മുഴുവൻ (ഇന്ത്യയിലും) നമുക്ക് കാണാനാകും. സ്ഥിരം ജോലി നൽകാതെ, കോൺട്റാക്റ്റ് വഴിയും, തൊഴിലാളികൾ തന്നെ ഉടമസ്ഥത ഏറ്റെടുത്തും നടത്തുന്ന തൊഴിൽ അവസരങ്ങൾ ഈ സാമ്പത്തികക്രമത്തിന്റെ പ്രത്യേകതയാണ്. ചിത്രത്തിലെ മുഖ്യകഥാപാത്രങ്ങൾ റിക്കിയും ഭാര്യ അബിയും ഇത്തരം ജോലികളാണ് ചെയ്യുന്നത്. റിക്കി, താൻ നേരത്തെ ചെയ്തിരുന്ന ജോലികളെക്കുറിച്ച് ഡെലിവറി കേന്ദ്രത്തിലെ സൂപ്പർവൈസർ മലോണിയോട് വിവരിക്കുന്ന ശൂന്യസ്ക്രീൻ ദൃശ്യത്തിലാണ് ചിത്രം തുടങ്ങുന്നത്. ശവക്കുഴി കുഴിക്കുന്നതടക്കം മിക്കവാറും എല്ലാ ജോലികളും റിക്കി ചെയ്തിരുന്നു. 2008 ലെ സാമ്പത്തിക തകർച്ച കാരണം ഒരു വീടെന്ന സ്വപനം പൂർത്തിയാക്കാൻ കഴിയാതിരുന്ന അയാൾ അത് നിർമ്മിക്കാനും ജീവിക്കാനും വേണ്ടിയാണ് ജോലി ആവശ്യപ്പെടുന്നത്. മലോണിയുമായുള്ള അഭിമുഖത്തിനൊടുവിൽ റിക്കി പാഴ്സൽ വിതരണം ചെയ്യുന്ന കമ്പനിയിലെ ജോലി സ്വീകരിക്കുന്നു. ജോലിക്കാരൻ എന്ന വാക്കുപയോഗിക്കാതെതന്നെ കമ്പനി അയാളുടെ മേൽ എല്ലാ ഉത്തരവാദിത്വങ്ങളും

അടിച്ചേൽപ്പിക്കയും നിയന്ത്രണങ്ങളും വെക്കുകയും ചെയ്യുന്നു. മറ്റ് മാർഗ്ഗങ്ങളൊന്നുമില്ലാതെ ഗിഗ് സാമ്പത്തിക കാലത്തെ പുത്തൻ തന്ത്രങ്ങളിൽ എല്ലാവരേയും പോലെ റിക്കിയും ചെന്നുപെടുന്നു. കമ്പനി നൽകിയ സെൻസർ കൈയ്യിലെത്തുന്നതോടെ റിക്കിയുടെ ജീവിതം പൂർണ്ണമായും അവരുടെ നിയന്ത്രണത്തിലാവുന്നു. ആധുനിക സാങ്കേതികവിദ്യയുടേയും പുത്തൻ സാമ്പത്തിക നയങ്ങളുടേയും കണ്ണുകളിൽ നിന്നും ഒരിക്കലും രക്ഷപ്പെടാനാകാതെ അതിന്റെ ഇരകളിൽ ഒരാളായി റിക്കി മാറുന്നു.

"നിങ്ങൾ ഇവിടെ ശമ്പളാക്കാരനല്ല, നിങ്ങൾ ബോഡിലാണ്. ഓൺ - ബോഡിങ്ങ് (on-boarding) എന്നാണ് അതിന് ഞങ്ങൾ സാങ്കേതികമായി പറയുന്നത്". മലോണീ റിക്കിയോട് പറയുന്നു. "നിങ്ങൾ ഞങ്ങൾക്കായി ജോലി ചെയ്യുകയല്ല, മറിച്ച് ഞങ്ങൾക്കൊപ്പം ജോലി ചെയ്യുകയാണ്" ഗിഗ് സാമ്പത്തികക്രമത്തിലെ പതിവ് ശൈലികൾ, ശമ്പളത്തിന് പകരം ഫീസ്. കാലങ്ങളായി ലോക തൊഴിലാളി വർഗ്ഗം നേടിയെടുത്ത അവകാശങ്ങൾ നിഷേധിച്ചുകൊണ്ട് പുത്തൻ സാമ്പത്തികക്രമങ്ങൾ രൂപപ്പെടുമ്പോൾ തങ്ങളെ വീണ്ടും അടിമകളാക്കാനുള്ള തന്ത്രങ്ങളാണ് അവ എന്ന് തൊഴിലാളികൾ തിരിച്ചറിയുന്നുണ്ട്. എന്നാൽ മറ്റ് വഴികളൊന്നുമില്ലാത്ത അവർ നിസ്സഹായരായി അതിന്റെ കാൽക്കീഴിലാകുന്നു. റിക്കിയുടെ എല്ലാ വിവരങ്ങളും രേഖപ്പെടുത്തപ്പെടുന്ന സ്കാനർ കൈമാറുമ്പോൾ മലോണീ പറയുന്നു: "ആര് ജീവിക്കുന്നു,ആര് മരിക്കുന്നു എന്ന് ഇത് തീരുമാനിക്കുന്നു. ഈ പെട്ടിയെ സന്തോഷിപ്പിച്ചാൽ നിങ്ങൾ വിജയിച്ചു." ഹൃദയമില്ലാത്ത, ആത്മാവില്ലാത്ത യന്ത്രത്തോട് മറുപടി പറയാൻ താൻ ബാദ്ധ്യസ്ഥനാണെന്ന് റിക്കി തിരിച്ചറിയുന്നു. പുത്തൻ സാമ്പത്തികക്രമത്തിന്റെ നടത്തിപ്പുകാരും ഒരു കണക്കിൽ ഇത്തരം യന്ത്രങ്ങൾ തന്നെയാണ്. തൊഴിലാളികൾക്ക് വെറും ശരീരം മാത്രമേ ഉള്ളൂ, മനസ്സില്ലെന്ന് കരുതുന്നവർ. ഈ പ്രത്യേക സാമൂഹിക - സാമ്പത്തിക ചുറ്റുപാടിൽ ജീവിതതുരങ്കത്തിന്റെ അറ്റത്ത് പ്രകാശം പ്രതീക്ഷിക്കിക്കാൻ കഴിയില്ലെന്ന് റിക്കി തിരിച്ചറിയുന്നു.

പാഴ്സൽ വിതരണം ചെയ്യാൻ റിക്കിയ്ക്ക് വാൻ ആവശ്യമാണ്. കമ്പനിക്ക് വലിയ വാടക നൽകി അത് ഉപയോഗിക്കുന്നതിനേക്കാൾ മെച്ചം പഴയ ഒരെണ്ണം വാങ്ങുന്നതാണെന്ന് തിരിച്ചറിഞ്ഞ റിക്കി സുഹൃത്ത് ഹെൻറിയുടെ സഹായത്തോടെ ഭാര്യയുടെ കാർ വിറ്റ് വാൻ വാങ്ങുന്നു. അതോടെ അബിയുടെ ജോലിഭാരം കൂടുകയാണ്, ബസ്സിൽ സഞ്ചരിച്ച് എല്ലാ വീടുകളിലും എത്തി രോഗികളെ

• കെൻ ലോച്ച്

പരിചരിക്കുക പ്രയാസമാകുന്നു. ആദ്യദിവസം തന്നെ തന്റെ ജോലിയുടെ സങ്കീർണ്ണത റിക്കി തിരിച്ചറിയുന്നുണ്ട്. ദിവസേന പതിനാലു മണിക്കൂർ ജോലി ആഴ്ചയിൽ ആറു ദിവസം ചെയ്യുക. ഒരു പട്ടാള ക്യാമ്പിനെ ഓർമ്മിപ്പിക്കുന്ന പാഴ്സൽ വിതരണകേന്ദ്രം, അവിടത്തെ ജനറലായി മലോണിയെന്ന കേന്ദ്രം മേധാവിയും. വാനിൽ പാഴ്സലുകൾ കയറ്റി പുറപ്പെടാൻ പോകുമ്പോൾ റിക്കിയുടെ സുഹൃത്ത് ഒരു പ്ലാസ്റ്റിക് ബോട്ടിൽ അയാളുടെ കയ്യിൽ കൊടുക്കുന്നു. അമ്പരന്നു നിന്ന റിക്കിയോട് അത് മൂത്രമൊഴിക്കാൻ ഉപയോഗിക്കാമെന്ന് പറയുന്ന സുഹൃത്തിനെ റിക്കി പരിഹസിക്കുന്നെങ്കിലും ഉടൻ തന്നെ അയാൾക്ക് അത് ബോദ്ധ്യപ്പെടുന്നുണ്ട്.

താൻ എപ്പോഴും കമ്പനി നിരീക്ഷണത്തിലാണെന്ന് ബോദ്ധ്യപ്പെടുന്ന റിക്കി തന്റെ ജോലി തീർക്കാൻ ഏറെ പാടുപെടുന്നുണ്ട്. കാർ ഇല്ലാതെ വീടുകളിലെത്താൻ പ്രയാസപ്പെടുന്ന അബി, അത് തന്റെ ശുശ്രൂഷയെ ബാധിക്കാതെ നോക്കുന്നു. വൃദ്ധരേയും അവശരേയും ഒരു മകളുടെ കരുതലോടെ അവർ പരിചരിക്കുന്നു. തന്റെ മക്കൾ ലിസ,സെബി എന്നിവരുമായി ഫോണിൽ ബന്ധപ്പെട്ട് വീട്ടിലെ കാര്യങ്ങൾ ചെയ്യിക്കുന്നു അബി. ക്ഷീണിതരായി രാത്രി വീട്ടിൽ എത്തുമ്പോൾ മക്കൾ ഉറങ്ങിക്കഴിഞ്ഞിരിക്കും. അവരെ ശരിയായ രീതിയിൽ സംരക്ഷിക്കാൻ തങ്ങൾക്ക് കഴിയാറില്ലെന്ന കുറ്റബോധത്തിലാണ് റിക്കിയും അബിയും കഴിയുന്നു. തൊഴിലാളിയുടെ അവകാശമായ എട്ടുമണിക്കൂർ ജോലിസമയത്തെക്കുറിച്ച് അബിയോട് അവരുടെ ഒരു സുഹൃത്ത് സംസാരിക്കുന്നുണ്ടെങ്കിലും അത്തരം അവകാശങ്ങൾ നിഷേധിക്കാവുന്ന രീതിയിലാണ് പുത്തൻ സാമ്പത്തികക്രമം രൂപപ്പെടുത്തിയിരിക്കുന്നതെന്ന് വൈകാതെ അവർ തിരിച്ചറിയുന്നു.

സ്കാനർ ഉപയോഗിക്കാൻ മകൾ ലിസ റിക്കിയെ സഹായിക്കുന്നെങ്കിലും ഡെലിവറി വാനിൽ മറ്റുള്ളവർ പാടില്ലെന്ന നിയമം റിക്കിയെ അസ്വസ്ഥനാക്കുന്നു. ഒരേ സമയം സ്വന്തം ജോലിയെന്ന് പറയുകയും അതോടൊപ്പം കമ്പനി നിയമം അടിച്ചേൽപ്പിക്കയും ചെയ്യുന്നതിലെ വൈരുദ്ധ്യം റിക്കിയോടൊപ്പം പ്രേക്ഷകരും തിരിച്ചറിയുന്നു. അസ്വസ്ഥതകളുടെ ലോകത്തു കഴിയുന്ന റിക്കിയും അബിയും മറ്റു വഴികളൊന്നുമില്ലാതെ ഭാവി ജീവിതത്തിന്റെ പ്രതീക്ഷയിൽ എല്ലാം സഹിച്ചു മുമ്പോട്ട് പോകുന്നു. പരസ്പരം അപൂർവ്വമായി മാത്രം അവർ വീട്ടിൽ കണ്ടുമുട്ടുന്നു. മകൻ സെബാസ്റ്റ്യൻ സ്കൂൾ മുടക്കി കൂട്ടുകാരോടൊപ്പം കറങ്ങുന്നു. താൻ പേടിപ്പെടുത്തുന്ന സ്വപ്നങ്ങൾ കാണുന്നെന്ന് അബി എപ്പോഴും പറയുന്നുണ്ട്. പലപ്പോഴും സോഫയിൽ തളർന്നുറങ്ങുന്ന മാതാപിതാക്കളെ ബെഡ്റൂമിലേക്ക് മാറ്റുന്നത് മകൾ ലിസയാണ്. ഇതൊക്കെ ചെയ്തിട്ടും അവരുടെ കടങ്ങൾ പെരുകിക്കൊണ്ടേയിരിക്കുകയാണ്. മാനസികമായി മടുപ്പ് അനുഭവിക്കുന്ന റിക്കി പലപ്പോഴും മകൻ സെബയുമായി കലഹിക്കയും അവനെ അടിക്കുകയും ചെയ്യുന്നു. പിതാവിന്റെ ജോലിയിൽ, അതിലെ നിബന്ധനകളിൽ അയാളെ പരിഹസിക്കുന്ന സെബി. ഗ്രാഫിറ്റിയിൽ തൽപ്പരനായ സെബി, അത് തന്റെ ജീവിതമാണെന്ന് തിരിച്ചറിയുന്നുണ്ട്. പലപ്പോഴും സ്കൂൾ മുടക്കി ഗ്രാഫിറ്റി നിർമ്മാണത്തിനായി പോകുന്നു അവൻ. ഇതിന്റെ സ്കൂൾ അധികൃതർ കാണാനാവശ്യപ്പെട്ടപ്പോൾ ജോലിത്തിരക്ക് കാരണം റിക്കിയ്ക്ക് അതിനു കഴിയുന്നില്ല. സെബിയെ സ്കൂളിൽ നിന്നും പുറത്താക്കുന്നു. സൂപ്പർ മാർക്കെറ്റിൽ നിന്നും പെയിന്റ് മോഷ്ടിച്ചതിന്റെ പേരിൽ പോലീസ് പിടിയിലായ സെബിയെ മോചിപ്പിക്കാനായി ലീവെടുത്ത റിക്കിയ്ക്ക് വൻ പിഴയാണ് കമ്പനി ചുമത്തുന്നത്.

ചിത്രത്തിന്റെ അവസാനഭാഗത്ത് മോഷ്ടാക്കൾ വാൻ തടഞ്ഞു നിർത്തി, റിക്കിയെ മർദ്ദിക്കയും സ്കാനർ നശിപ്പിച്ച് പാഴ്സലുകൾ കൈക്കലാക്കുകയും ചെയ്യുന്നു. അതിനും ഒരു വൻ തുക പിഴയിടുന്നു കമ്പനി. ഈ കടങ്ങളെല്ലാം വീട്ടാനായി അവശനിലയിലും കുടുംബാംഗങ്ങളുടെ എതിർപ്പുകൾ വകവെക്കാതെ വാൻ ഓടിച്ച് പോകുന്ന റിക്കിയുടെ ദൃശ്യത്തിലാണ് 'സോറി, വി മിസ്ഡ് യു' അവസാനിക്കുന്നത്.

സമകാലീനലോകത്തെ തൊഴിൽമേഖലയിൽ നടപ്പിൽ വന്നുകൊണ്ടിരിക്കുന്ന പരിഷ്ക്കാരങ്ങൾ പുത്തൻ സാമ്പത്തികനയങ്ങളുടെ ഭാഗമാണ്. ഗിഗ് സാമ്പത്തികക്രമം ഇന്ന് ഏറെ രാജ്യങ്ങളിൽ നിലവിൽ വന്നുകഴിഞ്ഞു. ജോലി ചെയ്യുന്ന സമയത്തേക്ക് മാത്രം

ശമ്പളം കൊടുക്കുക. അത് കഴിഞ്ഞാൽ തൊഴിലാളിക്ക് മറ്റൊരു അവകാശവുമില്ലാതെ വിട്ടുതൽ നൽകുക. സർക്കാരിന് മറ്റൊരു ബാദ്ധ്യതയുമില്ലാത്തതു കാരണം വൻ സാമ്പത്തികലാഭം മാത്രമല്ല അവർക്ക് ലഭിക്കുന്നത്, ഇഷ്ടാനുസരണം ജീവനക്കാരെ തെരെഞ്ഞെടുക്കാനുള്ള സ്വാതന്ത്ര്യം കൂടിയാണ്. 'സോറി, വി മിസ്ഡ് യു' വിൽ, ഇത്തരത്തിൽ പ്രവർത്തിക്കുന്ന ഒരു കമ്പനിയുടെ രീതികളും അവിടെ ജോലിചെയ്യുന്ന റിക്കിയേയും പ്രമേയമാക്കുമ്പോൾ, ഈ തൊഴിൽ രീതികളെ വിമർശിക്കുക എന്ന ലക്ഷ്യം ആണ് കെൻ ലോച്ചിന്റെ മുമ്പിലുണ്ടായിരുന്നത്. റിക്കിയുടെ ഭാര്യയും ഇതേ രീതിയിലുള്ള കരാർ ജോലിയാണ് ചെയ്യുന്നതെങ്കിലും രോഗികളോടും അവശരോടും ഏറെ കരുണയും സ്നേഹവും അവർ കാണിക്കുന്നു. എത്ര ക്ഷീണിച്ച അവസ്ഥയിലും, തന്റെ പതിവു സമയം കഴിഞ്ഞും അവർ രോഗികളെ പരിചരിക്കുന്നു. ഒരു മകളുടെ സ്നേഹം അവരുടേ പരിചരണത്തിൽ എല്ലാവരും അനുഭവിക്കുന്നുണ്ട്. മോളിയെന്ന സ്ത്രീ, തന്റെ അടുത്ത് എത്തണമെന്ന് പറഞ്ഞ ഉടൻ, കുടുംബത്തിനൊപ്പം സന്തോഷത്തോടെ ചിലവഴിക്കാൻ ലഭിച്ച അപൂർവ്വ അവസരം ഒഴിവാക്കി, അവർക്കരികിലേക്ക് പോകുന്ന അബി. ചിത്രത്തിലെ ഇത്തരം നിരവധി സന്ദർഭങ്ങൾ പ്രതികൂല ചുറ്റുപാടിലും കൈമോശം വരാത്ത തൊഴിലാളിയുടെ നന്മയാണ് അടയാളപ്പെടുത്തുന്നത്.

റീക്കിയുടേയും അബിയുടേയും തിരക്ക് നിറഞ്ഞ ജീവിതത്തിന്റെ വില നൽകേണ്ടിവരുന്നത് മക്കളായ ലിസയ്ക്കും സെബിയ്ക്കുമാണ്. കൊച്ചുകുട്ടിയാണെങ്കിലും തികഞ്ഞ ഉത്തരവാദിത്വത്തോടെ എല്ലാവരുടേയും കാര്യങ്ങളിൽ ഇടപ്പെടുന്ന ലിസയ്ക്ക് ചിത്രത്തിൽ ശ്രദ്ധേയസ്ഥാനമാണുള്ളത്. തനിക്ക് താൽപ്പര്യമുള്ള ഗ്രാഫിറ്റിയിൽ സൃഷ്ടികൾ നടത്തുന്ന സെബി, പതിവ് സ്കൂൾ ക്ലാസ്സുകൾ മുടക്കുന്നതും അതിൽ ശരിയായ രീതിയിൽ ഇടപെടാൻ പറ്റാതിരുന്നതും റിക്കിയുടെ ജോലിയുടെ രീതി കാരണമാണ്. ഒഴിവാക്കാവുന്ന വഴക്കുകളും കൈയ്യേറ്റങ്ങളും അവർക്കിടയിൽ ഉണ്ടാവുന്നതിന്റെ കാരണവും മറ്റൊന്നല്ല. കഠിനമായ, പട്ടാളച്ചിട്ടയിലുള്ള ജോലി അയാളെ മറ്റൊരു മനുഷ്യനാക്കി മാറ്റിയിരുന്നു. ഒടുവിൽ എല്ലാം അവസാനിക്കുമ്പോൾ വമ്പിച്ച സാമ്പത്തിക ബാദ്ധ്യതയാണ് റിക്കിക്കുണ്ടാവുന്നത്. അത് പരിഹരിക്കാൻ, ആരോഗ്യപ്രശ്നമുള്ളപ്പോഴും, മറ്റുള്ളവർ തടയുമ്പോഴും അയാൾക്ക് ജോലിക്ക് പോകാതിരിക്കാൻ കഴിയുന്നില്ല. ഒരു വീടുണ്ടാക്കുക എന്ന അയാളുടെ സ്വപ്നം തകർത്തത് 2008 ലെ സാമ്പത്തിക പ്രശ്നമായിരുന്നു എങ്കിൽ ഇപ്പോൾ പുതിയ ജോലി വരുത്തിവെച്ച

നഷ്ടങ്ങളാണ് അയാളെ അസ്വസ്ഥനാക്കുന്നത്. 'സോറി, വി മിസ്ഡ് യു' നാം ജീവിക്കുന്ന ലോകത്തിൽ നടക്കുന്ന തൊഴിലാളിചൂഷണങ്ങളുടെ ശക്തവും തീവ്രവുമായ ആഖ്യാനം തന്നെയാണ്.

'സോറി, വി മിസ്ഡ് യു' 2019 കാൻ ചലച്ചിത്രോൽസവത്തിൽ പാം ദി ഓർ പുരസ്കാരത്തിന് നോമിനേറ്റ് ചെയ്യപ്പെട്ടിരുന്നു. അതുപോലെ ബാഫ്റ്റ (BAFTA) പുരസ്കാരത്തിനും ഇത് തെരെഞ്ഞെടുത്തു. സാൻ സെബാസ്റ്റ്യൻ ചലച്ചിത്രോൽസവമടക്കം പല ലോകമേളകളിലും മികച്ച ചിത്രമായി 'സോറി, വി മിസ്ഡ് യു' അംഗീകരിക്കപ്പെട്ടു. ചിത്രത്തിന്റെ കാൻ പ്രദർശനത്തിനു ശേഷം നടന്ന അഭിമുഖത്തിൽ അതിന്റെ പ്രമേയം കെൻ ലോച്ച് വിശദീകരിച്ചിരുന്നു: "ഐ ഡാനിയൽ ബ്ലെയ്ക്ക് 'നിർമ്മിക്കുമ്പോൾ ഞങ്ങൾ ഇതുപോലുള്ള നിരവധി കുടുംബങ്ങളെ കണ്ടിരുന്നു. ജോലിസുരക്ഷിതത്വമില്ലാതെ,ഒഴിവുകാല ശമ്പളം, ലീവ്, രോഗകാലശമ്പളം തുടങ്ങി, ദീർഘകാലസമരങ്ങളിലൂടെ തൊഴിലാളിസംഘടനകൾ നേടിയെടുത്ത അവകാശങ്ങൾ നിഷേധിക്കപ്പെടുന്നവർ. അവർ ജോലികഴിഞ്ഞ് ദിവസേന കുടുംബത്തിൽ വന്നുകയറുന്നത് മാനസികമായ പിരിമുറുക്കത്തോടെയാണ്. അപ്പോഴേയ്ക്കും മക്കളും ഭാര്യയും ഉറങ്ങിക്കഴിഞ്ഞിരിക്കും. ഇതാണവരുടെ ജീവിതം, 'സോറി വി മിസ്ഡ് യു'വിലെ പ്രമേയം ഒറ്റപ്പെട്ട സംഭവമല്ല. "

'സോറി, വി മിസ്ഡ് യു' കെൻ ലോച്ചിന്റെ മുൻചിത്രം 'ഐ ഡാനിയൽ ബ്ലെയ്ക്ക് (2006) ഇന്റെ രണ്ടാം ഭാഗമായാണ് നിരൂപകർ വിശേഷിപ്പിക്കുന്നത്. അത് ഏറെക്കുറെ ശരിയുമാണ്. രണ്ട് ചിത്രങ്ങളുടേയും പ്രമേയം പരിശോധിക്കുമ്പോൾ അത് വ്യക്തമാവുന്നു. രണ്ടിന്റേയും തിരക്കഥ പ്രസിദ്ധനായ പോൾ ലവെർട്ടി (Paul Laverty) യുടേതാണ്. 'ഐ ഡാനിയൽ ബ്ലെയ്ക്കി'ന്റെ പ്രമേയം ഇങ്ങനെ പുരോഗമിക്കുന്നു: ന്യൂകാസിലിലെ അൻപത്തൊമ്പതുകാരനായ ഡാനിയൽ ബ്ലെയ്ക്ക് എന്ന മരപ്പണിക്കാരനെ ഹൃദയാഘാതത്തെത്തുടർന്ന് ജോലി ചെയ്യുന്നതിൽ നിന്നു ഡോക്ടർ വിലക്കുന്നു. എന്നാൽ ജോലി ചെയ്യാനാകാത്തവർക്കായുള്ള അലവൻസിനായുള്ള പരിശോധനയിൽ അയാൾക്ക് കുഴപ്പമൊന്നുമില്ലെന്ന റിപ്പോർട്ട് ലഭിച്ച കാരണം അലവൻസിന് അർഹതയില്ലാതാവുന്നു. ജീവിക്കാൻ മറ്റ് വഴികളൊന്നുമില്ലാത്തതിനാൽ, ബ്ലെയ്ക്ക് അപ്പീൽ സമർപ്പിക്കാൻ തീരുമാനിക്കുന്നു. എന്നാൽ, കമ്പ്യൂട്ടർ അറിയാത്ത അയാൾക്ക് ഓൺലൈൻ അപേക്ഷ നൽകാൻ പറ്റുന്നില്ല.

അതിനിടെയാണ് രണ്ട് കുട്ടികളുടേ മാതാവു കെയ്റ്റ മായി ബ്ലെയ്ക്ക് സൗഹൃദത്തിലാവുന്നത്. വീടില്ലാത്തവർക്കായി, ലണ്ടനിലുള്ള ഷെൽ ട്ടറിൽ കഴിയുകയായിരുന്നു അവരും മക്കളും. ബ്ലെയ്ക്ക് അവരെ തനിക്ക് പറ്റുന്ന രീതിയിൽ സഹായിക്കുന്നു. തൊഴിലൊന്നുമില്ലാത്ത കെയ്റ്റ്, മറ്റു വഴികളൊന്നുമില്ലാതെ വേശ്യാവൃത്തി സ്വീകരിക്കുന്നു. ബ്ലെയ്ക്ക് അവരോട് ആ ജോലി ഉപേക്ഷിക്കാൻ ആവശ്യപ്പെടുന്നെങ്കിലും തനിക്ക് ജീവിക്കാൻ മറ്റ് വഴികളൊന്നുമില്ലെന്ന് പറയുന്നു കെയ്റ്റ്. അലവൻസ് നിഷേധത്തിൽ പ്രതിഷേധിച്ച് ബ്ലെയ്ക്ക തെരുവിൽ സത്യഗ്രഹമിരിക്കുന്നു. ജനങ്ങൾ ചുറ്റും കൂടിയതോടേ പോലീസ് അയാളെ അറസ്റ്റ് ചെയ്തുമാറ്റുന്നു. അപ്പീൽ ദിവസം ബ്ലെയ്ക്കിനൊപ്പം കെയ്റ്റും കോടതിയിലേക്ക് പോകുന്നു. എന്നാൽ അവിടെ വെച്ച് ഹൃദയാഘാതത്താൽ ബ്ലെയ്ക്ക് മരിക്കുകയാണ്. ശവസംസ്കാരസമ യത്ത് മറ്റൊന്നും പറയാനാകാതെ, കെയ്റ്റ് അയാളുടെ അപ്പീൽ വായിക്കുന്നു. അതിൽ, തന്റെ ജീവിതം തകർത്തവരോട്, ക്ഷേമ അലവൻസിലെ പൊള്ളത്തരങ്ങൾ കാരണം തനിക്ക് അലവൻസ് നിഷേധിച്ചവരോട് ശക്തമായ ഭാഷയിൽ പ്രതികരിക്കുന്നു ബ്ലെയ്ക്ക്. ജീവിതത്തിൽ ശരിയായി പ്രതിഷേധിക്കാനാകാത്ത ബ്ലെയ് ക്ക് തന്റെ മരണത്തോടേ അത് നിർവ്വഹിക്കുന്നു.

ജീവിതം വഴിമുട്ടിനിൽക്കുന്നവർക്കായി ഗവർമ്മെന്റ് പ്രഖ്യാപിച്ച സഹായങ്ങളിലെ അർത്ഥരഹിതമായ നിബന്ധനകൾ, അതിലെ പൊള്ളത്തരങ്ങൾ ഇവക്കു എതിരെ എക്കാലത്തും ശബ്ദമുയർത്തിയി രുന്നു കെൻ ലോച്ച്. അത്തരമൊരു സംഭവം കേന്ദ്രീകരിച്ച് നിർമ്മിച്ച ഈ ചിത്രവും 'സോറി, വി മിസ്ഡ് യു' പോലെ സാമൂഹികമണ്ഡ ലത്തിൽ ഏറെ ചർച്ചയ്ക്ക് കാരണമായി. ഈ രണ്ട് ചിത്രങ്ങളിലും ബ്രിട്ടനിലെ മാത്രമല്ല, ലോകത്തെല്ലായിടങ്ങളിലുമുള്ള അരികുജീ വിതങ്ങളുടെ അതിജീവനശ്രമങ്ങളും അവയിലെ പരാജയങ്ങളും ചർച്ച ചെയ്യുകയാണ് ചലച്ചിത്രകാരൻ. അദ്ദേഹത്തിന്റെ രാഷ്ട്രീയ നിലപാടുകളുടെ വെളിപ്പെടുത്തലുകളായി ഇവ രണ്ടും മാറുന്നുണ്ട്. കെൻ ലോച്ചിന്റെ ഒട്ടുമിക്ക ചിത്രങ്ങളിലും ഇത്തരം സോഷ്യലിസ്റ്റ് സമീപനങ്ങൾ നമുക്ക് കണ്ടെടുക്കാം.

കെന്നത്ത് ചാൾസ് ലോച്ച് എന്ന കെൻ ലോച്ച്, വടക്കൻ ഇംഗ്ലണ്ടിൽ 1936 ലാണ് ജനിച്ചത്. 1957 ൽ ഓക്സ്ഫോർഡ് ലോ കോളേജിൽ നിന്നും നിയമബിരുദം നേടിയശേഷം നാടകപ്രവർ ത്തനങ്ങളിൽ സജീവമായി ലോച്ച്. അതിനിടയിൽ ബി. ബി. സി. ടെലിവിഷനുവേണ്ടി ജോലിചെയ്തു. ആദ്യസിനിമ Poor Cow 1967

• സോറി, വി മിസ്ഡ് യു

ലാണ് പുറത്തുവന്നത്. തുടർന്ന് പ്രസിദ്ധമായ Kes (1969), Hidden Agenda (1992), Land and Freedom (1995), തുടങ്ങിയ ചിത്രങ്ങൾ സംവിധാനം ചെയ്തു. ഐറിഷ് കലാപത്തെ അടിസ്ഥാനമാക്കി 2006 ൽ നിർമ്മിച്ച Wind Shakes the Barley, വളരെയേറെ ശ്രദ്ധിക്കപ്പെട്ട കെൻ ലോച്ച് ചിത്രമാണ്. ലോച്ച് കാൻ ചലച്ചിത്രമേളയിൽ ആദ്യ പാം ദി ഓർ നേടുന്നത് ഈ ചിത്രത്തിലൂടെയാണ്. Looking for Eric (2004), The Angel's Share (2015) എന്നിവയാണ് കെൻ ലോച്ചിന്റെ മറ്റ് പ്രധാന സിനിമകൾ. അമ്പതിലേറെ വർഷങ്ങളായി സാമൂഹിക വിഷയങ്ങൾ പ്രമേയമാക്കി ചിത്രങ്ങൾ നിർമ്മിച്ചുകൊണ്ടിരിക്കുന്ന കെൻ ലോച്ച് സിനിമകളുണ്ടാക്കുന്ന സാമൂഹിക മാറ്റങ്ങളെക്കുറിച്ച് ഒരു അഭിമുഖത്തിൽ തന്റെ നിലപാട് ഇങ്ങനെ` വ്യക്തമാക്കി: “സിനിമകൾക്ക് സമൂഹത്തിൽ ഒരു പുതിയ പ്രകാശം കൊണ്ടുവരാൻ കഴിയും. ദിവസേന നമുക്ക് ചുറ്റും ഇതാണ് നടക്കുന്നത്, നിങ്ങൾക്ക് എന്തു ചെയ്യണമെന്ന് തോന്നുന്നു എന്ന ചോദ്യം അവയ്ക്ക് ഉന്നയിക്കാം”. ലോച്ചിന്റെ നിലപാട് വളരെ വ്യക്തമാണ്. ഈ സാമൂഹിക നിലപാടുകളിൽ നിന്നാണ്, ‘വിൻഡ് ഷെയ്ക്ക് ദ ബാർലി ‘, ‘ഐ ഡാനിയൽ ബ്ലെയ്ക്ക്‘, ‘സോറി വി മിസ്ഡ് യു’ പോലുള്ള സിനിമകൾ ലോകത്തിന് ലഭിച്ചത്. ഭാവിയിലും ഇത്തരം റാഡിക്കൾ സിനിമകൾ കെൻ ലോച്ച് എന്ന ചലച്ചിത്രകാരനിൽ നിന്നും ചലച്ചിത്രലോകം പ്രതീക്ഷിക്കുന്നുണ്ട്.

തൊഴിലാളികളുടെ അവകാശങ്ങൾക്കായി പോരാടുക: കെൻ ലോച്ച് –

ബ്രിട്ടീഷ് ഫിലിം ഇൻസ്റ്റിറ്റ്യൂട്ട് പ്രതിനിധി ലൂ തോമസ്, കെൻ ലോച്ചുമായി 2019 നവംബർ 8 ന് നടത്തിയ അഭിമുഖം.

ലൂ തോമസ്: എന്തുകൊണ്ടാണ് താങ്കൾ, ഗിഗ് എക്കോണമിയേക്കുറിച്ച് സിനിമ നിർമ്മിക്കാൻ എന്തുകൊണ്ടാണ് തീരുമാനിച്ചത്?

(gig economy, ലോകം ഇന്ന് സ്വീകരിച്ചുകൊണ്ടിരിക്കുന്ന പുത്തൻ സാമ്പത്തിക ക്രമം. ഇതിൽ മുൻകാലങ്ങളിലേപ്പോലെ മാസശമ്പളക്കാരില്ല, കരാർ ജോലിക്കാർ മാത്രം. മറ്റ് ആനുകൂല്യങ്ങളൊന്നുമില്ലാത്ത മണിക്കൂർ വേതനക്കാർ. സ്വന്തം ലക്ഷ്യത്തിലെത്താനായി എപ്പോഴും മാനസികപിരിമുറുക്കം അനുഭവിക്കുന്നവർ. കെൻ ലോച്ചിന്റെ ഏറ്റവും പുതിയ ചിത്രം, സോറി, വി മിസ്ഡ് യൂ, ഇത്തരം തൊലാളികളുടെ ജീവിതക്കാഴ്ചകളാണ് ആവിഷക്കരിക്കുന്നത്)

കെൻ ലോച്ച്: ഐ ഡാനിയൽ ബ്ലെയ്ക്ക് (I, Daniel Blake) നിർമ്മിക്കുന്ന സമയത്ത് ഞങ്ങൾ ഭക്ഷ്യബേങ്കുകൾ പരിശോധിച്ചിരുന്നു. സാമ്പത്തിക സഹായമാവശ്യമുള്ള പലരും ജോലി ചെയ്യുന്നത് കണ്ട് ഞങ്ങൾ അതിശയിച്ചുപോയി. ജോലിചെയ്യുന്ന പാവപ്പെട്ടവരുടെ അവസ്ഥ വളരെ മോശമായിരുന്നു. പണ്ട് നമ്മുടെ നാട്ടിലുണ്ടായിരുന്ന ജോലിസുരക്ഷിതത്വം നഷ്ടപ്പെട്ടിരിക്കുന്നു. ജോലിസുരക്ഷിതത്വം മാത്രമല്ല, ഒഴിവുദിനശമ്പളം, രോഗകാലത്തെ ശമ്പളം തുടങ്ങി തൊഴിലാളിസംഘടനകൾ ദീർഘകാലസമരം ചെയ്ത് നേടിയതൊക്കെ നഷ്ടപ്പെട്ടുകൊണ്ടേയിരിക്കയാണ്.

ഇത് കുടുംബത്തിൽ വിള്ളലുകൾ ഉണ്ടാക്കുന്നു. തൊഴിലാളികൾ ജോലി കഴിഞ്ഞ് വീട്ടിലെത്തുന്നത് സംഘർഷങ്ങളോടെയാണ്. സ്വന്തം മക്കളെ അവർക്ക് കാണാനാകുന്നില്ല, കാരണം അപ്പോഴേക്കും അവർ ഉറങ്ങിക്കാണും. ഇങ്ങനെ പലതരത്തിലുമുള്ള മാനസിക അസുഖങ്ങൾക്കും വിധേയരാകുന്നു അവർ.

ലൂ തോമസ്: സ്വന്തം കരിയറിൽ പല തരത്തിലുള്ള സാമൂഹികപ്രശനങ്ങൾ താങ്കൾ കൈകാര്യം ചെയ്തിട്ടുണ്ട്. ഒരു ചലച്ചിത്രകാരൻ എന്ന നിലയ്ക്ക് എങ്ങനെയാണ് ഇത്തരം കഥകൾ താങ്കളെ ആകർഷിക്കുന്നത്?

കെൻ ലോച്ച്: അത് നാം ജീവിക്കുന്ന ലോകത്തിനുമുമ്പിൽ ഒരു കണ്ണാടി പിടിക്കുന്നത് പോലെയാണ്. അതാണ് സിനിമയുടെ മഹത്തായ പാരമ്പര്യം. മറ്റേതൊരു കലാരൂപം ചെയ്യുന്നതു പോലെ സിനിമയ്ക്കും പ്രശനങ്ങളിൽ ഇടപെടാൻ പറ്റും.

സിനിമ വളരെ കൃത്യമായ സൂക്ഷ്മമായ ഇമേജുകളാലാണ് സൃഷ്ടിക്കപ്പെടുന്നത്. അവ യഥാർത്ഥ ലോകത്തെ കാഴ്ചകളാണ് സ്ക്രീനിലെത്തിക്കുന്നത്. ഇവയ്ക്കിടയിലാണ് നാം ജീവിക്കുന്നത്. ജനജീവിതങ്ങളുടെ നാടകം വളരെ തീക്ഷ്ണമാണ്. അതിജീവിക്കാൻ പാടുപെടുന്നവർ, അവരുടെ പ്രശ്നങ്ങൾ, അവരുടെ തിരഞ്ഞെടുപ്പുകൾ, എന്നിവ വളരെ സങ്കീർണ്ണമാണ്. അത് അതിജീവനത്തിന്റെ ചോദ്യമാണ്. "ഞാൻ എവിടെയാണ് / എങ്ങനെയാണ് ജീവിക്കാൻ പോകുന്നത്, കടത്തിൽ പെട്ടാൽ ഞാനെന്ത് ചെയ്യും, വീട്ടിൽ നിന്നൊഴിപ്പിച്ചാൽ എവിടെക്കഴിയും ഇതൊക്കെ ജനങ്ങൾ അഭിമുഖീകരിക്കുന്ന പൊതുവിഷയങ്ങളാണ്. ധനികരാവുന്നതോടെ ഈ ചോദ്യങ്ങളിൽ നിന്നെല്ലാം നാം അകന്നുപോകുന്നു.

ലൂ തോമസ്: ഇതൊക്കെ പറയുക ചലച്ചിത്രകാര്ന്മാരുടെ കടമയാണോ?

കെൻ ലോച്ച്: ചലച്ചിത്രകാരന്മാർ 'ഇതു ചെയ്യണം, അത് ചെയ്യണം 'എന്നു പറയുന്നത് അപകടകരമാണ്. ജനങ്ങളുടെ ഭാവന പോലെ തന്നെ വിശാലമായിരിക്കേണം അവരുടെ സിനിമകളും. ഓരോരുത്തരും സ്വന്തം തിരഞ്ഞെടുപ്പുകൾ നടത്തേണം. നാം ജീവിക്കുന്ന ലോകത്തേക്കുറിച്ച് പറയുന്ന സിനിമകളുടെ പാരമ്പര്യം ഇല്ലായിരുന്നെങ്കിൽ സിനിമ തന്നെ ചുരുങ്ങിപ്പോകുമായിരുന്നു.

ലൂ തോമസ്: സിനിമകൾ സാമൂഹിക മാറ്റമുണ്ടാക്കാൻ സഹായകരമാകുമെന്ന് കരുതുന്നുണ്ടോ ?

കെൻ ലോച്ച്: അവയ്ക്ക് എന്തായാലും ഒരു വെളിച്ചം കൊടുക്കാൻ കഴിയും. അവയ്ക്കും ചോദ്യങ്ങൾ ചോദിക്കാം. ഉത്തരവാദിത്വം ഏൽപ്പിക്കാം. "ദിവസേന, ഇതാണ് നടക്കുന്നത്. എന്തു ചെയ്യണമെന്ന് തോന്നുന്നു ?"നമുക്ക് ആലോചിച്ച് തീരുമാനിക്കാം.

ലൂ തോമസ്: ചിത്രം (സോറി വി മിസ്സ് ഡ് യു) കാനിൽ മത്സരത്തിനെത്തുന്ന താങ്കളുടെ അവസാന ചിത്രമായിരിക്കുമെന്നാണ് താങ്കൾ പറഞ്ഞിരുന്നത് ? അത് എന്തുകൊണ്ടായിരുന്നു ?

കെൻ ലോച്ച: ഞാൻ അങ്ങിനെയായിരുന്നല്ല പറഞ്ഞത്. അത് അവസാന ചിത്രമാണെങ്കിൽ... എന്നാണ്ഞാൻ പറഞ്ഞത്. 83 വയസ്സായ ഒരാൾക്ക് അങ്ങൊനയല്ലേ പറയാൻ കഴിയൂ.

ലൂ തോമസ്: താങ്കൾ സിനിമകൾ നിർമ്മിക്കാൻ തുടങ്ങിയ കാല ത്തുനിന്നും ലോകം വളരെയേറെ മാറിക്കഴിഞ്ഞു. സിനിമാ നിർമ്മാണം കൂടുതൽ എളുപ്പമായിട്ടുണ്ടോ ?

കെൻ ലോച്ച്: വർഷങ്ങളായി സിനിമകൾ നിർമ്മിക്കുന്ന നാം ഭാഗ്യ വാന്മാരാണ്. നമുക്ക് അവ നിർമ്മിച്ചുകൊണ്ടേയിരിക്കാം. പണം മുടക്കുന്നവർക്ക് സാധാരണക്കാരേക്കുറിച്ച് ചിത്രങ്ങളെടുക്കാൻ താൽപ്പര്യം കാണില്ല, അതുകൊണ്ട് അവർ ചരിത്രകഥകൾ സിനിമകളാക്കുന്നു, അല്ലെങ്കിൽ പണക്കാരുടെ കഥകൾ

സിനിമകൾക്കായി തിരഞ്ഞെടുക്കുന്നു. ഇവ ചിത്രീകരിക്കാൻ മനോഹരമായ ലൊക്കേഷനുകളിൽ പോകുന്നു... ഒരു പുതിയ നിർമ്മാണരീതി വരുന്നതു വരെ ഇതു തുടരുക തന്നെ ചെയ്യും.

ലൂ തോമസ്: പുതിയതായി ജോലി തുടങ്ങുന്ന സംവിധായകന് / സംവിധായികയ്ക്ക് എന്ത് ഉപദേശമാണ് കൊടുക്കാനുള്ളത് ?

കെൻ ലോച്ച്: ചലച്ചിത്രകാന്മാരുടെ സംഘടനയിൽ ചേരുക എന്നതാണ് ആദ്യ ഉപദേശം. സുഹൃത്തുക്കളെ കണ്ടെത്തുക. മറ്റുള്ളവരിൽ നിന്നും പഠിക്കുക. ഇവയൊക്കെയാണ് ഞാൻ ചെയ്തത്. പ്രഗൽഭരായ ഛായാഗ്രാഹകരിൽനിന്ന് ധാരാളം പഠിച്ചു. എഡിറ്റർമാർ നല്ല നിർദ്ദേശങ്ങൾ തന്നു. മികച്ച കലാ കാന്മാരുമായി ഒന്നിച്ച് ജോലി ചെയ്യുന്നത് നമുക്ക് ഏറേ ഗുണം ചെയ്യും. അവരുടെ ടെക്നിക്കുകൾ സ്വന്തമാക്കുക, തെറ്റുകളിൽ നിന്നു പാഠമുൾക്കൊള്ളുക. നിങ്ങളായിരിക്കേണം, നിങ്ങളുടെ ഏറ്റവും വലിയ വിമർശകൻ.

ലൂ തോമസ്: ക്വിൻടിൻ ടൊറന്റീനോ, പത്ത് ചിത്രങ്ങൾക്ക് ശേഷം താൻ വിരമിക്കുമെന്ന് പറഞ്ഞിരുന്നു. താങ്കൾക്ക് അങ്ങിനെ വല്ല ഉദ്ദേശവുമുണ്ടോ ?

കെൻ ലോച്ച്: അറിയില്ല, അത് അത്ര ഗൗരവമുള്ള കാര്യമല്ല. എപ്പോഴും ലോകവുമായി ഇടപഴകിക്കൊണ്ട്, അതിന്റെ ഒരു ഭാഗമായി കഴിയേണമെന്നു മാത്രമേ എനിക്ക് ആഗ്രഹമുള്ളൂ. ദിവസവും പത്രം നോക്കുക, ലോകത്ത് എന്ത് നടക്കുന്നുവെന്ന് അറിയുക, അത്ര മാത്രം.

നിങ്ങൾ സ്വയം ആവിഷ്കരിക്കുന്ന മാദ്ധ്യമം ആരോഗ്യകരമാണെങ്കിൽ സിനിമയും അതിലെ കഥാപാത്രങ്ങളും ഒക്കെ ആരോഗ്യകരമാണെങ്കിൽ, അവ മനസ്സുകളിൽ തങ്ങി നിൽക്കുമെങ്കിൽ, പിന്നെ എന്തിന് തിരിച്ചു നടക്കണം? ആരൊക്കെയായാലും നാം നമ്മുടെ രാജ്യത്തെ പൗരന്മാരാണ്. പത്രത്തിലെ സ്പോർട്ട്സ് പേജ് നോക്കി. ഇന്നലെ രാത്രി കളി നിർത്തുമ്പോൾ സ്കോർ എത്രയായിരുന്നെന്ന് തിരയുക. എപ്പോഴും ലോകത്തോട് ചേർന്ന് നിൽക്കുക.

ലൂ തോമസ്: താങ്കളുടെ ഏറ്റവും പ്രിയപ്പെട്ട ചിത്രം ഏതാണ്?

കെൻ ലോച്ച്: എനിക്ക് പതിവ് മറുപടിയേ തരാനുള്ളൂ. മക്കളിൽ ആരാണ് പ്രിയപ്പെട്ടത്? നിങ്ങൾക്കൊപ്പം ജോലി ചെയ്തവരെ ഓർമ്മിക്കുക, അവരിപ്പോൾ പ്രസിദ്ധരായിരിക്കുന്നു. എന്നാൽ നിങ്ങൾക്കൊരു പ്രിയപ്പെട്ട ചിത്രം ഉണ്ടാവില്ല, അത്തരം തിരഞ്ഞെടുപ്പ് ശരിയുമല്ല.

(കലാകൗമുദി 2020 മെയ് 3)

അതിജീവന വഴികളാവുന്ന സംഗീതവും നൃത്തവും

ജീവിതസായാഹ്നത്തിൽ ടോണി ഗാറ്റ്‌ലിഫ് (Tony Gatlif) എന്ന ചലച്ചിത്രകാരൻ ഓർക്കുന്നത് ജന്മനാടായ അൾജീരിയയിൽ നിന്നും ഫ്രാൻസിലേക്ക് പറിച്ചു നട്ട തന്റെ ജീവിതത്തെക്കുറിച്ചാണ്. അൾജീരയയിൽ ഫ്രാൻസും നാഷനൽ ലിബറേഷൻ ഫ്രണ്ടും തമ്മിൽ, 1960 കളിൽ നടന്ന കോളനിവൽക്കരണത്തിനെതിരായുള്ള സമരം സംഘർഷഭരിതമായിരുന്നു. ഇക്കാലത്താണ് ജന്മനാട്ടിൽ നിന്ന് ഗാറ്റ്‌ലിഫ് ഫ്രാൻസിലേക്ക് താമസം മാറുന്നത്. അത് കൂടാതെ, ഇന്ത്യയിലെ രാജസ്ഥാൻ, പഞ്ചാബ്, ഹരിയാന എന്നിവടങ്ങളിൽ നിന്നും യൂറോപ്പിലേക്കും വടക്കെ അമേരിക്കയിലേക്കും കുടിയേറിയ റൊമാനി വംശജരായ തന്റെ പൂർവ്വികരും അദ്ദേഹത്തിന്റെ ഓർമ്മകളിലുണ്ട്. തന്റെ 1981 ലെ ചിത്രം 'കൊറെ ഗിറ്റാനോ'യിൽ, റൊമാനി വംശജരുടെ കുടിയേറ്റകഥകളായിരുന്നു ഗാറ്റിലിഫ് ദൃശ്യവൽക്കരിച്ചിരുന്നത്. ഗാറ്റ്‌ലിഫിന്റെ മിക്ക ചിത്രങ്ങളും നാടോടി സംഘങ്ങളുടേയും ജിപ്സികളുടേയും അഭയാർത്ഥികളുടേയും ജീവിതങ്ങളാണ് ചിത്രീകരിക്കുന്നത്. സ്വന്തം വേരുകൾ മറക്കാനായി നാടോടിസംഗീതത്തിലും നൃത്തത്തിലും അഭയം തേടുന്ന അത്തരം കൊച്ചുസംഘങ്ങൾ തങ്ങളുടെ ഇന്നലെകളുടെ ഓർമ്മകൾ സംഗീതത്തിൽ അലിയിച്ചുകളയുന്നു. സാമാധാനജീവിതം നഷ്ടപ്പെട്ട സ്വന്തം നാട്ടിൽ നിന്ന് പലായനം ചെയ്യുന്ന അഭയാർത്ഥികൾ, കുറ്റകൃത്യങ്ങളുടെ പേരിൽ രാജ്യഭ്രഷ്ടരാക്കപ്പെടുന്നവർ, ഇത്തരം അരികുജീവിതങ്ങളുടെ ചലച്ചിത്ര കാഴ്ചകളാണ് ടോണീ ഗാറ്റ്‌ലിഫ് പ്രേക്ഷകർക്ക് മുമ്പിലെത്തിക്കുന്നത്.

സ്ത്രീപക്ഷറോഡ് മൂവിയെന്ന് വിശേഷിപ്പിക്കാവുന്ന 'ജാം' (Djam) ഗാറ്റ്‌ലിഫിന്റെ ഏറ്റവും പുതിയ ചിത്രമാണ്. ലോകം

സ്വീകരിച്ച അദ്ദേഹത്തിന്റെ ആദ്യചിത്രം 'ലേചോ ഡ്രോം' (Lacho Drom) ജിപ്സികൾ വടക്കെ അമേരിക്കയിലും യൂറോപ്പിലും നടത്തുന്ന സംഗീത - നൃത്തസഞ്ചാരങ്ങളുടെ ചലച്ചിത്രകാഴ്ചകളാണ്. അതേ പോലെ ജാം, രണ്ട് പെൺകുട്ടികൾ ഗ്രീസിനും തുർക്കിക്കുമിടയിൽ നടത്തുന്ന സംഭവബഹുലമായ യാത്രയാണ് പ്രമേയമാക്കുന്നത്. അഭയാർത്ഥികളുടേയും സ്വന്തം നാട് വിട്ടുപോകാൻ നിർബ്ബന്ധിത രാവുന്നവരുടേയും കൃത്യമായ ദൃശ്യവൽക്കരണമാണ് ഈ ചിത്രം. അവരുടെ സഞ്ചാരവഴികൾ കടന്നുപോകുന്ന രാജ്യങ്ങളിലെ സാമൂഹ്യ-സാംസ്കാരിക-സാമ്പത്തിക പരിസരങ്ങൾ ഡോക്യുമെന്റ് ചെയ്യുന്ന സംവിധായകൻ. ഗ്രീസിലെ പരമ്പരാഗത നാഗരികസംഗീതമായ റെബെറ്റികോ (Rebetiko) യുടെ തുടർച്ച നിലനിർത്തുന്ന, പുതു സംഗീതവും നൃത്തവും ഈ യാത്രകളിലൂടെ ആഘോഷിക്കപ്പെടുന്നു. യാത്രയുടെ തീക്ഷ്ണമായ അന്തരീക്ഷത്തെ അവ ഒട്ടൊന്നുമല്ല ലഘൂകരിക്കുന്നത്.

ലെസ്ബിയൻ ദ്വീപിൽ നിന്നും ചിത്രത്തിലെ കേന്ദ്രകഥാപാത്രം ജാം ആരംഭിക്കുന്ന യാത്രയ്ക്ക് ഒരു ഉദ്ദേശമുണ്ട്. രണ്ടാനച്ഛൻ കക്കോർഗസ്, മാതൃരാജ്യമായ തുർക്കിയിലെ ഇസ്താബൂളിൽ നിന്ന് തന്റെ കേടായിക്കിടക്കുന്ന മോട്ടോർ ബോട്ടിന്റെ ഉപകരണം വാങ്ങാനും, അവിടയുള്ള കുടുംബവീട്ടിൽ നിന്നും റിബെറ്റികോ സംഗീതം രേഖപ്പെടുത്തിയ റിക്കാർഡുകൾ ശേഖരിക്കാനും അവളോട് ആവശ്യപ്പെട്ടിരിക്കയാണ്. മാന്യമായി പെരുമാറണമെന്ന് അയാൾ ജാമിനെ ഓർമ്മിപ്പിച്ചെങ്കിലും ഇസ്താംബുളിലെ ക്ലബ്ബിൽ ചെന്നപ്പോൾ ബെല്ലിനൃത്തം ചെയ്യാതിരിക്കാൻ അവൾക്ക് കഴിയുന്നില്ല. വഴിയിൽ കണ്ടുമുട്ടിയ ആവ്രിലുമൊത്ത് തുടരുന്ന യാത്ര സംഗീതവും നൃത്തവും ഇണക്കങ്ങളും പിണക്കങ്ങളുമായി മുമ്പോട്ട് നീങ്ങുന്നു. എല്ലാ സംഘർഷങ്ങളും അലിയിച്ചുകളയുന്ന സംഗീതത്തിന്റേയും നൃത്തത്തിന്റേയും സാന്നിദ്ധ്യം നമുക്ക് പുതിയ അനുഭവങ്ങളായി മാറുന്നു. അഭയാർത്ഥിസഞ്ചാരങ്ങളുടെ അടയാളങ്ങളായ, ഉപേക്ഷിക്കപ്പെട്ടുപോയ ബോട്ടുകൾ, ഊരിയെറിഞ്ഞ വസ്തുങ്ങളുടെ കുമ്പാരങ്ങൾ, ഇവ പലായനത്തിന്റെ ക്രൂരതകളിലേക്ക് തന്നെയാണ് നമ്മെ കൊണ്ടെത്തിക്കുന്നത്.

ഒടുവിൽ ജാമും അവ്രീലയും നാട്ടിലെത്തുമ്പോൾ, മാനസികമായി തകർന്നിരിക്കുന്ന കക്കോർഗാസിനെയാണവർ കാണുന്നത്. കടക്കാർ ഏതു നിമിഷവും ജപ്തിചെയ്ത് കൊണ്ടുപോകാൻ തയ്യാറായി നിൽക്കുകയാണ്. വീട് നഷ്ടപ്പെട്ട്, റിപ്പയർ ചെയ്ത ബോട്ടുമായി, മറ്റ് അയൽക്കാരുമൊത്ത് അവർ നഗരം വിടുന്നു. തുറമുഖങ്ങളിൽ നിന്നും

തുറമുഖങ്ങളിലേക്ക് യാത്ര തുടരാം എന്ന ശുഭാപ്തിവിശ്വാസത്തോടെ അഭയാർത്ഥി സഞ്ചാരം അവർ തുടരുകയാണ്.

വെറുമൊരു റോഡ് മൂവിയായിമാത്രം പരിഗണിക്കപ്പെടേണ്ട ചിത്രമല്ല ജാം. നൃത്തത്തിന്റേയും സംഗീതത്തിന്റേയും ശക്തവും തീവ്രവുമായ സാന്നിദ്ധ്യം അതിനെ തികച്ചും വ്യത്യസ്തമാക്കുന്നുണ്ട്. റെബിറ്റിക്കോ സംഗീതത്തിന്റെ വരികൾ സ്വന്തം ജന്മനാടിന്റേയും അവിടെ തങ്ങൾക്ക് ഉപേക്ഷിക്കേണ്ടി വന്ന പ്രിയപ്പെട്ടവരുടേയും ഓർമ്മകളുടെ രേഖപ്പെടുത്തലുകളാണ്. സംഗീതവും അവയ്ക്ക് ഒപ്പമുള്ള നൃത്തച്ചുവടുകളും ഓർമ്മകളിൽ നിന്നുമുള്ള സാന്ത്വനം മാത്രമല്ല നൽകുന്നത്, മുമ്പോട്ട് പോകാനുള്ള ഊർജ്ജവും കരുത്തും കൂടിയാണ്. യാത്രയുടെ പ്രതിസന്ധിഘട്ടങ്ങളിൽ ജാമും അവ്രീലയും നൃത്തവും സംഗീതവും തങ്ങളുടെ ശക്തി സ്രോതസ്സാക്കി മാറ്റുന്നത് നാം കാണുന്നു. സ്വന്തം വീട് നഷ്ടപ്പെട്ടിട്ടും മുമ്പോട്ട് പോകാൻ കക്കോർ ഗോസിന് ശക്തി നൽകുന്നതും മറ്റൊന്നല്ല. ജാമിന്റെ മാതാവിന്റെ പാട്ടിന്റെ മാധുര്യത്തിന് കാരണമായി അവർ കണ്ടെത്തുന്നത് അവരുടെ നാടുകടത്തലാണ്. സംഗീതവും നൃത്തവും ആണ്, ജീവിതത്തിന്റെ ഏത് ദുർഘടമായ ഘട്ടത്തിലും അഭയാർത്ഥികളുടേയും ജിപ്സികളുടേയും അതിജീവനം സാദ്ധ്യമാക്കുന്നത്.

ജെറോനിമോ എന്ന ജിപ്സി ചിത്രം ടോണി ഗാറ്റ്ലിഫ് സംവിധാനം ചെയ്യുന്നത് 2014ലാണ്. ജനങ്ങൾക്കിടയിൽ രൂപപ്പെടുന്ന സംഘർഷങ്ങൾ പരിഹരിക്കാൻ സംഗീതവും നൃത്തവും ഉപയോഗിക്കുന്ന ഗാറ്റ്ലിഫ് ഈ ചിത്രത്തിൽ.

തന്റെ പ്രിയപ്പെട്ട പ്രമേയങ്ങളായ ജിപ്സിജീവിതങ്ങളും സംഗീതവും നൃത്തവും മറ്റൊരു രീതിയിൽ പ്രേക്ഷകരിൽ എത്തിക്കുകയാണ്ഇവിടെ സംവിധായകൻ. വിവാഹവസ്ത്രത്തിൽ ഓടി വരുന്ന യുവതി, മോട്ടോർ ബൈക്കിലെത്തിയ ചെറുപ്പക്കാരന്റെ കരവലയത്തിൽ വീഴുന്ന നാടകീയ രംഗത്തോടെ ആരംഭിക്കുന്ന ചിത്രം, ഒരു ദീർഘകാല ജിപ്സി പ്രേമത്തിന്റെ അടയാളമായി നാം വായിച്ചെടുക്കുന്നത് അൽപ്പ സമയത്തിന് ശേഷം മാത്രമാണ്. പെൺകുട്ടിയുടെ വിവാഹം നേരത്തെ നിശ്ചയിക്കപ്പെട്ടതിനാൽ ഇത് സംഘർഷങ്ങൾക്ക് വഴിവെക്കുന്നു. സംഘർഷങ്ങൾ പരിഹരിക്കാൻ സാമൂഹ്യപ്രവർത്തകയായ ജെറോനിമോ നടത്തുന്ന ശ്രമങ്ങൾ ഫലം കാണുന്നത് സംഗീതത്തിലൂടേയും നൃത്തച്ചുവടുകളിലൂടേയുമാണ്. വധുനീൽ തേർസിക്കും കാമുകൻ സ്പാനിഷ്ജിപ്സി, ലക്കി മലീനയ്ക്കും

• ജാം

സംരക്ഷണം നൽകുന്നത് ജെറൊനിമോയാണ്. ടോണി ഗാറ്റ്‌ലിഫിന്റെ 'ഗാഡ്ജോ ദിലോ', 'ലാച്ചോ ഡ്രോൺ' എന്നി പ്രസിദ്ധ ജിപ്സി ചിത്രങ്ങൾക്ക് ചുവടു പിടിച്ച് ജെറോനിമോയും മറ്റൊരു ശക്തമായ ജിപ്സി രചനയാവുന്നു. 2014 ലൊക്കാർണോ അന്താരാഷ്ട്ര ചലച്ചിത്ര മേളയിൽ പുരസ്കാരത്തിനായി ചിത്രം നോമിനേറ്റ് ചെയ്യപ്പെട്ടിരുന്നു.

2012 ലാണ് ടോണി ഗാറ്റ്‌ലിഫ് ഇൻഡിഗ്നഡോസ് (Indignados) എന്ന ഡോക്യുമെന്ററി സംവിധാനം ചെയ്യുന്നത്. ചിത്രത്തിന് കാരണമായത് നാസി കോൺസെൻട്രേഷൻ ക്യാംപ് അതിജീവിച്ച തൊണ്ണൂറ്റി നാലുകാരൻ സ്റ്റീഫൻ ഹെസ്സലിന്റെ ഇൻഡിഗ്നഡോസ് എന്ന ലഘുലേഖയാണ്. നാൽപ്പതിലേറെ ലോക ഭാഷകളിലായി വിവർത്തനം ചെയ്യപ്പെട്ട ഇത് ലോകത്ത് നടക്കുന്ന അക്രമങ്ങൾക്കും അനീതികൾക്കുമെതിരെ പ്രതിഷേധിക്കാൻ ജനങ്ങളെ ആഹ്വാനം ചെയ്യുന്നു. ദാരിദ്ര്യവും പട്ടിണിയും കാരണം ആഫ്രിക്കയിൽ നിന്നും അഭയാർത്ഥിയായി യൂറോപ്പിലെത്തുന്ന ബെറ്റിയാണ് ചിത്രത്തിൽ കേന്ദ്രസ്ഥാനത്തുള്ളത്. ഗ്രീക്ക് കടൽക്കരയിലെത്തിപ്പെട്ട അവർ ഏതൻസിലേക്ക് പുറപ്പെടുന്നു. മെച്ചപ്പെട്ട ജീവിതം ആഗ്രഹിച്ച് വന്ന ബെറ്റിയുടെ കൈയ്യിൽ പാസ്പോർട്ടോ മറ്റ് രേഖകളോ ഇല്ല. തെരുവുകളിൽ കഴിയേണ്ടി വരുന്ന അവർ ഒരു ഘട്ടത്തിൽ പോലീസ് പിടിയിലാവുന്നു. ഗ്രീസിലെ ഭരണാധികാരികൾ ക്കെതിരെ തെരുവുകളിൽ നടക്കുന്ന പ്രകനങ്ങൾ അവരുടെ ശ്രദ്ധയിൽപ്പെടുന്നു.

പിന്നീടവരെ നാം കാണുന്നത് പാരീസിലാണ്. അവിടേയും അവരുടെ മുമ്പിൽ ഏകാധിപത്യഭരണകൂടത്തിനെതിരെ

തെരുവുകളിറങ്ങുന്നവർ പ്രത്യക്ഷപ്പെടുന്നു. മതിയായ യാത്രാരേഖ കളില്ലാത്ത അവർ അഭയാർത്ഥിയായി പല യൂറോപ്യൻ രാജ്യങ്ങളി ലൂടേയും കടന്നുപോകുന്നു. എല്ലായിടത്തും നടക്കുന്ന ഭരണകൂടവിരുദ്ധ പ്രതിഷേധത്തിന്റെ അലകളിലൂടെത്തന്നെയാണവർ അവർ യാത്ര തുടരുന്നത്.

അഭയാർത്ഥി ജീവിതവും അതിലെ ദൈന്യതകളും അവയെ നേരിടാൻ സംഗീതത്തിന്റേയും നൃത്തത്തിന്റേയും സഹായം തേടുന്നതും ഗാറ്റ്ലിഫ് തന്റെ പതിവ് രീതികളിൽ ഈ ചിത്രത്തി ലും ആവിഷകരിക്കുന്നു. ബെറ്റിയെന്ന കഥാപാത്രം ലോകത്തിലെ അഭയാർത്ഥിസഞ്ചാരത്തിന്റെ, അവരുടെ പീഡനങ്ങളുടെ ജീവിക്കു ന്ന ചിഹ്നമായി മാറുന്നു.

ടോണി ഗാറ്റ്ലിഫ് അരികുവൽക്കരിക്കപ്പെട്ടവരുടെ, അഭയാർ ത്ഥികളായി മറ്റ് രാജ്യങ്ങളിൽ എത്തുന്നവരുടെ, സ്വന്തം നാട് ഉപേക്ഷിക്കാൻ നിർബ്ബന്ധിതരായി അന്യദേശങ്ങളിൽ ജീവിതം നയിക്കാൻ വിധിക്കപ്പെട്ടവരുടെ, ജിപ്സിസമൂഹത്തിന്റെ ഒക്കെ ചലച്ചി ത്രകാരനാവുന്നു. ഇവരുടെ അതിജീവന വഴികളാവുന്നത് സംഗീതവും അതിനൊപ്പമുള്ള നൃത്തച്ചുവടുകളുമാണ്. സ്വന്തം ദുരന്താവസ്ഥ മറക്കാനും, പുതിയ ജീവിതത്തിന് തുടക്കം കുറിക്കാനുമുള്ള ശക്തമായ ആയുധങ്ങളാവുന്നു ഇവ. പല ദേശങ്ങളിൽ നിന്നും പല ഭാഷകൾ സംസാരിച്ചുകൊണ്ട് അഭയാർത്ഥികളായി എത്തിയവർക്ക് ഐക്യ പ്പെടാനും പുതിയ ഊർജ്ജം സമാഹരിക്കാനും ഉള്ള വഴികളാവുന്നു നൃത്തവും സംഗീതവും. തങ്ങളുടെ പൂർവ്വ കാലജീവിതങ്ങളുടെ ഓർമ്മ കളിൽ ഈരടികൾ തീർത്ത്, പുതിജീവിതത്തിനായുള്ള കരുത്തു സമാഹരിക്കാൻ ഇവ അവർക്ക് സഹായകരമാവുന്നു. അങ്ങിനെ അതിജീവനത്തിനായുള്ള വഴികളാവുകയാണ് നൃത്തച്ചുവടുകളും സംഗീതവും.

• ഇൻഡിഗ്നഡോസ്

• ജെറോനിമോ

1948 ൽ അൾജീരിയയിൽ ജനിച്ച ഗാറ്റ്ലിഫ് നാടകരംഗത്തെ ഏറെക്കാലത്തെ പ്രവർത്തനങ്ങൾക്ക് ശേഷം 1975 ലാണ് തന്റെ ആദ്യചിത്രം La Tete en ruine നിർമ്മിക്കുന്നത്. തുടർന്ന് പതിനെട്ട് വർഷങ്ങളിലായി ആറ് ചിത്രങ്ങൾ സംവിധാനം ചെയ്തശേഷം 1993 ൽ ലാച്ചോ ഡ്രോം എന്ന ഡോക്യുമെന്ററിയുമായി അദ്ദേഹം ലോക ശ്രദ്ധ നേടുന്നു. തുടർന്ന് കഥാചിത്രങ്ങളും ഡോക്യുമെന്ററികളുമായി പന്ത്രണ്ടിലേറെ ചിത്രങ്ങൾ സംവിധാനം ചെയ്ത് ഫ്രഞ്ച്സിനിമയിലും ലോക സിനിമാരംഗത്തും മുൻപന്തിയിൽ നിൽക്കുന്ന സംവിധായ കനായി ലോകം ഇന്ന് ഗാറ്റ്ലിഫിനെ അംഗീകരിക്കുന്നു. നാടോടി സംഗീതത്തിലും ഗ്രീസിലെ റിബിറ്റിക്കോ സംഗീതപാരമ്പര്യത്തിലും ഊന്നൽ കൊടുത്തുകൊണ്ട് തന്റെ ചിത്രങ്ങൾക്ക് പുതിയ ചലച്ചിത്ര ഭാഷ നൽകുന്നു അദ്ദേഹം. എല്ലാത്തിനുമുപരിയായി സമൂഹത്തിലെ അരികുവൽക്കരിക്കപ്പെട്ടവരുടെ ജീവിതം ആവിഷ്ക്കരിച്ച് അവരോടൊപ്പം ചേർന്ന് നിൽക്കുന്നു ടോണി ഗാറ്റ്ലിഫെന്ന ചലച്ചിത്രകാരൻ. ഒരു അഭിമുഖത്തിൽ അദ്ദേഹം പറഞ്ഞരുന്ന ഒരു കാര്യം വളരെ പ്രസക്ത മാണ്: "ജീവിതത്തിൽ കഴിയുന്നിടത്തോളം ആടുകയും പാടുകയും സ്നേഹിക്കയും ചെയ്യുക. ബാങ്കുകളും ഷെയർ മാർക്കറ്റുകളും നമുക്ക് തൽക്കാലം മറക്കാം." മനുഷ്യസ്നേഹത്തിന്റെ, സാഹോദര്യത്തിന്റെ അടയാളമാവുന്ന ടോണി ഗാറ്റ്ലിഫ് എന്ന സംവിധായകൻ. ടോണി ഗാറ്റ്ലിഫ് ചിത്രങ്ങൾ അതിജീവനത്തിന്റെ പുതുപാതകളിലേക്കും സ്നേഹത്തിന്റെ പുതിയ ഭാഷകളിലേക്കും പ്രേക്ഷകരെ എത്തിക്കു മെന്ന തന്നെ നമുക്ക് പ്രതീക്ഷിക്കാം.

ജീവിക്കുന്നിടത്തോളം പാടുകയും ആടുകയും സ്നേഹിക്കയും ചെയ്യുക
അഭിമുഖം: ടോണി ഗാറ്റ് ലിഫ്

തന്റെ ഏറ്റവും പുതിയ ചിത്രം ജാമിന്റെ (2017) പ്രദർശനത്തിനു ശേഷം കനാൽ ബ്ലോഗിന്റെ പ്രതിനിധിക്ക് നൽകിയ പ്രത്യേക അഭിമുഖം.

കനാൽ ബ്ലോഗ്: താങ്കളുടെ അവസാന ചിത്രം ജാമിന്റെ പ്രാധാന്യമെന്താണ്? സംഗീതമോ അതോ അഭയാർത്ഥികളെക്കുറിച്ചും സ്വന്തം രാജ്യത്തിൽ നിന്നും പുറത്താക്കപ്പെട്ടവരുടേയും കുറിച്ച് പറയുക എന്നതോണോ?

ഗാറ്റ്ലിഫ്: സംഗീതത്തിലാണ് ജാമിന്റെ തുടക്കം. അത് സാമൂഹ്യ വിഷയങ്ങളുമായി ചേരുന്നതോടെ രണ്ടും ദൃഢബന്ധത്തിലാവുന്നു. സ്വന്തം വീട്ടിൽ (നാട്ടിലും) നാം എല്ലാം ആരംഭിക്കുന്നത് സംഗീതത്തിലാണല്ലോ.

കനാൽ ബ്ലോഗ്: റെബിറ്റക്കോ ഏതുരീതിയിലാണ് ചിത്രത്തിൽ പ്രധാനമാകുന്നത്? എന്തുകൊണ്ടാണ് അതിനേക്കുറിച്ച്` ഏറെ പറയാൻ എന്താണ് കാരണം ?

ഗാറ്റ്ലിഫ്: 1983 ൽ 'ദ പ്രിൻസസ്' എന്ന ചിത്രം തുർക്കിയിൽ പ്രദർശിപ്പിച്ചപ്പോഴാണ്, ഞാൻ റെബിറ്റക്കോ സംഗീതത്തേപറ്റി അറിയുന്നത്. ഗ്രീക്കുകാർ തുർക്കി വിട്ടപ്പോഴാണ് ഇത് വികാസം പ്രാപിച്ചത്. ഇതിന്റെ മുമ്പിൽ മറ്റെല്ലാ സംഗീതവും അപ്രസക്തമാവുന്നു. ഇതേപ്പറ്റി ഒരു കഥയെഴുതാൻ ഞാനാഗ്രഹിച്ചിരുന്നു. ഈ സംഗീതം പോലുള്ള സ്വഭാവഗുണമുള്ള ഒരു സ്ത്രീയെക്കുറിച്ച് ഒരു കഥ. റെബിറ്റക്കോ സംഗീതത്തിൽ വിപ്ലവവും വിഷാദവും ഉണ്ട്. എന്നാൽ വിദ്വേഷം തീരെയില്ല. ഇത് എന്നെസ്സംബന്ധിച്ചിടത്തോളം വളരെ പ്രധാനമാണ്.

• ടോണി ഗാറ്റ്ലിഫ്

കനാൽ ബ്ലോഗ്: മുപ്പത്തഞ്ച

കൊല്ലങ്ങൾക്ക് മുമ്പ് കണ്ടെത്തിയ സംഗീതവുമായി ബന്ധപ്പെടുത്തി ഇപ്പോൾ ചിത്രം നിർമ്മിക്കുന്നതിന് എന്ത് കാരണമാണുള്ളത്?

ഗാറ്റ്ലിഫ്: അതിന് മുമ്പ ഞാൻ നിർമ്മിച്ച ചിത്രങ്ങളിൽ മറ്റ് സംഗീതമാണ് ഉപയോഗിച്ചിരുന്നത്. ജിപ്സി സംഗീതമുപയോഗിച്ച് ഞാൻ ചിത്രങ്ങൾ നിർമ്മിച്ചിട്ടുണ്ട്.

കനാൽ ബ്ലോഗ്: എങ്ങനെയാണ് ചിത്രത്തിലെ പാട്ടുകൾ തിരഞ്ഞെടുത്തത് ?

ഗാറ്റ്ലിഫ്: അത് പ്രയാസകരമായ ജോലിയായിരുന്നു. തുർക്കിയിലെ റെബിറ്റിക്കോ വിദഗ്ദന്മാർ പാട്ടുകൾ ശേഖരിക്കാൻ ഒരു വർഷക്കാലം എന്നെ സഹായിച്ചു. അക്കാലത്ത്, കുടിയേറ്റവുമായി ബന്ധപ്പെട്ട പാട്ടുകൾ കണ്ടെത്താൻ പ്രയാസമായിരുന്നു. ഇന്നത്തെ പരിസ്ഥിതിക്ക് യോജിക്കുന്ന രീതിയിൽ പാട്ടുകൾ ക്രമപ്പെടുത്തുക വളരെ ശ്രമകരമായിരുന്നു.

കനാൽ ബ്ലോഗ്: ചിത്രം പ്രതീക്ഷകളോടെയാണ് അവസാനിക്കുന്നത്. വളരെയേറെ ബുദ്ധിമുട്ടുകൾ സഹിച്ചെങ്കിലും ആത്മീയമായ ഒരു സന്ദേശത്തോടെയാണ് അതിന്റെ അന്ത്യം. യഥാർത്ഥ ജീവിതം പണത്തിനും ഏറെ മേലെയാണെന്ന് ചിത്രം സ്ഥാപിക്കുന്നു.

ഗാറ്റ്ലിഫ്: തീർച്ചയാണ്. എനിക്ക് അത് ചെയ്യേണ്ടത് അത്യാവശ്യമായിരുന്നു. ചിത്രത്തിന്റെ കാതലതാണത്. അതിർത്തികളും പണവും അപ്രസക്തമാണ്. ജീവിതം മാത്രമാണ് പ്രധാനം. പതിനഞ്ച് വർഷങ്ങൾക്ക് മുമ്പ് എന്റെ നിർമ്മാതാവ് പറഞ്ഞിരുന്നതാണത്. അന്ന് ഞാനൊരു കടക്കെണിയിൽപ്പെട്ടിരുന്നു. അദ്ദേഹം പറയാറുണ്ട്: കാര്യമാക്കേണ്ട, എന്തായാലും അത് പണമല്ലേ ? അതാണ് പൂർണ്ണമായ ശരിയെന്ന് തോന്നി. നാം ജീവിക്കുന്നിടത്തോളം പാടുകയും ആടുകയും സ്നേഹിക്കുകയും ചെയ്യുക,, ബാങ്കുകളേപറ്റിയും ഷെയറുകളേപ്പറ്റിയും ചിന്തിക്കേണ്ട. ശരിയല്ലേ? (ചിരിക്കുന്നു)

കനാൽ ബ്ലോഗ്: തീർച്ചയായും മി. ടോണി. അഭിമുഖത്തിന് നന്ദി.

കാശ്മീരിൽ നിന്നുയരുന്ന നിലവിളികൾ നിലയ്ക്കുന്നില്ല

ഇരുട്ടു നിറഞ്ഞ മുറിയിലെ കസേരയിൽ കെട്ടിയിട്ട അവസ്ഥയിലിരിക്കുന്ന സ്ത്രീ. ജനൽപ്പടിയിൽ വെച്ച കുടിക്കാനുള്ള വെള്ളം അവരുടെ കൈയകലത്തു നിന്നും ഏറെ ദൂരേയാണ്. നിസ്സഹായതയുടെ പര്യായമായ ആ സ്ത്രീ ഇന്നത്തെ കാശ്മീർ ജനതയുടെ പ്രതീകമായി മാറുന്നു. കാശ്മീർ വിഷയം കേന്ദ്രപ്രമേയമാക്കി പ്രവീൺ മൊർച്ചാലെ സംവിധാനം ചെയ്ത 'വിഡോ ഓഫ് സൈലൻസ്' (Widow of Silence) എന്ന ചിത്രം ആരംഭിക്കുന്നത്ഈ ദൃശ്യത്തോടെയാണ്. ബുസാൻ, റോട്ടർഡാം ചലച്ചിത്രമേളകളിൽ പുരസ്കാരങ്ങൾ നേടിയ 2018 ചിത്രം സമകാലീന കാശ്മീരിലെ കാഴ്ചകളാണ് നമുക്ക് മുമ്പിലെത്തിക്കുന്നത്. പണ്ട് കാശ്മീരെന്ന പേർ മനോഹരമായ ദൃശ്യങ്ങളാണ് നമ്മെ ഓർമ്മിപ്പിച്ചിരുന്നത്. പ്രസിദ്ധമായ ദാൽ തടാകം, മധുരമൂറുന്ന ആപ്പിളുകൾ, സുന്ദരികളായ പെൺകിടാങ്ങൾ ഇവ കാശ്മീരിന്റെ നാനാർത്ഥങ്ങളായി നമ്മുടെ മനസ്സുകളിൽ ഇടം പിടിച്ചു.

'ലോകത്തിലൊരു സ്വർഗ്ഗമുണ്ടെങ്കിൽ അതിതാണെ'ന്ന് കാശ്മീരിനെ വിശേഷിപ്പിച്ചത് തികച്ചും അന്വർത്ഥമായിരുന്നു. എന്നാൽ ഇന്ന് എല്ലാം ഏറെ മാറിക്കഴിഞ്ഞു. ഒഴിഞ്ഞ തെരുവുകളും വിദ്യാർത്ഥികളില്ലാത്ത വിദ്യാഭ്യാസസ്ഥാപനങ്ങളും ഇന്ന് കാശ്മീരിലെ സ്ഥിരം കാഴ്ചകളാണ്.

കാശ്മീരിന്റെ ഇന്നത്തെ അവസ്ഥ അവിടെനിന്നും പുറത്തുവരുന്ന എല്ലാ സൃഷ്ടികളിലും കൃത്യമായി വായിച്ചെടുക്കാവുന്നതാണ്. സാഹിത്യത്തിലും കലാരൂപങ്ങളിലുമെല്ലാം തന്നെ ഈ ദുരന്തജീവിതക്കാഴ്ചകൾ നമുക്ക് മുമ്പിലെത്തിക്കൊണ്ടിരിക്കുന്നുണ്ട്. ഏറ്റവുമധികം ഇവ

ആവിഷ്കരിക്ക പ്പെടുന്നത് കാശ്മീരിനകത്തും പുറത്തും നിർമ്മിക്കുന്ന ചലച്ചിത്രങ്ങളിലാണ്. കാശ്മീരിലെ ജനതയുടെ ആശങ്കകളും ഭീതി യുമെല്ലാം നിറഞ്ഞ ആവിഷ്കാരങ്ങളായി മാറുകയാണ് ഈ ഫീച്ചർ സിനിമകളും ഡോക്യുമെന്ററികളും. ഈ അടുത്ത കാലത്ത് പുറത്തി റങ്ങി, രാജ്യത്തിനകത്തും പുറത്തും നടന്ന ചലച്ചിത്രമേള്കളിൽ പ്രദർശിപ്പിക്കയും പുരസ്കാരങ്ങൾ നേടുകയും ചെയ്ത ചില ചിത്രങ്ങൾ പരിശോധിക്കുന്നു.

'നോ ഫാതേഴ്സ് ഇൻ കാശ്മീർ' (കാശ്മീരിൽ പിതാക്കളില്ല) (No Fathers in Kashmir) എന്ന 2019 ചിത്രമാണ് കാശ്മീർ ചിത്രങ്ങളിലേറ്റ വും പുതിയത്. കാശ്മീരിൽ നടന്നുകൊണ്ടിരിക്കുന്ന സംഘർഷങ്ങളിൽ ഏറെ ദുരന്തങ്ങൾ നേരിടുന്നത് കുട്ടികളാണല്ലോ. വിദ്യാഭ്യാസമുൾപ്പടെ ജീവിതത്തിലെ പല സന്തോഷങ്ങളും നഷ്ടപ്പെട്ടുകൊണ്ടിരിക്കുന്നതും അവർക്കാണ്. സംഘർഷങ്ങളിൽ വേർപെട്ടു പോയ സ്നേഹിതരായ തങ്ങളുടെ പിതാക്കളെ തേടി രണ്ട് കുട്ടികൾ നടത്തുന്ന അന്വേഷണം ആണ് ചിത്രം ആവിഷ്കരിക്കുന്നത്. പതിനാറ് വയസ്സുകാരി നൂറും അതേ പ്രായത്തിലുള്ള മജീദും നടത്തുന്ന ഈ യാത്ര സമകാലീന കാശ്മീരിന്റെ യഥാർത്ഥ ചിത്രം നമുക്ക് നൽകുന്നു. അതോടൊപ്പം സംഘർഷങ്ങൾക്കിടയിൽ ചതഞ്ഞരഞ്ഞു പോകുന്ന അവിടത്തെ കുട്ടികളുടെ ജീവിതം നമ്മെ വേട്ടയാടുകയും ചെയ്യുന്നു. നൂറിന്റെ ജീവിതം കാശ്മീരിൽ നിന്നും ഇംഗ്ലണ്ടിലേക്ക് പറച്ചുനടപ്പെട്ടെങ്കിലും അപ്പൂപ്പനേയും അമ്മൂമ്മയേയും സന്ദർശിക്കുക, പിതാവിനെപ്പറ്റി വിവരം ശേഖരിക്കുക എന്നീ ഉദ്ദേശങ്ങളോടെയാണ് അവൾ കാശ്മീ രിലേക്ക് വരുന്നത്. തന്റെ പിതാവ് നേരത്തേ മരിച്ചിരുന്നു എന്ന് അറിയുന്ന നൂർ അതിന്റെ കാരണങ്ങളിലേക്കാണ് പിന്നീട് സഞ്ചരി ക്കുന്നത്. മജീദിന്റെ സഹായത്തോടെ അതിനായി അവൾ നടത്തു ന്ന ശ്രമങ്ങൾക്കിടയിൽ അവർ രണ്ടുപേരും പിടിക്കപ്പെടുകയാണ്. ബ്രിട്ടീഷ് പാസ്പോർട്ട് ഉള്ളത് കാരണം നൂറ് രക്ഷപ്പെടുന്നെങ്കിലും മജീദ് തടവിലാക്കപ്പെടുന്നു. കുട്ടികളുടെ കാഴ്ചകളിലൂടെ, സമകാലീന കാശ്മീരിന്റെ അവസ്ഥ വെളിവാക്കുന്ന ചിത്രമെന്ന നിലയിൽ 'നോ ഫാദേഴ്സ് ഇൻ കാശ്മീർ' ഏറെ ശ്രദ്ധേയമാണ്.

കാശ്മീരിൽ പതിവായി സംഭവിക്കാറുള്ളത് പോലെ ഈ ചിത്രവും സെൻസർഷിപ്പ് പ്രശ്നങ്ങളിൽപ്പെട്ടിരുന്നു. 2018 ജൂലൈയിൽ തടഞ്ഞു വെച്ച ചിത്രത്തിന്റെ സെൻസർഷിപ്പ് ആറ് മാസങ്ങൾക്ക് ശേഷം ഉപാധികളോടെ നൽകിയെങ്കിലും നിർമ്മാതാവും സംവിധായക നും അത് സ്വീകരിക്കാൻ തയ്യാറായില്ല. അവരുടെ വളരെയേറെ

ശ്രമങ്ങൾക്കൊടുവിലാണ് ചിത്രം പൂർണ്ണരൂപത്തിൽ പുറത്തിറങ്ങിയത്. 2019 തിരുവനന്തപുരം അന്താരാഷ്ട്രമേളയിൽ കാശ്മീർ വിഷയങ്ങൾ പ്രമേയമാക്കിയ ചിത്രങ്ങളിൽ ഇത് ശ്രദ്ധേയമായിരുന്നു. ചിത്രത്തിന്റെ സംവിധായകൻ അശ്വിൻ കുമാർ ഇന്ത്യയിൽ ഏറ്റവും കുറഞ്ഞ പ്രായത്തിൽ ഓസ്കാർ നോമിനേഷൻ ലഭിച്ച സംവിധായകൻ എന്ന ബഹുമതി നേടിയിരുന്നു. അദ്ദേഹം '2004ൽ സംവിധാനം ചെയ്ത ലിറ്റിൽ ടെററിസ്റ്റ്'' എന്ന ലഘു ചിത്രമാണ് അദ്ദേഹത്തിന് അത് നേടിക്കൊടുത്തത്. തുടർന്ന് 'ഇൻഷാള്ളാ ഫുട്ബോൾ `(2010), 'ഇൻഷാള്ളാ കാശ്മീർ (2012),അയാം നോട്ട് ഹിയർ (2015) എന്നീ ഡോക്യുമെന്ററികളും കാശ്മീർ ജീവിതം പ്രമേയമാക്കി പുറത്തിറങ്ങി. നോ ഫാദേഴ്സ് ഇൻ കാശ്മീർ, ഡേയ്സ്ഡ് ഇൻ ഡൂൺ (2010), റോഡ് ടു ലഡാഖ്` (2003), ഫോറെസ്റ്റ് (2009) എന്നിവയാണ് അശ്വിൻ കുമാറിന്റെ പ്രധാന കഥാചിത്രങ്ങൾ.

ലേഖനത്തിന്റെ തുടക്കത്തിൽ പരാമർശിച്ച 'വിഡോ ഓഫ് സൈലൻസ്'' (Widow of Silence) (2018) കാശ്മീർ സംഘർഷങ്ങൾക്കിടയിൽ തകർന്നുപോകുന്ന സ്ത്രീജീവിതമാണ് ദൃശ്യവൽക്കരിക്കുന്നത്. ജീവിതത്തിന്റെ എല്ലാ മേഖലകളിലും സ്വാതന്ത്ര്യം നിഷേധിക്കപ്പെട്ട കാശ്മീരിലെ സ്ത്രീകളുടെ പ്രതിനിധിയാവുന്ന ചിത്രത്തിലെ മുഖ്യകഥാപാത്രം ആസ്യ. ഒരു അർദ്ധരാത്രിയിൽ ആസ്യയുടെ ഭർത്താവ് അപ്രത്യക്ഷനാകുന്നു. ഏഴ് വർഷങ്ങൾ കഴിഞ്ഞിട്ടും അയാളെപ്പറ്റി ഒരു വിവരവും കിട്ടുന്നില്ല. ജീവിച്ചിരിക്കുന്നതായോ മരിച്ചതായോ ആർക്കും ഒന്നുമറിയില്ല. ആസ്യ നടത്തുന്ന അന്വേഷണങ്ങൾക്ക് ഒരു മറുപടിയും ലഭിക്കുന്നുമില്ല. നഴ്സ് ആയി കുടുംബം പുലർത്തുന്ന അവർ, ഭർത്താവിന്റെ മരണസർട്ടിഫിക്കറ്റിനായി അപേക്ഷിക്കുന്നു. അത് ലഭിക്കാതെ പുനർവിവാഹം ചെയ്യാനോ വീടിന്റെ കടം തീർക്കാനോ അവർക്ക് കഴിയില്ല. കാശ്മീരിലെ അനവധി അർദ്ധവിധവകളുടെ പട്ടികയിൽ ആസ്യയുടെ പേര് കൂടി ചേർക്കപ്പെടുന്നു. 1990 കൾക്ക് ശേഷം കാശ്മീരിൽ അപ്രത്യക്ഷരായവരുടെ ഭാര്യമാരാണ് അർദ്ധവിധവകളായി അറിയപ്പെടുന്നത്. അവർ വിധവളോ വിധവകളല്ലാത്തവരോ അല്ല, കാശ്മീരിൽ, ഒരു അസ്തിത്വവും ഇല്ലാതെ നിലനിൽക്കുന്നവരുടെ പട്ടികയിൽപ്പെടുന്നു ഇവർ !

പതിനൊന്ന് വയസ്സ് മാത്രമുള്ള മകളോടും മകന്റെ തിരോധാനത്തിനു ശേഷം സംസാരശേഷി നഷ്ടപ്പെട്ട ഭർതൃമാതാവിനുമൊപ്പം കഴിയുന്ന ആസ്യ വളരെ പ്രയാസപ്പെട്ടാണ് കുടുംബജീവിതം മുമ്പോട്ട് കൊണ്ടുപോകുന്നത്. സ്വന്തം വിഷമങ്ങൾ പങ്ക് വെക്കാൻ

ആരുമില്ലാതെ ഭർത്താവിന്റെ മരണസർട്ടിഫിക്കറ്റ് തിരഞ്ഞു പോകുന്ന ആസ്യയുടെ ജീവിതം കാശ്മീരിലെ പെൺജീവിതങ്ങളുടെ സമകാലീന കാഴ്ചയായി നമ്മെ വേട്ടായാടിക്കൊണ്ടിരിക്കുന്നു. സംവിധായകൻ പ്രവീൺ മൊർച്ചാലേയുടേ വാക്കുകളിൽ, "ചിത്രം നാം ജീവിക്കുന്ന വ്യവസ്ഥിതിയുടെ അന്ത്യം കൂടെയാണ് ഓർമ്മിപ്പിക്കുന്നത്". കാശ്മീരിലെ തകർന്ന സാമൂഹിക-ഭരണവ്യവസ്ഥകളുടെ നേർക്ക് തന്നെയാണ് എല്ലാ വിരലുകളും ചൂണ്ടപ്പെടുന്നത്. നിരവധി അന്താരാഷ്ട്രമേളകളിൽ പുരസ്കാരങ്ങൾ നേടിയ ചിത്രം 2018 കൊൽക്കത്ത അന്താരാഷ്ട്രമേളയിൽ പ്രദർശിപ്പിച്ചിരുന്നു. കാശ്മീരിൽ നിന്നുള്ള സ്ത്രീപക്ഷസിനിമകളിൽ ഏറേ പ്രേക്ഷകപ്രശംസ നേടീയ ഇത് സ്ത്രീയുടെ നിശ്ചയദാർഢ്യത്തിന്റേയും ധീരതയുടേയും കഥയാണ് പറയുന്നത്. അക്രമികൾക്കിടയിൽ കഴിയുമ്പോഴും അക്രമരഹിതമായ ലോകം മനസ്സിൽ സൂക്ഷിക്കുന്നവരുടെ കൃത്യമായ സൂചന ചിത്രം നമുക്ക് നൽകുന്നുണ്ട്.

ഡ്രൈവറായി സിനിമയ്ക്കകത്തും പുറത്തും ജീവിക്കുന്ന ആൾ ഉൾപ്പെടുന്ന ചിത്രത്തിലെ ഒരു രംഗം ശ്രദ്ധേയമാണ്. തന്റെ വാനിൽ നിറയെ പൂക്കൾ കൊണ്ടുപോകുമ്പോൾ റൈഫിളുപയോഗിച്ച അത് പരിശോധിക്കുന്നയാളെ ഡ്രൈവർ വിലക്കുന്നു: "നിങ്ങളുടെ തോക്ക് കൊണ്ട് എന്റെ പൂക്കൾ സ്പർശിക്കരുതു, പൂക്കൾ ആയുധങ്ങൾ ഇഷ്ടപ്പെടാൻ ചിലപ്പോൾ അത് കാരണമായേക്കാം. അവിടെ അപകടം ആരംഭിക്കുന്നു." 2018 തിരുവനന്തപുരം മേളയിൽ സുവർണ്ണചകോരം നേടിയ ചിത്രമാണ് 'വിഡോ ഓഫ് സൈലൻസ്'.

കവിതയെഴുത്തും കളിവഞ്ചിനിർമ്മാണവും ഇസ്ളാം മതവിശ്വാസവും ഒരു പോലെ ജീവിതത്തിന്റെ ഭാഗമാക്കിയ റഹ്മത് അലി ഒരു ദിവസം അപ്രത്യക്ഷനാകുന്നു. ജോലികഴിഞ്ഞു വരുന്ന അയാളെ തടഞ്ഞുനിർത്തി പട്ടാളക്കാർ കൈയ്യിലുള്ള പെട്ടി പരിശോധിക്കുന്നു. അതിൽകണ്ട ഡയറിൽ അലി എഴുതിയ കവിത കണ്ട്, അവ്ർ അത് വായിക്കാനാവശ്യപ്പെടുന്നു. കവിത വായിപ്പിച്ചശേഷം, കവിതയെഴുതിയ ഡയറിയിലെ പേജ് കീറിയെറിയുന്ന അവർ. വീട്ടിലെത്തിയ അലിയോട് രാവിലെ താനാവശ്യപ്പെട്ട സെൽ കിട്ടാതെ മകൻ ഹമീദ് പരിഭവിക്കുന്നു. ഭാര്യ ഇഷ്റാത്തിന്റെ വിലക്ക് വകവെക്കാതെ അത് വാങ്ങാനായി വീണ്ടും തെരുവിലേക്കിറങ്ങുന്ന റഹ്മത് അലി പിന്നീട് തിരിച്ച വരുന്നതേയില്ല. കാശ്മീർ ചിത്രങ്ങളിൽ ശ്രദ്ധേയമായ ഹമീദ് (Hamid) (2018) ആരംഭിക്കുന്നത് ഈ ദൃശ്യങ്ങളോടെയാണ്. പതിവ് ചിത്രങ്ങളിൽ നിന്നും വ്യത്യസ്തമായി 'ഹമീദ്' കേന്ദ്രീകരിക്കുന്നത്

• വിഡോ ഓഫ് സൈലൻസ്

ഏഴുവയസ്സുകാരനായ ഹമീദിലാണ്. ഭർത്താവിന്റെ തിരോധാനത്തിൽ പോലീസിൽ പരാതിപ്പെടുന്ന ഇഷ്റാത്ത് എല്ലായ്പ്പോഴും നിരാശയോടെ തിരിച്ചുവരുന്നു. ഒരു നാൾ പിതാവ് തിരിച്ചുവരുമെന്ന് കരുതിയ ഹമീദ് ഒടുവിൽ സഹായത്തിനായി ദൈവത്തെ വിളിക്കാൻ തീരുമാനിക്കുന്നു. ദൈവത്തിന്റെ നമ്പർ 786 ആണെന്നറിയാവുന്ന അവൻ റഹ്മത്തിന്റെ ഫോണെടുത്ത് 786നോട് മറ്റ് നമ്പറുകൾ ചേർത്ത് ഫോൺ ചെയ്യുന്നു. അത് കിട്ടുന്നത് അവിടെത്തന്നെയുള്ള പട്ടാളക്കാരൻ അഭയ്ക്കാണ്. നിരന്തരമുള്ള ഫോൺവിളി കാരണം അവർ തമ്മിൽ സവിശേഷരീതിയിലുള്ള ബന്ധം രൂപപ്പെടുന്നു. എല്ലാ ആവശ്യങ്ങളും ദൈവമെന്നു കരുതിയ അഭയ്‌യോട് പറയുന്നു ഹമീദ്. അവന്റെ പിതാവിനെ കണ്ടെത്താൻ മാത്രം അയാൾക്ക് കഴിയുന്നില്ല, കാരണം റഹ്മത് അലി അപ്പോഴേക്കും മരിച്ചിരുന്നു. ഒടുവിൽ, താൻ ദൈവമല്ലെന്ന് പറഞ്ഞ് അഭയ്‌യോട് നിരാസയോടെ ഫോൺ വലിച്ചെറിഞ്ഞ് പ്രതികരിക്കുന്നു ഹമീദ്.

പിതാവ് തുടങ്ങിവെച്ച തോണി ഹമീദ് പൂർത്തിയാക്കുന്നു. അതിൽ അഭയ് അയച്ചുകൊടുത്ത ചുവപ്പ് ചായമടിച്ച് യാത്ര നടത്തുന്ന ഹമീദിലും ഇഷ്റത്തിലും ചിത്രം അവസാനിക്കുന്നു. ഹമീദ് എന്ന ചിത്രം നൽകുന്ന ചില സൂചനകൾ ശ്രദ്ധേയമാണ്. പട്ടാളത്തിനെതിരെ രൂപപ്പെട്ട ഭീകരസംഘടനയുടെ യോഗത്തിനായി ഹമീദിനെ പല പ്രാവശ്യം സംഘാടകർ ക്ഷണിക്കുന്നെങ്കിലും അവൻ അതിന് തയ്യാറാവുന്നില്ല എന്ന് മാത്രമല്ല, അത് തെറ്റായ വഴിയാണെന്ന് ശക്തമായി അഭിപ്രായപ്പെടുകയും ചെയ്യുന്നു. ഭീകരതയ്ക്ക് എതിരെയുള്ള

ചലച്ചിത്രകാരന്റെ കൃത്യമായ രാഷ്ട്രീയ നിലപാടാണ് ഇവിടെ നാം തിരിച്ചറിയുന്നത്.

ഐഅജാസ് ഖാൻ സംവിധാനം നിർവ്വഹിച്ച ഹമീദ്, വിജത്തിലെത്തിക്കുന്നതിൽ പ്രധാന പങ്ക്, ഹമീദിനെ അവതരിപ്പിച്ച തൽഹ ഹർഷദ് രേഷിയ്ക്ക് ഉണ്ട്. 2019 ലെ ദേശീയ ചലച്ചിത്രപുരസ്കാരങ്ങളിൽ മികച്ച ഉർദു ചിത്രമായി തിരഞ്ഞെടുക്കപ്പെട്ട ഹമീദ്, രാജസ്ഥാൻ അന്താരാഷ്ട്ര ചലച്ചിത്രോൽസവത്തിലെ മികച്ച ചിത്രവുമായിരുന്നു. ബാങ്കെ കി ക്രേസി ബറാത്ത് (2015), വൈറ്റ് എലഫെന്റ് (2009) എന്നീ ചിത്രങ്ങളും ഐജാസ് സംവിധാനം ചെയ്തിട്ടുണ്ട്.

2018 ചിത്രം ഹാഫ് വിഡോ (അർദ്ധവിധവ) (Half Widow) പട്ടാളം ഒരു കാരണവും കൂടാതെ പിടിച്ചുകൊണ്ടുപോയ ഭർത്താവിനെ തേടി ഭാര്യ നീല നടത്തുന്ന അന്വേഷണങ്ങളുടെ കഥയാണ്.

• ഹാഫ് വിഡോ

• നോ ഫാദേഴ്സ് ഇൻ കാശ്മീർ

സഹോദരൻ സക്കീറുമൊന്നിച്ച് നീലയും ഭർത്താവ് ഖാലിദും ശ്രീനഗറിൽ സന്തോഷത്തോടെ കഴിയുന്നതിനിടയിലാണ് ഖാലിദ് കസ്റ്റഡിയിലാകുന്നത്. സക്കീറും നീലയും ഖാലിദിനെ അന്വേഷിച്ച് ദിവസങ്ങളോളം അലയുന്നു. വർഷങ്ങൾ കഴിഞ്ഞു മാത്രമാണ് ഖാലിദ് കൊല്ലപ്പെട്ടതായി നീല മനസ്സിലാക്കുന്നത്. അവരുടെ അന്വേഷണങ്ങളാണ് ചിത്രം ആവിഷ്കരിക്കുന്നത്. വർഷങ്ങൾക്ക് ശേഷം ജീവിച്ചിരിപ്പുണ്ടെന്ന് കരുതിയ ഭർത്താവ് മരിച്ചെന്നറിഞ്ഞപ്പോൾ നീല തകർന്ന് പോകുന്നു. ചിത്രത്തിന്റെ തിരക്കഥാകൃത്ത് ആയ കവിയത്രി സുനൈന കച് രു നീലയേപ്പോലുള്ള കാശ്മീരി സ്ത്രീകളേക്കുറിച്ച് ഇങ്ങനെ പറയുന്നു: "സംഘർഷ മേഖലകളിലെ പുരുഷന്മാർ തങ്ങളുടെ ധീരതയ്ക്ക് സമ്മാനിതരാവുമ്പോൾ സ്ത്രീകളും കുട്ടികളും തീർത്തും അവഗണിക്കപ്പെടുകയാണ്, യുദ്ധത്തിന്റെ ആദ്യാവസാന ഇരകൾ അവരാണ്."

ഹാഫ് വിഡോവിന്റെ സംവിധായകൻ ഡാനിഷ് റെൻസു കാശ്മീരിലെത്തുന്നത് ഒരു ലഘുചിത്രം നിർമ്മിക്കാനായിരുന്നു. എന്നാൽ അത് അവസാനിച്ചത് അദ്ദേഹത്തിന്റെ ആദ്യരചനയായ 'ഹാഫ് വിഡോ' യെന്ന ഫീച്ചർ സിനിമയിലാണ്. പ്രവീൺ അഹനഗർ എന്ന് ആക്റ്റിവിസ്റ്റിന്റെ ജീവിതമാണ്ഈ ചിത്രത്തിന് അദ്ദേഹത്തിന് പ്രചോദനമായിത്തീർന്നത്.

ഷേക്സ്പിയർ ദുരന്തനാടകം ഹാംലെറ്റ് ആധാരമാക്കി വിശാൽ ഭരദ്വാജ് നിർമ്മിച്ച ചിത്രമാണ് ഹൈദർ (Haider). 2014 ലെ ചിത്രം, 1990 കളിലെ കാശ്മീർ സംഘർഷങ്ങളാണ് പ്രമേയവൽക്കരിക്കുന്നത്. 'നോ ഫാദേഴ്സ് ഇൻ കാശ്മീരി'ലെപ്പോലെ കാണാതായ പിതാവിനെ തേടി ഹൈദർ നടത്തുന്ന യാത്രകളാണ് ചിത്രം അനാവരണം

• അശ്വിൻ കുമാർ

• ഹമീദ്

ചെയ്യുന്നത്. ബുസാൻ, റോം അന്താരാഷ്ട്ര ചലച്ചിത്രോ ൽസവങ്ങളിൽ 'ഹൈദർ' പുരസ്കാരങ്ങൾ നേടിയിരുന്നു. 2014 ലെ ദേശീയപുരസ്കാര ങ്ങളുൾപ്പടെ രാജ്യത്തിനകത്തും ചിത്രം അംഗീകാരങ്ങൾ നേടി. .

ശ്രീനഗറിൽ ഡോക്ടറായിരുന്ന പിതാവ് ഹിലാൽ മീറിന്റെ തിരോധാനവുമായി ബന്ധപ്പെട്ട്, മകൻ ഹൈദർ നടത്തുന്ന അന്വേ ഷണങ്ങൾ അയാളെ കൊണ്ടെത്തിക്കുന്നത് കാശ്മീരിലെ വിവിധ ഭീകരസംഘടനകൾക്കിടയിലെ സംഘർഷങ്ങളിലാണ്. ചെറുഗ്രൂ പ്പുകൾക്കിടയിലെ മൽസരങ്ങളും ചാരപ്രവർത്തനങ്ങളും സംഘർ ഷങ്ങളും നിലനിൽപ്പിനായുള്ള പോരാട്ടങ്ങളും ചെന്നെത്തുന്നത് അക്രമങ്ങളിലും കൊലപാതകങ്ങളിലുമാണ്. പരസ്പരം പോരാടി അവസാനിക്കുന്നു ഈ ഭീകരസംഘടനകൾ. ഈ പശ്ചാത്തലത്തിൽ ഭീകരപ്രവർത്തനങ്ങളുടെ നിരർത്ഥകത വെളിവാക്കുന്നു ഹൈദർ.

പരാമർശിക്കപ്പെട്ട അഞ്ച് ചിത്രങ്ങൾക്ക് പുറമേ മറ്റ് നിരവധി ചിത്രങ്ങൾ കാശ്മീരിലെ അവസ്ഥ ലോകത്തിനു മുമ്പിലെത്തിക്കുന്നു ണ്ട്. സാധാരണ ജീവിതത്തിൽ നിന്നും പെട്ടന്ന് അപ്രത്യക്ഷനാകുന്ന പിതാവ്, തന്റെ ഭർത്താവ് ജീവിച്ചിരിപ്പുണ്ടോ എന്നറിയാതെ ഉഴലുന്ന ഭാര്യ, അന്വേഷണങ്ങളുടെ നീണ്ട നിരകൾ. മോർച്ചറിയിലുള്ള ശവശരീരം സ്വന്തം ഭർത്താവിന്റേതാണോ എന്ന് പരിശോധിക്കാൻ ആശങ്കയോടെ ക്യൂവിൽ നിൽക്കുന്ന സ്ത്രീ, പിതാവ് തിരിച്ചുവരാനായി ദൈവത്തിന് ഫോൺ ചെയ്യുന്ന കുട്ടികൾ. ഇങ്ങനെ ദുരന്തഭൂമിയിലെ

• പ്രവീൺ മൊർച്ചാലേ

കാഴ്ചകൾ അവസാനിക്കുന്നില്ല. ഭീകരപ്രവർത്തനങ്ങൾ കാശ്മീർ പ്രശ്നങ്ങൾക്ക് പരിഹാരമല്ല എന്ന് എല്ലാ ചിത്രങ്ങളും അടിവരയിടുന്നു. അർദ്ധവിധവകൾ കാശ്മീരിലെ പതിവ് കാഴ്ചകളാണെന്നും ചിത്രങ്ങൾ സൂചിപ്പിക്കുന്നുണ്ട്. എല്ലാ ചിത്രങ്ങളിലും അവരുടെ ദുരന്തസാന്നിദ്ധ്യം നാം അനുഭവിക്കുന്നു. അതോടൊപ്പം ഏറ്റവും ദുർഘടമായ സാഹചര്യത്തിലും ജീവിതം മുമ്പോട്ട് കൊണ്ടുപോകാൻ തീരുമാനിച്ചുറച്ച സ്ത്രീകൾ തകർന്നുപോകാതെ മക്കളേയും മാതാപിതാക്കളേയും സംരക്ഷിച്ചുകൊണ്ടു മുമ്പോട്ട് തന്നെ പോകുന്നു. അതിജീവനത്തിന്റെ കഥകൾ പറയുന്ന ശക്തമായ സ്ത്രീപക്ഷചിത്രങ്ങളാണ് ഇവയെല്ലാം. ഒരു കാരണവും കൂടാതെ പൊലീസും പട്ടാളവും സമയത്തും അസമയത്തും പിടിച്ചു കൊണ്ടുപോകുന്നവരുടെ ജീവനും ജീവിതവും മരണമെന്ന ഇരുട്ടിൽ അവസാനിക്കുന്നു. പ്രാഥമികമനുഷ്യാവകാശങ്ങളും നീതിയും ന്യായവുമൊക്കെ കാശ്മീരിൽ നിന്നും എത്രയോ അകലെത്തന്നെയാണ്. ഈ അഞ്ചു ചിത്രങ്ങളും അനുദിനം വഷളായിക്കൊണ്ടിരിക്കുന്ന കാശ്മീരിലെ ചുറ്റുപാടുകളിലെ സംഘർഷജീവിതങ്ങളുടെ കൃത്യവും ശക്തവുമായ കാഴ്ചകളാണ്. അതിഭാവുകത്വത്തിലേക്കോ അതിശയോക്തികളിലേക്കോ വഴുതിവീഴാതെ, ഡോക്യുമെന്ററികളുടെ കൃത്യതയോടെ, തീക്ഷ്ണതയോടെ, കാശ്മീരിന്റെ ദുരന്തജീവിതകാഴ്ചകളിലേക്കും അവയിൽ നിന്നുമുള്ള അതിജീവനശ്രമങ്ങളിലേക്കും അവ നമ്മെ എത്തിക്കുന്നു.

കഥാചിത്രങ്ങൾക്ക് പുറമേ ശക്തമായ ഡോക്യുമെന്ററികളും കാശ്മീർ വിഷയത്തിൽ നിർമ്മിക്കപ്പെടുന്നുണ്ട്. ഇവയിൽ ശ്രദ്ധേയമായ ചില ഡോക്യുമെന്ററികൾ പരിചയപ്പെടുത്തുന്നു. സഞ്ജയ്

കാക് സംവിധാനം ചെയ്ത രണ്ട് മണിക്കൂർ ഡോക്യുമെന്ററി ജഷ്ൻ എ അസാദി (Jashn e Azadi), കാശ്മീർ സംഘർഷങ്ങളിലെ ഇരകളുമായുള്ള നിരവധി അഭിമുഖങ്ങളും ആർക്കൈവ് ഫൂട്ടേജുകളുമൊക്കെ ചേർന്ന സമഗ്രമായ കാശ്മീർ കാഴ്ച പ്രേക്ഷകരിലെത്തിക്കുന്നു. ലോകപ്രസിദ്ധപത്രപ്രവർത്തകനായ ബി. ബി. സി ലേഖകൻ മാർക്ക് ടൂളി (Mark Tully) യുടെ 'പാരഡൈസ് ലോസ്റ്റ്'' (Paradise Lost) കാശ്മീർ സംഘർഷചരിത്രം കൃത്യമായി ആവിഷ്കരിക്കുന്നുണ്ട്. ഇന്ത്യയും പാകിസ്ഥാനും തമ്മിലുള്ള പ്രശ്നങ്ങൾ കാശ്മീരിനെ എങ്ങനെ ബാധിച്ചു എന്നടക്കമുള്ള വിഷയങ്ങൾ ചിത്രം വിശദമായി ചർച്ച ചെയ്യുന്നു.

മാധ്യമപ്രവർത്തകർ എങ്ങനെയൊക്കെയാണ് കാശ്മീർ സംഘർഷങ്ങൾ ചിത്രീകരിക്കുന്നതെന്നും, അവയിൽ എത്രപേർ അവിടെ ഇരകളായിത്തീരുന്നു എന്നൊക്കെയുള്ള കണക്കുകൾ 'കാശ്മീർ അപറൈസിങ് 2010' (Kashmir Uprising 2010) ഏറെ വ്യത്യസ്തതമായി ആവിഷ്കരിക്കുന്നു. നേരത്തെ പരാമർശിച്ച, അശ്വിൻകുമാർ സംവിധാനം ചെയ്ത 'ഇൻഷാഅള്ളാ കാശ്മീർ '(Inshallah Kashmir), കാശ്മീരിൽ ദീർഘകാലമായി നടന്നുകൊണ്ടിരിക്കുന്ന മനുഷ്യാവകാശലംഘനങ്ങളും മർദ്ദനങ്ങളുമാണ് ചർച്ച ചെയ്യുന്നത്.

വളരെ വ്യത്യസ്തമായൊരു ഡോക്യുമെന്ററിയാണ്''ഇൻ ദ ഷേഡോ ഓഫ് ഫോളൻ ചിനാർ' (In the shadow of fallen Chinar). കലാരൂപങ്ങൾ എങ്ങനെയാണ് കാശ്മീരിലെ പ്രതിരോധപ്രവർത്തനങ്ങൾക്ക് ഊർജ്ജം പകരുന്നതെന്ന് പരിശോധിക്കുന്ന ചിത്രമാണിത്. ലോകത്തിന് മുഴുവൻ പാഠമായി മാറുന്ന ഈ ചിത്രത്തിലെ പരാമർശങ്ങൾ. രാജ്യത്ത് മറ്റൊരിടത്തും കാണാൻ കഴിയാത്ത രൂപത്തിലുള്ള നിരവധി ഡോക്യുമെന്ററികൾ കാശ്മീരിൽ നിർമ്മിക്കപ്പെടുന്നത്,

• ഹൈദർ

അവ ലോകമെമ്പാടും പ്രദർശിപ്പിക്കപ്പെടുന്നത് ഇവയൊക്കെ കാശ്മീർ പ്രശ്നങ്ങളിൽ ലോകത്തിന്റെ ഉത്കണ്ഠ തന്നെയാണ് സൂചിപ്പിക്കുന്നത്.

കാശ്മീർ വിഷയം കേന്ദ്രീകരിക്കുന്ന കഥാചിത്രങ്ങളും ഡോക്യുമെന്ററികളും രാജ്യത്തിനകത്തും പുറത്തും നടക്കുന്ന ചലച്ചിത്രമേളകളിൽ നിരന്തരമായി പ്രദർശിപ്പിച്ചുകൊണ്ടിരിക്കുയാണ്. കാശ്മീരിലെ ജനത നേരിടുന്ന ദുരന്തങ്ങളിൽ ലോകത്തിന്റെ ആശങ്കയാണിവ രേഖപ്പെടുത്തുന്നത്. മനുഷ്യസമൂഹത്തിന് അവരോടുള്ള കരുതലുകളുടേയും ഐക്യദാർഢ്യത്തിന്റെയും അടയാളമായി ഇത് തിരിച്ചറിയപ്പെടേണ്ടതാണ്. ജനങ്ങൾ നേരിടുന്ന പീഡനങ്ങളും മർദ്ദനങ്ങളും പൗരാവകാശലംഘനങ്ങളും നേരിൽക്കാണുമ്പോൾ, അവയോട് പ്രതികരിക്കാനും, ഇരകളോട് ഐക്യപ്പെടാനും ആഹ്വാനം ചെയ്യുന്ന ഈ ചിത്രങ്ങൾ, ചലച്ചിത്രങ്ങളുടെ സാമൂഹിക ഇടപെടലുകളുടെ ദൃഷ്ടാന്തങ്ങളാകുക മാത്രമല്ല, പീഡിതരുടെ ഒപ്പം നിൽക്കാൻ ജനങ്ങളെ പ്രേരിപ്പിക്കുക കൂടിയാണ് ചെയ്യുന്നത്.

(ദേശാഭിമാനി വാരിക, 2020 ജനവരി 12)

മേഘാ ധാക്കാ താര-നിശ്ശബ്ദമായ നിലവിളികൾ

"Something had to be done"-

നീലകണ്ഠ ബാഗ് ചി

(ജുക്തി താക്കൊ ഔർ ഗപ്പോ)

"ദാദ, അമി ബച്'തെ ചായ്, ("ദാദ, എനിക്ക് ജീവിക്കേണം"), ഞാൻ ജീവിക്കുമെന്ന് ഒരു പ്രാവശ്യമെങ്കിലും പറയൂ ദാദ." 'മേഘാ ധാക്കാ താര' (1960) യിലെ കേന്ദ്രകഥാപാത്രം നീതയുടെ നിസ്സഹായതയുടെ നിലവിളി തിരശ്ശീലയിൽ മുഴങ്ങാൻ തുടങ്ങിയിട്ട് വർഷങ്ങൾ കഴിഞ്ഞിരിക്കുന്നു. ചിത്രം അവസാനിച്ച്, വിഷാദവും കുറ്റബോധവും അസ്വസ്ഥമാക്കിയ മനസ്സുകളോടെ പുറത്തിറങ്ങുന്ന നാം സംശയിക്കുന്നത് നീത ജീവിതത്തിൽ എപ്പോഴെങ്കിലും സന്തോഷിച്ചിരുന്നോ എന്നാണ്. മനസ്സിൽ റീവൈൻഡ് ചെയ്യപ്പെടുന്ന ചിത്രം, ഒരു ദൃശ്യത്തിൽ ഉടക്കി നിൽക്കുന്നു. അത് നീത ഏറ്റവും സന്തോഷിക്കുന്ന ദൃശ്യമാണ്. ചിത്രത്തിന്റെ ആദ്യഭാഗത്ത്, ട്യൂഷൻ കഴിഞ്ഞു വീട്ടിലേക്ക് മടങ്ങിവരുന്ന നീതയ്ക്ക് അനുജത്തി ഗീത ഒരു കത്ത് നൽകുന്നു. അത് സൂക്ഷിച്ച് നോക്കി, അൽപ്പം കുറ്റബോധത്തോടേയും ഏറെ സന്തോഷത്തോടേയും അവൾ ചുറ്റും കണ്ണോടിക്കുന്നു. ആരും കണ്ടില്ലെന്ന് സമാധാനിച്ച്, പതുക്കെ തന്റെ മുറിയിലേക്ക് നടക്കുന്നു. മുറിയിലെത്തിയ നീത കത്ത് തുറന്നു വായിക്കുന്നു. ആഹ്ലാദാത്താലും ലജ്ജയാലും വിടരുന്ന മുഖം. ജനലിനരികെ വന്നു നിൽക്കുമ്പോൾ പുറത്ത്, വെളിച്ചത്തിൽ കുളിച്ച പച്ചപ്പ്. മുറിയുടേ മേൽക്കൂരയുടെ അടിഭാഗത്ത്, ജനലിനു മുകളിലായി നൃത്തം ചെയ്യുന്ന വെളിച്ചം. മുറ്റത്ത് കെട്ടി നിൽക്കുന്ന വെള്ളത്തിൽ വീണ വെളിച്ചത്തിന്റെ പ്രതിബിംബമാണത്. പെട്ടെന്ന് മുറിയിലേക്ക് കടന്നുവന്ന സഹോദരൻ ശങ്കർ

ചോദിക്കുന്നു: “ഈ പ്രായത്തിലും പ്രണയലേഖനമോ?.” അയാൾ എഴുത്ത് പിടിച്ചു വാങ്ങി വായിക്കുന്നു. (ആ എഴുത്തിലാണ് ‘മേഘ ധാക്കാ താര’, മേഘം മറച്ച നക്ഷത്രം എന്ന പ്രയോഗം നാം കേൾക്കുന്നത്). ലജ്ജയാൽ മുഖം പൊത്തി നിൽക്കുന്ന നീത. ഇന്ത്യൻ സിനിമയുടെ ചരിത്രത്തിലെ അപൂർവ്വദൃശ്യം. ഋതിക്ക് ഘട്ടക്ക് എന്ന ചലച്ചിത്രകാരനും സുപ്രിയ ചൗധരിയെന്ന നടിയും ചേർന്നൊരുക്കിയ സൂക്ഷ്മവും തീവ്രവുമായ ആവിഷ്ക്കാരമായ ഇത് പ്രസന്നത പരത്തുന്ന ദൃശ്യമായി നമ്മുടെ ഹൃദയത്തിൽ എക്കാലവും നിറഞ്ഞു നിൽക്കുന്നു. പ്രണയവും വിഷാദവും വേദനയും സംഘർഷവുമെല്ലാം ഘട്ടക്ക തീവ്രമായ കാഴ്ചകളാക്കി മാറ്റുന്നു, കാരണം ഘട്ടക്കിനെ നയിച്ചത് സ്നേഹത്തിന്റേയും കരുണയുടേയും മാനവികതയുടേയും പ്രത്യയശാസ്ത്രമായിരുന്നു. ഇതിൽ ഒരു വിട്ടുവീഴ്ച്ചക്കും ഒരു കാലത്തും അദ്ദേഹം തയ്യാറായിരുന്നില്ല എന്നതാണ് ഘട്ടക്കിന്റെ സവിശേഷത. ഒടുവിൽ അതേ പ്രത്യയശാസ്ത്രത്തിനകത്ത തന്നെ, തകർന്ന മനസ്സും അതിലേറേ തകർന്ന ശരീരവുമായി, പൂർത്തീകരിക്കാനായി അനേകം പദ്ധതികൾ ബാക്കിവെച്ച് കൊണ്ട്, മഹാനായ ആ ചലച്ചിത്രകാരന് ലോകത്തോട് വിടപറയേണ്ടി വന്നു. ഘട്ടക്കിന്റെ ഏറ്റവും ജനശ്രദ്ധനേടിയ ചിത്രവും, അദ്ദേഹത്തിന്റെ ജീവിതകാലത്ത് വിജയിച്ച ഏകചിത്രവുമായ ‘മേഘ ധാക്കാ താര’ സ്വാതന്ത്ര്യകാലത്തെ ഇന്ത്യാവിഭജനമുണ്ടാക്കിയ ദുരന്തജീവിതങ്ങളുടേ അതിജീവനത്തിന്റെ ആവിഷ്ക്കാരമാണ്. അതോടൊപ്പം സംവിധായകന്റെ അതിജീവനശ്രമങ്ങളുടെ ഭാഗം കൂടിയാവുന്നു ‘മേഘാ ധാക്കാ താര.’ ചലച്ചിത്രകാരനും കഥാപാത്രങ്ങളും ഒരേ അവസ്ഥയിൽ കഴിയുന്ന അപൂർവ്വ സന്ദർഭമായി ഇതിനെ നാം തിരിച്ചറിയുന്നു.

ബംഗാൾ വിഭജനം ഉണ്ടാക്കിയ ദുരന്തങ്ങൾ ഘട്ടക്കിന്റെ ജീവിതത്തെ വളരെയേറെ സ്വാധീനിച്ചിരുന്നു. 1925 ൽ പൂർവ്വബംഗാളിലെ മദ്ധ്യവർഗ്ഗ കുടുംബത്തിൽ, ജില്ലാ മജിസ്ട്രേറ്റിന്റെ മകനായി ജനിച്ച അദ്ദേഹം വിഭജനത്തോടെ മറ്റുള്ളവർക്കൊപ്പം കുടുംബസമേതം പശ്ചിമബംഗാളിലെ കൽക്കത്ത (ഇന്നത്തെ കൊൽക്കത്ത) യിലെത്തുകയായിരുന്നു. തനിക്ക് ചുറ്റുമുള്ള അഭയാർത്ഥികളുടെ നിലവിളികൾ കണ്ടും കേട്ടും, 1941 ലെ ക്ഷാമത്തിന്റെ ദുരിതങ്ങൾ ഓർമ്മിച്ചുകൊണ്ടും രണ്ടാം ലോകമഹായുദ്ധകാലത്തെ പീഡനങ്ങൾക്കിടയിൽ കഴിഞ്ഞും ഒടുവിൽ 1947 ലെ വിഭജനവും അത് മൂലമുണ്ടായ അക്രമങ്ങൾ അനുഭവിച്ചും അസ്വസ്ഥമായ അദ്ദേഹത്തിന്റെ മനസ്സ് ജീവിതാവസാനം വരെ ശാന്തമായില്ല. അവയുണ്ടാക്കിയ

ദുരിതപൂർണ്ണമായ അന്തരീക്ഷത്തിൽ നിന്നും ഒരിക്കലും മോചിതാനാകാൻ ഘട്ടക്കിന് കഴിഞ്ഞില്ല. എല്ലാവരേയും പോലെ വെറും ഒരു രാഷ്ട്രീയ വിഷയമായി മാത്രം വിഭജനത്തെക്കാണാൻ ഘട്ടക് തയ്യാറായില്ല. "ഒരിക്കലും ഉണാങ്ങാത്ത മുറിവായി അവശേഷിക്കുന്ന സാമൂഹികവും സാസ്കാരികവുമായ പറിച്ചുനടലും വേർപെടുത്തലുമായിരുന്നു അത്," എന്ന് വിഭജനത്തെ ഘട്ടക്ക് വിലയിരുത്തുന്നു. ആ മുറിവുകളോടെയാണ്, ഇന്ത്യൻ ദേശീയതയുടെ 'വിജയ'ത്തിൽ ഘട്ടക്ക് ചിത്രങ്ങൾ പ്രതിഷേധിക്കുന്നത്. സ്വാതന്ത്ര്യ വിജയാഘോഷങ്ങളിൽ വിഭജനമുണ്ടാക്കിയ നഷ്ടങ്ങളും പീഡനങ്ങളും മറവിയിലേക്ക് തള്ളപ്പെട്ടു കയായിരുന്നു. എന്നാൽ ഘട്ടക്കിന് ജീവിതാന്ത്യം വരെ അത് മറക്കാൻ കഴിഞ്ഞില്ല. 'ഒരു വിഭാഗം ജനങ്ങളുടെ സ്വത്വം നഷ്ടപ്പെടുത്തിക്കൊണ്ട് നേടിയ വിജയം' ഒരിക്കലും അദ്ദേഹത്തിന് അംഗീകരിക്കാൻ കഴിഞ്ഞില്ല.

വിദേശമാതൃകയിൽ, ബ്രിട്ടീഷ് നേതൃത്വത്തിൽ നടത്തപ്പെട്ട വിഭജനം മനുഷ്യന്റെ സ്വാഭാവികതയ് ക്ക് നേരെ ഉയർത്തപ്പെട്ട ആയുധമാണ് എന്ന് അദ്ദേഹം ശക്തമായി പ്രതികരിച്ചു. ബംഗാളിലെ ജനങ്ങളുടെ സാമൂഹിക സാംസ്കാരിക ഐഡന്റിറ്റിയെ ബ്രിട്ടീഷ് കൊളോണിയലിസവും ഇന്ത്യയിലെ ദേശീയനേതാക്കളും ചേർന്ന് നശിപ്പിക്കിയായിരുന്നു എന്ന് ഘട്ടക്ക് വിശ്വസിച്ചു. ഈ വിശ്വാസം തന്റെ ജീവിതകാലം മുഴുവൻ അദ്ദേഹം തുടർന്നു. ഒടുവിൽ തളർന്ന മനസ്സും ശരീരവുമായി മരണത്തിന് മുമ്പിൽ കീഴ്ടങ്ങുകമ്പോഴും തന്റെ നിഗമനങ്ങളിൽ നിന്നും പുറകോട്ട് പോയിരുന്നില്ല ഘട്ടക്ക്. തികച്ചും ഏകാന്തതയിൽ കഴിഞ്ഞ ഘട്ടക്കിന്റെ അവസാനകാല ജീവിതം പ്രസിദ്ധ ബംഗാളി ചലച്ചിത്രകാരനും ഘട്ടക്ക് ആരാധകനുമായ കമലേശ്വർ മുക്കർജി 2013 ൽ മറ്റൊരു 'മേഘാ ധാക്കാ താര' യിലൂടെ കറുപ്പിലും വെളുപ്പിലും തീവ്രമായി ആവിഷ്ക്കരിച്ചിട്ടുണ്ട്. ലോകപ്രസിദ്ധ ചലച്ചിത്രനിരൂപകൻ ഡെറിക്ക് മാൽക്കം ബ്രിട്ടീഷ് ഫിലിം ഇൻസ്റ്റിറ്റ്യൂട്ട് തയ്യാറാക്കിയ ഘട്ടക് സ്മരണികയ്ക്ക് വേണ്ടി ഇങ്ങനെ കുട്ടിച്ചേർക്കുന്നു: "അതിരുകളില്ലാത്ത മാനവികത, കുട്ടികളുടെ ലാളിത്യവും അനാവശ്യമായ വാശി, തന്റെ രാജ്യം വെട്ടിമുറിച്ചതിലുള്ള നിരാശ, അതുണ്ടാക്കിയ ഒരിക്കലും ഉണങ്ങാത്ത മുറിവ് ഇവയൊക്കെ ചേർന്നതാണ് ഋത്വിക്ക് ഘട്ടക്ക് എന്ന ചലച്ചിത്രകാരൻ.

1940 കളിൽ കൽക്കട്ടയിലെത്തിയ ഘട്ടക്ക് ഇന്ത്യൻ കമ്യൂണിസ്റ്റ് പാർട്ടിയിൽ അംഗമായി. 1946 മുതൽ ഇന്ത്യൻ പീപ്പിൾ തിയേറ്റർ അസ്സോസ്സിയേഷൻ (ഐ. പി. ടി. എ, ഇപ്റ്റ) യിൽ പ്രവർത്തിക്കാൻ

ആരംഭിച്ചു. നാടകങ്ങൾ എഴുതിയും സംവിധാനം ചെയ്തും ഇപ്റ്റയുടെ സജീവ പ്രവർത്തകനായി അദ്ദേഹം മാറി. അക്കാലത്താണ് ബ്രഹ്റ്റിന്റെ നാടകങ്ങൾ അദ്ദേഹം പരിഭാഷപ്പെടുത്തുകയും സ്റ്റേജിൽ അവതരിപ്പിക്കുകയും ചെയ്യുന്നത്. ഇത് പിൽക്കാലത്ത് ചലച്ചിത്രനിർമ്മാണരംഗത്ത് ഘട്ടക്കിന് ഏറെ സഹായകമായി ത്തീർന്നിരുന്നു. രാജ്യത്തെ ആദ്യ അഭയാർത്ഥിചിത്രം നെമായ് ഘോഷി (1914-1988) ന്റെ ചിന്നമൂലിൽ (1950) ൽ അഭിനയിച്ചുകൊണ്ടാണ് ഘട്ടക്ക് ചലച്ചിത്രരംഗത്ത് എത്തുന്നത്. അതേ ഘട്ടക്കാണ് പിൽക്കാലത്ത് ഇന്ത്യയിലെ ഏറ്റവും ശ്രദ്ധേയമായ അഭയാർത്ഥി ജീവിതക്കാഴ്ചകളായ ചിത്രങ്ങളുടെ സംവിധായകനായി മാറുന്നത് എന്നത് ചരിത്രം അദ്ദേഹത്തിൽ ഏൽപ്പിച്ച ദൗത്യമായിരിക്കാം. താനൊരു ചലച്ചിത്രകാരനല്ല എന്ന് ഘട്ടക്ക് എപ്പോഴും പറയാറുണ്ട്: “Cinema is not an art for me, it is a means of serving my people “. ഘട്ടക്ക് ‘സിനിമ ഏൻഡ് ഐ’യിൽ എഴുതുന്നു. ‘എന്റെ ജനങ്ങൾ അനുഭവിക്കുന്ന ദുരിതങ്ങളും സങ്കടങ്ങളും എന്നിലുണ്ടാക്കുന്ന പ്രതിഷേധം പ്രകടിപ്പിക്കാനുള്ള മാർഗ്ഗമാണ് സിനിമ”. നിർമ്മിച്ച എട്ടു ചിത്രങ്ങളിൽ നേരിട്ടും അല്ലാതേയും വിഭജനദുരന്തങ്ങളും അവയിൽ നിന്നുള്ള മോചനശ്രമങ്ങളും ഘട്ടക്ക് പ്രമേയമാക്കുന്നു. ഇവയിൽ വിഭജനചിത്രത്രയം (Partition Trilogy) എന്നറിയപ്പെടുന്ന മേഘ ധാക്കാ താര, (Megha Dhaka Thara, 1960), കോമൾഗാന്ധാർ (Komal gandhar, 1961), സുബർണ്ണരേഖ (Subernarekha, 1962) എന്നിവ നേരിട്ട് അഭയാർത്ഥിജീവിതത്തിലെ ദുരിതങ്ങൾ ആവിഷ്കരിക്കുമ്പോൾ, മറ്റുള്ളവ പ്രത്യക്ഷമായും സൂചനകൾ വഴിയും ഈ വിഷയം പ്രമേയവൽക്കരിക്കുന്നു. നാഗരിക് (1952), അജാന്ത്രിക്(1957), ബാരി തേക്കെ പാലിയേ (1959), തിതാശ് ഏക് നദീർ നാം (1973), ജുക്തി താക്കോ ഔർ ഗപ്പോ (1974) എന്നിവയാണ് അദ്ദേഹത്തിന്റെ മറ്റ് ചിത്രങ്ങൾ. വിഭജനചിത്രത്രയത്തിൽ ഏറ്റവും ശക്തവും തീവ്രവും ജനകീയവുമായ രചനയാണ് ‘മേഘാ ധാക്കാ താരാ ‘. ഈ എട്ട് ചിത്രങ്ങൾക്ക് പുറമെ ഉസ്താദ് അല്ലാവുദ്ദീൻ ഖാൻ (1963), പുരുലിയർ ചൗ നൃത്യ (1970), അമർ ലെനിൻ (1970), യേ ക്യോൻ (1970) തുടങ്ങിയ ഡോക്യുമെന്ററികളും, ഫിയർ (1965) റെൻഡെസ് വെസ് (1965) മുതലായ ഷോർട്ട് ഫിലിമുകളും അദ്ദേഹത്തിന്റെ ഫിലിമോഗ്രാഫീയിൽ ഉൾപ്പെടുന്നു. ഇവ കൂടാതെ മുഴുമിക്കാൻ കഴിയാത്ത അര ഡസനോളം ചിത്രങ്ങൾ ബാക്കിവെച്ചാണ് 1976 ൽ അമ്പതാം വയസ്സിൽ ഘട്ടക്ക് മരിക്കുന്നത്. നല്ലൊരു എഴുത്തുകാരൻ കൂടിയായിരുന്നു ഘട്ടക്ക്. നൂറിലേറെ

• മേഘാ ധാക്കാ താര'

കഥകൾ, നാടകങ്ങൾ, ചലച്ചിത്രപഠനങ്ങൾ എന്നിവ അദ്ദേഹത്തിന്റേതായിട്ടുണ്ട്. ഇവയിൽ കഥാസമാഹാരങ്ങൾ, Stories: Ritwikh Ghatakh (രണ്ട് സമാഹാരങ്ങൾ), Ritwik Ghatkah: Five Plays എന്ന നാടകസമാഹാരം, ചലച്ചിത്രപഠനങ്ങളായ Rows and Rows of Fences: Ritwik Ghatakh on cinema, Cinema and I എന്നിവ പ്രസിദ്ധീകരിക്കപ്പെട്ടിട്ടുണ്ട്.

പൂന ഫിലിം ഇൻസ്റ്റിറ്റ്യൂട്ടിൽ അദ്ധ്യാപകനായും വൈസ് പ്രിൻസിപ്പലായും ജോലി ചെയ്ത ഘട്ടക്ക് നിരവധി സംവിധായകരുടേയും ചലച്ചിത്രപ്രവർത്തകരുടേയും പ്രിയപ്പെട്ട അദ്ധ്യാപകനും സുഹൃത്തുമായിരുന്നു. മണി കൗൾ, ജോൺ അബ്രഹാം, കുമാർ സാഹനി എന്നിവർ അദ്ദേഹത്തേക്കുറിച്ചുള്ള ഓർമ്മകൾ എപ്പോഴും പങ്ക് വെക്കാറുണ്ട്. സാമൂഹികമായ പ്രമേയങ്ങൾ കൈകാര്യം ചെയ്യുമ്പോഴും സിനിമകൾ കലാപരമായ മേന്മയുള്ളവ യായിരിക്കണമെന്ന് നിർബ്ബന്ധം പിടിച്ച ഘട്ടക്ക് സോവിയറ്റ് ചലച്ചിത്രരീതികളാൽ വളരെയേറെ സ്വാധീനിക്കപ്പെട്ടിരുന്നു. ഐസൻസ്റ്റീനെ 'സിനിമയുടെ പിതാവെ'ന്ന് വിശേഷിപ്പിക്കുന്ന അദ്ദേഹം ലോകത്തിലെ എല്ലാ ചലച്ചിത്രകാരും ഐസൻസ്റ്റിനിന്റെ ശിഷ്യന്മാരാണ് എന്ന് വിശ്വസിച്ചു.

• ഘട്ടക്ക്

ഒരു സിനിമാ സ്കൂളിലും പെടാത്ത ഘട്ടക്കിന് ഹോളിവുഡ്ഡിനെക്കുറിച്ച് അറിവുണ്ടായിരുന്നോ എന്ന് സത്യജിത് റേ. മറ്റുള്ളവരെ അനുകരിക്കുക ഘട്ടക്കിന്റെ ചലച്ചിത്രരീതിയേ ആയിരുന്നില്ല. അദ്ദേഹത്തിന്റെ ഘട്ടക്കിന്റെ ജീവിതകാലത്ത് മേഘാ ധാക്കാ താരയൊഴികെ മറ്റ് ചിത്രങ്ങളൊന്നും പ്രേക്ഷകരിലും നിരൂപകരിലും കാര്യമായ പ്രതികരണങ്ങൾ ഉണ്ടാക്കിയില്ലെന്ന വസ്തുത സത്യജിത് റേ 'സിനിമ ഏന്റ് ഐ 'യ്ക്കെഴുതിയ ആമുഖത്തിൽ ഏറെ വിഷമത്തോടെയാണ് ഓർമ്മിക്കുന്നത്. ഘട്ടക്ക് ചിത്രങ്ങൾ വിദേശങ്ങളിൽ പ്രദർശിപ്പിക്കാൻ റേ ശ്രമിച്ചെങ്കിലും കാര്യമായി ഒന്നും നടന്നില്ല. 1955 ൽ സത്യജിത് റേ നിർമ്മിച്ച 'പഥേർ പാഞ്ചാലി' ഇന്ത്യക്കകത്തും പുറത്തും പ്രശസ്തമാകുമ്പോഴും പുരസ്കാരങ്ങൾ നേടുമ്പോഴും 1952 ൽ നിർമ്മിച്ച ഘട്ടക്കിന്റെ 'നാഗരിക്' പുറത്തിറങ്ങിയിരുന്നില്ല, ഇരുപത്തഞ്ച് വർഷങ്ങൾക്ക് ശേഷം 1977 ലാണ് അത് ആദ്യമായി പ്രദർശിപ്പിക്കുന്നത്.

ഇന്ത്യയും ലോകവും ഘട്ടക്കിനെ അംഗീകരിക്കാൻ വളരെയേറെ വൈകിപ്പോയിരുന്നു എന്നതാണ് ഇതിന് കാരണം. അത് വൈകി തിരിച്ചറിഞ്ഞ ചലച്ചിത്ര ലോകം, ഇപ്പോൾ ഘട്ടക്ക് മേളകൾ ലോകമെമ്പാടും നടത്തിക്കൊണ്ടിരിക്കയാണ്. ലോകം മുഴുവൻ ഘട്ടക്ക് ചിത്രങ്ങൾ ആർക്കൈവ് ചെയ്യപ്പെടുകയും ഘട്ടക്ക് റിട്രോസ്പെക്റ്റീവുകൾ സംഘടിപ്പിക്കയും ചെയ്യുന്നുണ്ട്. ഏറ്റവുമൊടുവിൽ, ന്യൂയോർക്ക് സിറ്റി ഫിലിം, ലിങ്കൺ സെന്ററിൽ, 2019 നവമ്പറിൽ ഘട്ടക്കിന്റെ തൊണ്ണൂറ്റി നാലാം ജന്മദിനം ആഘോഷിച്ചത് അദ്ദേഹത്തിന്റെ ഏഴ് ചിത്രങ്ങളുടെ നവീകരിച്ച കോപ്പികളുടെ റിട്രോസ്പെക്റ്റീവ് നടത്തിക്കൊണ്ടാണ്. Poetry and Partition: The Films of Ritwik Ghatakh എന്ന പരിപാടിയുടെ ഭാഗമായി കൊളമ്പിയ സർവ്വകലാശാലയിൽ

‘Global Ritwik Ghatakh’ എന്ന വിഷയത്തിൽ സിമ്പോസിയവും നടന്നു. ലോകത്തിലെ പ്രസിദ്ധരായ നിരവധി നിരൂപകരും ചലച്ചിത്രകാരും പങ്കെടുത്ത പരിപാടി മഹാനായ ചലച്ചിത്രകാരന്റെ വീണ്ടെടുക്കലായി ചലച്ചിത്രസമൂഹം തിരിച്ചറിഞ്ഞുകഴിഞ്ഞു. 1996 ൽ അമേരിക്കയിൽ ആദ്യ ഘട്ടക്ക് റിട്രൊ നടന്നതിനുശേഷം മൂന്നാമത്തെ റിട്രോസ്പെക്റ്റീവ് 2019 ലാണ് നടക്കുന്നത്. കേരളത്തിലും ചലച്ചിത്രമേളകളിലെ ഒഴിച്ചുകൂടാനാവാത്ത സംവിധായകനായി ഘട്ടക്ക് മാറിക്കഴിഞ്ഞു. സബ്ടൈറ്റിലുകൾ മലയാളത്തിലേക്ക് പരിഭാഷപ്പെടുത്തി കേരളത്തിലെ ഗ്രാമങ്ങളിൽ പോലും ഘട്ടക്ക് ചിത്രങ്ങൾ ഇപ്പോൾ പ്രദർശിപ്പിച്ചു വരികയാണ്.

അമേരിക്കൻ നിരൂപകൻ J. Hoberman ഘട്ടക്കിനെ ‘മറഞ്ഞിരിക്കുന്ന സം വിധായകൻ’എന്നും ഡെറിക്ക് മാൽക്കം ‘തീവ്രതയാർന്ന സ്വാഭാവിക ചലച്ചിത്രകാരൻ ’എന്നും ജൊനാഥൻ റോസെൻബോം “ലോകത്തിൽ ഏറ്റവുമധികം അവഗണിക്കപ്പെട്ട ഒറ്റയാനായ സംവിധായകൻ”എന്നും വിശേഷിപ്പിക്കുമ്പോൾ നമ്മുടെ സത്യജിത് റേ “നമ്മുടെ രാജ്യം കണ്ട അപൂർവ്വം ചില പ്രതിഭാധനരായ ചലച്ചിത്രകാരിൽ ഒരാളായിരുന്നു ‘ഘട്ടക്ക്’’ എന്നാണ് അദ്ദേഹത്തെ അനുസ്മരിക്കുന്നത്. ഇപ്പോൾ ഘട്ടക്, “Ghatak, the obscure” (“മറഞ്ഞിരിക്കുന്ന ഘട്ടക്കി”) ൽ നിന്നും “Ghatak, the Global” (“ലോകം മുഴുവൻ നിറഞ്ഞുനിൽക്കുന്ന ഘട്ടക്ക്”) ആയി മാറിക്കഴിഞ്ഞു.

ഇന്ത്യൻ ആർട്ട് സിനിമയെ ലോകചലച്ചിത്രവേദിയിൽ പ്രതിനിധീകരിച്ചത് സത്യജിത് റേ ആയിരുന്നു എന്ന് നമുക്കറിയാം. ഇന്ത്യക്കകത്തും പുറത്തും വൻ പ്രദർശന വിജയങ്ങൾ നേടിയ റേ ചിത്രങ്ങൾക്ക് അനവധി ആഗോള പുരസ്കാരങ്ങളും ലഭിച്ചു. മിക്ക അന്താരാഷ്ട്ര ചലച്ചിത്രമേളകളിലും ചിത്രങ്ങൾ പ്രദർശിപ്പിക്കപ്പെട്ടു. ഒടുവിൽ ലോകത്തിലെ ഏറ്റവും ഉന്നതമായ ചലച്ചിത്രപുരസ്കാരം അക്കാദമി ഓഫ് മോഷൻ പിക്ചേഴ്സിന്റെ “ലൈഫ് ടൈം അച്ചീവ്മെന്റ് അവാർഡ്’” ലഭിക്കുന്ന അപൂർവ്വം പേരിൽ ഒരാളായി റേ.

നമ്മുടെ സിനിമയ്ക്കുള്ള അംഗീകാരങ്ങളായ ഇവ ഏറെ അഭിമാനകരമായ കാര്യങ്ങളാണെന്നതിൽ തർക്കമില്ല. റേയും ഘട്ടക്കും തമ്മിൽ ആരോഗ്യകരമായ ബന്ധം നിലനിന്നിരുന്നു എന്നതും വാസ്തവമാണ്. ഘട്ടക്കിന്റെ ചിത്രങ്ങളുടെ പ്രത്യേകതകളാണ് അവ ദീർഘകാലം രാജ്യത്തിനകത്തും പുറത്തും പ്രചരിക്കാതിരുന്നതിന് കാരണമാകുന്നത്. പ്രസിദ്ധ അമേരിക്കൻ ചലച്ചിത്രനിരൂപകൻ

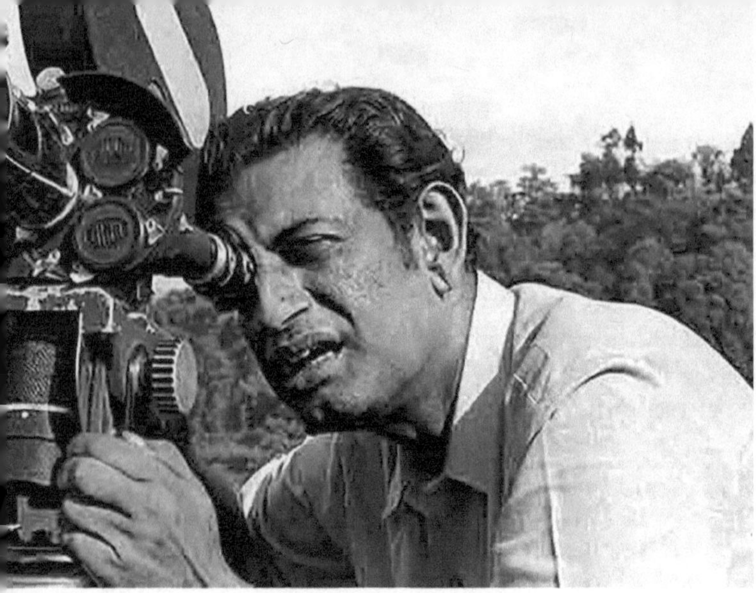

• സത്യജിത് റായ്

Jacob Levich രണ്ടു പേരേയും രസകരമായി ഇങ്ങനെ താരതമ്യപ്പെടുത്തി: " റേ ഇന്ത്യൻ ആർട്ട് സിനിമയക്ക് യോജിച്ച കുട്ടിയാണ്, ഒരിക്കലും ഭീഷണിപ്പെടുത്താത്ത, സ്വന്തം കരിയറിൽ മാത്രം ശ്രദ്ധിക്കുന്ന വിശ്വസിക്കുന്ന കുട്ടി. എന്നാൽ ഘട്ടക്ക് ഒരു 'പ്രശ്നക്കാരൻ' കുട്ടിയാണ്. " Problem Child "എന്ന വിശേഷണമാണ് അദ്ദേഹം ഉപയോഗിക്കുന്നത്.

ഈ രീതിൽ ലളിതമായി രണ്ടുപേരേയും താരതമ്യപ്പെടുത്തിയ ലെവിക്കിന്റെ നിലപാട് വളരെയേറെ പ്രസക്തമാണ്. എങ്ങനെയാണ് ഘട്ടക്ക് ലോകസിനിമരംഗത്ത് ഒരു 'പ്രശ്നക്കാരൻ "ആയി മാറുന്നത് ?

ഘട്ടക്കിനെക്കുറിച്ച് ന്യൂയോർക്കിലെ യെയിൽ സർവ്വകലാശാല (Yale University) യിലെ സ്വാഗതോ ചക്രവർത്തി 2020 ൽ പ്രസിദ്ധീകരിച്ച പഠനത്തിൽ റേയും ഘട്ടക്കും തമ്മിലുള്ള വ്യത്യാസം വിശദമാക്കുന്നുണ്ട്. അദ്ദേഹത്തിന്റെ അഭിപ്രായത്തിൽ റേ ചിത്രങ്ങൾ എപ്പോഴും ലോക സിനിമാരീതികളോട് ചേർന്ന് നിന്നിരുന്നു. അദ്ദേഹത്തെ ഏറ്റവുമധികം സ്വാധീനിച്ച സിനിമാ സങ്കേതമായ ഇറ്റാലിയൻ നിയോറിയലിസം ശക്തമായ ലോക സിനിമാരീതിയാണല്ലോ. എന്നാൽ ഘട്ടക്ക് ചിത്രങ്ങൾ ഇത്തരം അച്ചടക്കങ്ങൾ എപ്പോഴും ലംഘിക്കുകയായിരുന്നു. വിഭജനം, അതുണ്ടാക്കിയ ദുരിതങ്ങൾ, തീവ്ര ഇടതുപക്ഷനിലപാടുകൾ, ഇന്ത്യൻ നാടോടി ഇമേജുകൾ, മെലോഡ്രാമ, ശബ്ദവും ദൃശ്യവുമടിസ്ഥാനമാക്കി

നടത്തിയ പ്രവചനാതീതമായ പരീക്ഷണങ്ങൾ ഇവയൊക്കെ യൂറോ-അമേരിക്കൻ നിർമ്മിതമായ അച്ചടക്കത്തോടെയുള്ള ലോക സിനിമയുടെ ഘടനയ്ക്ക് പുറത്തായിരുന്നു. അത്തരം പരീക്ഷണങ്ങൾ നടത്തുന്ന ഘട്ടക്ക്, ലോകത്തിനു മുമ്പിൽ 'പ്രശ്നക്കാര' നായ ഒരു സിനിമക്കാരനായി മാറുനതിൽ അത്ഭുതമില്ല. റേയുടെ ആധുനികതയെക്കുറിച്ചുള്ള റൊമാന്റിക്ക് സങ്കൽപ്പങ്ങൾ ഘട്ടക്കിന്റെ പരുഷമായ യാഥാർത്ഥ്യങ്ങളിൽ നിന്നും തികച്ചും വ്യത്യസ്തമാകുന്നുവെന്ന് നമ്മെ ബോദ്ധ്യപ്പെടുത്തുന്ന ഉദാഹരണം സ്വാഗതോ ചക്രവർത്തി ചൂണ്ടിക്കാട്ടുന്നുണ്ട്: പഥേർ പാഞ്ചാലിയിലെ പ്രസിദ്ധമായ തീവണ്ടികാഴ്ചയിൽ, അപുവും ദുർഗയും വയലിൽ കളിച്ചുകൊണ്ടിരിക്കെ വരുന്ന തീവണ്ടി ഗ്രാമീണതയിൽ നിന്ന് ആധുനികതയിലേക്കുള്ള പ്രയാണത്തിന്റെ പ്രതീകമാണ്. ഗ്രാമത്തിലെ ദാരിദ്ര്യത്തിൽ നിന്നും നഗരത്തിലെ വ്യാവസായിക പുരോഗതിയിലേക്ക് അപുവിന്റെ ജീവിതത്തിൽ വരാൻ പോകുന്ന ആധുനികതയുടെ അടയാളമായി തീവണ്ടിയുടെ കാഴ്ച മാറുന്നു. ഇതിൽ നിന്നും തീർത്തും വിരുദ്ധമാണ് ഘട്ടക്കിന്റെ 'മേഘാ ധാക്കാ താര' യിലെ തീവണ്ടി ദൃശ്യങ്ങൾ. ശങ്കർ പാടുന്നതിനിടയിലും, നിതയും സനതും സംസാരിക്കുന്നതിനിടയിലും കടന്നുപോകുന്ന തീവണ്ടി, പാട്ടും സംഭാഷണങ്ങളും മുറിച്ച് മാറ്റിക്കൊണ്ട്, സ്വന്തം നാട്ടിൽ നിന്നും, രണ്ടുപേർ തമ്മിലും ഉള്ള അന്യവൽക്കരണത്തിന്റെ ശക്തമായ കാഴ്ചയാകുന്നു. വണ്ടി അകലുമ്പോഴും അതിനനുസൃതമായി ശബ്ദം കുറയുന്നില്ല എന്നതും ഇവിടെ ശ്രദ്ധേയമാണ്. ഇത്തരം അനുപാതങ്ങളിൽ നിന്നും എന്നും അകലെയായാരുന്നു ഘട്ടക്ക് എന്ന ചലച്ചിത്രകാരൻ. ഘട്ടക്ക് സിനിമാവ്യാകരണത്തിന്റെ പതിവു ചട്ടക്കൂടിൽ നിന്നും മാറി നടക്കുന്ന ഒരു വിപ്ലവചലച്ചിത്രകാരനാവുമ്പോൾ, റേ ഒരു മിതവാദിയായി എല്ലാ നിയമങ്ങളും അനുസരിക്കുന്നു. രണ്ടുപേരുടേയും ചലച്ചിത്രകാഴ്ചപ്പാടുകളിലും ചിന്തകളിലും ഈ വൈരുദ്ധ്യം നാം പലപ്പോഴും തിരിച്ചറിയുന്നുമുണ്ട്.

ഘട്ടക്കിനെ സംബന്ധിച്ചിടത്തോളം സ്വന്തം വികാരങ്ങൾ പ്രകടിപ്പിക്കാനുള്ള മാദ്ധ്യമമാണ് സിനിമ. രാജ്യത്തിന്റെ സ്വാതന്ത്ര്യത്തിന്റെ ആഘോഷമല്ല നാം അവയിൽ കാണുന്നത്, മറിച്ച് അതിനായി ജനങ്ങൾ ചെയ്ത ത്യാഗമാണ്. 'മേഘാ ധാക്ക താര' യിലെ ഒരു രംഗം ശ്രദ്ധേയമാണ്. . സ്കൂളിൽ സ്വാതന്ത്ര്യലബ്ധിയുടെ ചടങ്ങ് നടക്കുമ്പോൾ അതിന് തൊട്ടടുത്ത്, നിതയുടെ വീട്ടിൽ അവളുടെ ദുരിതങ്ങളാണ് നാം കാണുന്നത്. സ്വാതന്ത്ര്യത്തിന്റെ ഭാഗമായാണ് ഉണ്ടാവുന്ന ദുരിതങ്ങളാണ് അവ എന്നും നാം ഓർമ്മിക്കുന്നു. പ്രസിദ്ധ ചലച്ചിത്ര

നിരൂപകൻ ആഷിഷ് രാജ്യാദ്ധ്യക്ഷ A Return to Epicൽ ഇത് കൃത്യമായി സൂചിപ്പിക്കുന്നു: "തന്റെ ജന്മനാട് പെട്ടെന്ന് അന്യമാണെന്ന് തിരിച്ചറിയുമ്പോൾ ഉണ്ടാവുന്ന നഷ്ടബോധം അദ്ദേഹത്തിന് ഏൽപ്പിച്ച മുറിവ് അഗാധമായിരുന്നു. അതിൽ നിന്നും മരണം വരെ ഘട്ടക്ക് മോചിതനായില്ല. സ്വന്തം നാട് വിട്ട് പോകേണ്ടിവന്നവരെ പുറത്തു നിന്ന് നോക്കിക്കാണുകയായിരിന്നില്ല അദ്ദേഹം, സ്വയം ഒരു ഇരയാകുകയായിരുന്നു. ബംഗാൾ വിഭജനം പ്രമേയമാക്കിയ റേ ചിത്രം 'പ്രതിദ്വന്ദി' പുസ്തകം പരാമർശിക്കുന്നുണ്ട്. ഘട്ടക്ക് ചിത്രങ്ങളിൽ തികച്ചും വ്യത്യസ്തമായി അഭയാർത്ഥി പ്രശ്നം ചിത്രം കൈകാര്യം ചെയ്യുന്നത് നാം കാണുന്നുണ്ട്. അത് ചലച്ചിത്രകാരന്റെ / കാരിയുടെ പ്രമേയത്തെ സമീപിക്കുന്ന രീതികളിലുള്ള വ്യത്യസ്തതകൾ ആയി നാം തിരിച്ചറിയുന്നു.

ഘട്ടക്കിന്റെ 'വിഭജനചിത്രത്രയ'ത്തിൽ മുഖ്യകഥാപാത്രങ്ങളവുന്നത് സ്ത്രീകളാണ്. 'മേഘ ധാക്കാ താര'യിലെ നിത, കോമൾഗാന്ധാറിലെ അനസൂയ, 'സുബർണ്ണരേഖ' യിൽ സീത. അക്കാലത്തെ സിനിമകളിൽ വ്യാപകമായി, സ്ത്രീകൾ ഭൂമിയുടെ പ്രതിരൂപമായി ചിത്രീകരിക്കപ്പെട്ടിരിന്നു. എന്നാൽ ഇവിടെ സ്ത്രീ, സുഭിക്ഷതയുടെ പ്രതീകമല്ല, മറിച്ച് ദാരിദ്ര്യത്തിന്റെ, ദുരിതത്തിന്റെ അടയാളമാണ്. ഈ രീതിയിൽ, നിലനിൽക്കുന്ന പതിവു ബിംബങ്ങളെ തച്ചുടക്കുന്നു ഘട്ടക്ക്. എന്നാൽ ഘട്ടക്കിന്റെ സ്ത്രീകൾ പരാജയങ്ങളിലും സ്വന്തം അഭിപ്രായങ്ങൾ മുറുകെ പ്പിടിക്കുന്നവരാണ്. 'മേഘ ധാക്കാ താര' യിലെ നിത, പ്രതിഷേധിക്കാതിരുന്നതാണ് തന്റെ തെറ്റെന്ന് തിരിച്ചറിയുന്നു. ഇത് വളരെ ശക്തമായി സനതിനോടും ശങ്കറോടും പറയുന്ന നിത. സീതയും പ്രതിഷേധിച്ചുകൊണ്ടാണ് ജീവിക്കുന്നതും ജീവിതം അവസാനിപ്പിക്കുന്നതും. എല്ലാ തടസ്സങ്ങളും അവഗണിച്ച് ഇഷ്ടപ്പെട്ട പുരുഷനെ വിവാഹം ചെയ്തുകൊണ്ടാണ് സീത പ്രതിഷേധിക്കുന്നത്. ഒടുവിൽ പരാജയപ്പെട്ടപ്പോൾ ജീവിതം അവസാനിപ്പിക്കാൻ തയ്യാറാവുന്ന സീത. അനസൂയയുടെ കഥയും സമാനമാണ്. വിഭജന ചിത്രത്രയത്തിലെ പുതിയ പ്രതീക്ഷകൾ നൽകുന്ന ഏകചിത്രം 'കോമൾഗാന്ധാറാ' ണ്.

ഘട്ടക്ക് ചിത്രങ്ങളിലെ സൗണ്ട്ട്രാക്ക് തികച്ചും പരീക്ഷണാത്മകമാണ്. 'മേഘാ ധാക്കാ താര' യിലെ സംഗീതവും സൗണ്ട്സ്കേപ്പും അത്യപൂർവ്വമായ ഒരു അനുഭവമാണ്. മറ്റാരും ചെയ്യാൻ ധൈര്യപ്പെടാത്ത രീതിയിൽ തികച്ചും സ്വതന്ത്രവും ധീരവുമായി അതു കൈകാര്യം ചെയ്യുന്നു ഘട്ടക്ക്. പലപ്പോഴും പശ്ചാത്തലശബ്ദക്രമീകരണങ്ങളിൽ

നമ്മെ ഞെട്ടിക്കുന്ന ഘട്ടക്ക്. വൈകാരികതയെ പുതിയ വഴികളിലേക്ക് തിരിച്ചുവിടാൻ പതിവ് മെലോഡ്രാമയിൽ നിന്നും വിട്ടുതൽ നേടാൻ ഇത് അദ്ദേഹത്തെ സഹായിക്കുന്നു.

തന്റെ ചിത്രങ്ങളിലെ മെലോഡ്രാമയുടെ അതിപ്രസരത്തേക്കുറിച്ച് ചോദിച്ച നിരൂപകനോട് ഘട്ടക്കിന്റെ മറുപടി വളരെ ലളിതമായിരുന്നു. 'ജീവിതമാണ് ഏറ്റവും വലിയ മെലോഡ്രാമ' എന്നായിരുന്നു അദ്ദേഹം പ്രതികരിച്ചത്. തന്റെ ചിത്രങ്ങളിൽ അസാധാരണമായ രീതിയിൽ മെലോഡ്രാമ ഉപയോഗിച്ച ഘട്ടക്ക്. തന്റേതായ പരീക്ഷണങ്ങളിലൂടെ, അതിനെ ഒരു രാഷ്ട്രീയ ആയുധമാക്കി മാറ്റുകയും അതുവഴി തന്റെ സന്ദേശം ഏറ്റവും തീവ്രമായി പ്രേക്ഷകരിൽ എത്തിക്കാൻ ശ്രമിക്കുകയും ചെയ്തു.

“ശരിയായ കലാകാരന്മാർ, ഗൗരവപൂർവ്വം തങ്ങളുടെ കഴിവുകൾ ഉപയോഗിച്ചാൽ, വളരെയധികം മലീമസമാക്കപ്പെട്ട മെലോഡ്രാമയിൽ നിന്ന് കൃത്യമായ ദേശീയസിനിമ തന്നെ ഉരുത്തിരിഞ്ഞു വരും.” ഈ രീതിയിൽ നിരീക്ഷിക്കുന്ന ഘട്ടക്ക് തന്റെ ചലച്ചിത്രവഴികളെ കൃത്യമായി വിശദീകരിക്കുകയാണ് ചെയ്യുന്നത്.

മേഘാ ധാക്കാ താരാ

നേരത്തെ സൂചിപ്പിച്ചിരുന്നതു പോലെ, ഇന്ത്യ കണ്ട വിഭജനചിത്രങ്ങളിൽ ഏറ്റവും തീവ്രമായ ആവിഷ്കാരമാണ് 'മേഘാ ധാക്കാ താര'. പ്രസിദ്ധ നോവലിസ്റ്റ് ശക്തിപാദ രാജഗുരു (1922-2014) ന്റെ ബംഗാളി നോവൽ 'മേഘാ ധാക്കാ താരാ' അടിസ്ഥാനമാക്കി എഴുതിയ തിരക്കഥയിലാണ് ചിത്രം നിർമ്മിച്ചിരിക്കുന്നത്. ബംഗാൾ വിഭജനത്തിനു ശേഷം കൽക്കത്തയിലെത്തിയ നിരവധി അഭയാർത്ഥികുടുംബങ്ങൾ കൽക്കത്തയുടെ പ്രാന്തപ്രദേശത്ത്

കഴിയുന്നു അവരിൽ ഉൾപ്പെടുന്ന ഒരു മദ്ധ്യവർഗ്ഗകുടുംബത്തിന്റെ ദുരന്ത ജീവിതക്കാഴ്ചക (അതുപോലുള്ള മറ്റ് അനവധി കുടുംബങ്ങളുടെ) ളാണ് ചിത്രം ആവിഷക്കരിക്കുന്നത്. കേന്ദ്രകഥാപാത്രം നിതയോടൊപ്പം പൂർവ്വകാല മദ്ധ്യവർഗ്ഗ ജീവിതത്തിന്റെ നൊസ്റ്റാൾജിയയിൽ യേറ്റ്സിന്റേയും വേഡ്സ്വർത്തിന്റേയും കവിതകളുടെ ഓർമ്മകളിൽ കഴിയുന്ന അദ്ധ്യാപകനായ അച്ഛനും പ്രാരബ്ധങ്ങൾക്കിടയിൽ സ്നേഹം മറന്ന് പരാതികളിൽ മാത്രം അഭയം കണ്ടെത്തുന്ന അമ്മയും ഉണ്ട്. സംഗീതത്തിൽ സ്വന്തം ഭാവി സ്വപ്നം കണ്ട് സ്ഥിരമായി പരിശീലനത്തിൽ മുഴുകി, വീടിനകത്തും പുറത്തുമുള്ളവരുടെ

പരിഹാസങ്ങൾക്കിടയിൽ കഴിയുന്ന മൂത്തസഹോദരൻ ശങ്കർ, സ്വന്തം ആവശ്യങ്ങളെപ്പറ്റി മാത്രം ചിന്തിക്കുന്ന ഇളയ സഹോദരങ്ങൾ ജോണ്ടുവും ഗീതയും ചേരുമ്പോൾ നിതയുടെ കുടുംബചിത്രം പൂർത്തിയാവുന്നു. നിതയുടെ കാമുകൻ സനത്, ദാരിദ്ര്യത്തിനിടയിലും ഉയർന്ന നിലയിൽ ബിരുദം നേടി ഗവേഷണത്തിനായി സ്കോളർഷിപ്പ് കാത്തിരിക്കുന്നു. അയാളുമൊന്നിച്ചുള്ള ജീവിതം നിതയുടെ ആഗ്രഹങ്ങളിൽ ഒളിഞ്ഞിരിക്കുന്നുണ്ട്. ദാരിദ്ര്യത്തിന്റെ ദുരിതങ്ങൾക്കിടയിൽ, പിതാവിന്റെ തുച്ഛമായ വരുമാനത്തിന് പുറമെ ട്യൂഷൻ ക്ലാസുകളിൽ നിന്ന് നിതയ് ക്ക് കിട്ടുന്ന ഫീസും കൊണ്ടാണ് അവർ ജീവിതം തള്ളിനീക്കുന്നത്. ഇതിനിടയിലും ഗായകനാകണമെന്ന ശങ്കറിന്റെയും ഗവേഷണം ചെയ്യണമെന്ന സനതിന്റെയും സ്വപ്നങ്ങൾക്ക് ഊർജ്ജവും കരുത്തും നൽകുന്നു നിത. എന്നാൽ, സനതുമൊന്നിച്ചുള്ള ജീവിതമടക്കമുള്ള സ്വപ്നങ്ങൾ തകരുന്ന അവസ്ഥയിലേക്കാണ് അവളുടെ ജീവിതം ചെന്നെത്തുന്നത്. ഇത് വികാര തീവ്രതയോടെയും തികഞ്ഞ വ്യത്യസ്തതകളോടെ ആവിഷ്കരിക്കുന്ന 'മേഘാ ധാക്കാ താര.'

ആകസ്മികമായി പിതാവിന് പറ്റിയ അപകടം കാരണം വളരെ പ്രതീക്ഷയോടെ തുടങ്ങിയ പഠനം ഇടയ്ക്ക് വെച്ച് നിർത്തി നിതയ്ക്ക് ജോലി സ്വീകരിക്കേണ്ടി വരുന്നു. അവളുടെ സ്വപ്നങ്ങളിൽ ആദ്യത്തേത് അതോടെ തകരുകയാണ്. ഗവേഷണമുപേക്ഷിച്ച് ഫാക്ടറി ജോലി നേടുന്ന സനത് അനുജത്തി ഗീതയുമായി അടുക്കുന്നതോടെ തനിക്ക് അയാളിലെ പ്രതീക്ഷയും നഷ്ടപ്പെട്ടുവെന്ന് എന്ന് നിത തിരിച്ചറിയുകയാണ്. ഗവേഷണമൊഴിവാക്കി ജോലി സ്വീകരിച്ചെന്ന വാർത്ത അറിഞ്ഞ്, സനതിന്റെ ഫ്ലാറ്റിന്റെ പടികൾ ഇറങ്ങി വരുന്ന നിത ആകെ മാറിക്കഴിഞ്ഞിരുന്നു. ആദ്യമായി തന്റെ കാത്തിരിപ്പ് അർത്ഥശൂന്യമായിരുന്നു എന്ന് മനസ്സിലാക്കുന്ന നിതയുടെ തുടർജീവിതം തികച്ചും യാന്ത്രികമാണ്. "എല്ലാവർക്കും കാത്തിരിക്കാൻ കഴിയില്ല" എന്ന അനുജത്തിയുടെ വാക്കുകൾ, താൻ ഇത്രയും കാലം യാഥാർത്ഥ്യങ്ങൾക്കപ്പുറത്തായിരുന്നു എന്ന് അവളെ ബോദ്ധ്യപ്പെടുത്തുകയാണ്. ഗീതയുടെ വിവാഹത്തിരക്കുകൾക്കിടയിൽ ഓടി നടക്കുന്ന നിത, താൻ തയ്യാറാക്കിയ ക്ഷണിക്കാനുള്ളവരുടെ ലിസ്റ്റ് പിതാവിന്റെ കൈയ്യിൽ എൽപ്പിക്കുമ്പോൾ അത് തട്ടിമാറ്റിക്കൊണ്ട് അയാൾ പറയുന്നത് ശ്രദ്ധേയമാണ്." "പണ്ട് മരിക്കാനായവരെക്കൊണ്ട് പാവപ്പെട്ട പെൺകുട്ടികളെ വിവാഹം ചെയ്യിപ്പിക്കാറുണ്ട്, എന്നാൽ സാംസ്ക്കാരസമ്പന്നരായ നാം പെൺകുട്ടികളെ

വിദ്യാഭ്യാസം ചെയ്യിപ്പിച്ച ശേഷം അവരുടെ രക്തമൂറ്റിക്കുടിക്കുന്നു". കരച്ചിൽ ഒതുക്കാൻ കഴിയാതെ പുറത്തേക്ക് ഓടുന്ന നിത, അവിടെ കണ്ട കൊച്ചുകുട്ടിയെ കൈയിലെടുത്ത്, നിയന്ത്രിക്കാനാവാതെ തന്റെ കണ്ണുനീർ കുട്ടിയുടെ ഉടുപ്പ് കൊണ്ട് തുടക്കുന്ന കാഴ്ചയിൽ ഘട്ടക് അനേകം സൂചനകൾക്ക് സാദ്ധ്യത നൽകുന്നുണ്ട്.

നിതയോട് കുടുംബം കാണിക്കുന്ന അവഗണനയിൽ പ്രതിഷേധിച്ച് (ശങ്കറിന്റെ ജീവിതത്തിലെ ആദ്യപ്രതിഷേധം) ശങ്കർ വീട് വിട്ട് പോകാൻ തീരുമാനിക്കയാണ്. അതിനു മുമ്പായി അയാളോട് തനിക്ക് രബിന്ദ്രസംഗിതം പഠിപ്പിച്ചുതരാൻ നിത ആവശ്യപ്പെടുന്നു. രണ്ടുപേരും ഒന്നിച്ച് പാടുമ്പോൾ കരച്ചിലടക്കാൻ കഴിയാതെ പൊട്ടിക്കരയുന്ന നിതയുടെ ഇരുളും വെളിച്ചവും ചേർന്ന അത്ഭുതകരമായപശ്ചാത്തലശബ്ദങ്ങളോടെയുള്ള കാഴ്ച, ചിത്രത്തിലെ സവിശേഷമായ ദൃശ്യങ്ങളിൽ ഒന്നാണ്.

ഒടുവിൽ താൻ ക്ഷയരോഗിയാണെന്ന് തിരിച്ചറിയുന്ന നിത, എല്ലാവരിൽ നിന്നും അകന്ന്, മുറിയിൽ തനിച്ച് കഴിയുന്നെങ്കിലും കുടുംബത്തിനായുള്ള ജോലി തുടരുന്നു. ഇതിനിടയിൽ നിരാശയോടും നഷ്ടബോധത്തോടും തന്നെ സമീപിക്കുന്ന സനതിനോട് തനിക്ക് പറ്റിയ തെറ്റ് ആദ്യമായി നിത വെളിപ്പെടുത്തുകയാണ്: "ഒരിക്കലും പ്രതിഷേധിക്കാതിരുന്നതാണ് താൻ ചെയ്ത പാപ" മെന്ന പറയുമ്പോൾ, സനതും പാപം ചെയ്തിട്ടുണ്ട് എന്ന സൂചനയും അവൾ നൽകുന്നുണ്ട്. നിതയോട് താൻ ചെയ്ത തെറ്റ് ഓർമ്മിക്കുന്ന സനത്, പശ്ചാത്തപത്തിന്റെയും പ്രായശ്ചിത്തത്തിന്റെയും വഴികളെക്കുറിച്ച് പറയുന്നത് കേൾക്കാൻ താല്പര്യമില്ലാതെ നടന്നുപോകുന്ന നിതയേയാണ് തുടർന്ന് നാം കാണുന്നത്. ഇവിടങ്ങളിലൊക്കെ പതിവ് മെലോഡ്രാമകളിൽ നിന്നും ഏറെ അകലെയെത്തുന്നു ഘട്ടക്ക്.

സംഗീതക്കച്ചേരികൾ നടത്തി വിജയിയായി ശങ്കർ തിരിച്ചവരുമ്പോൾ അമ്മയും ഗീതയും അയാളോട് പറയുന്നത്, നിർമ്മിക്കേണ്ട പുതിയ വീടിനെക്കുറിച്ചും വാങ്ങിക്കേണ്ട ആഭരണങ്ങളെക്കുറിച്ചും മാത്രമാണ്. നിതയുടെ സാന്നിധ്യം അവിടെ അപ്രസക്തമാകുന്നു. അവളെക്കാണാൻ മുറിയിലേക്ക് ചെന്ന ശങ്കർ, നിത ഒളിപ്പിച്ച് വെച്ചിരിക്കുന്ന തുവാലയിൽ രക്തം കണ്ട് തകർന്നു പോവുകയാണ്.

നിതയുടെ അസുഖം അറിഞ്ഞ പിതാവ് പ്രേക്ഷകർക്ക് നേരെ കൈ ചൂണ്ടിപ്പറയുന്ന "ഞാൻ കുറ്റപ്പെടുത്തുന്നു !", "ആരെ?"യെന്ന ശങ്കറിന്റെ ശക്തമായ ചോദ്യത്തിനു മുമ്പിൽ "ആരെയുമില്ല" എന്ന

മറുപടിയോടെ ആ കൈകൾ താഴുന്നു. പിതാവ് നിതയോട് വീട് വിട്ട് പോകാൻ ആവശ്യപ്പെട്ടപ്പോൾ ഉടുപ്പുകളോടൊപ്പം തന്റെ ഏറ്റവും വിലപിടിച്ച ഓർമ്മച്ചിത്രമായ കുട്ടിക്കാലത്തെ ഫോട്ടോയുമായി മഴയിലേക്ക് ഇറങ്ങിയ നിത, ശങ്കറിന്റെ കൈകളിലാണ് എത്തുന്നത്.

ഷില്ലോങ്ങിൽ ടി. ബി. സാനിട്ടോറോറിയത്തിൽ കഴിയുന്ന നിതയെ സന്ദർശിക്കുന്ന ശങ്കറിനെ കെട്ടിപ്പിടിച്ച്, എനിക്ക് ജീവിക്കേണം ദാദ, എന്ന് കരഞ്ഞ് പറയുന്ന നിസ്സഹായയായ നിതയുടെ കാഴ്ചയും, നിതയുടെ ജീവിതത്തിന്റെ ആവർത്തനവും ദൃശ്യവൽക്കരിച്ചുകൊണ്ട് ഘട്ടക്ക് ചിത്രം അവസാനിപ്പിക്കുന്നു.

ഘട്ടക് ചിത്രങ്ങളിൽ നഷ്ടപ്പെട്ട നാടും സംസ്കാരവും ദിപതത് മായ ഓർമ്മകളായി അവശേഷിക്കുന്നത് ഒരു പതിവ് കാഴ്ചയാണ്. 'മേഘ ധാക്കാ താര' യിൽ ആവർത്തിച്ചുവരുന്ന ആ സ്മരണകൾ, കഥാപാത്രങ്ങളുടെ നൊസ്റ്റാൾജിയയുടെ ലോകമാണ് തുറക്കുന്നത്. മോണ്ടുവും ഗീതയും ഒഴികെയുള്ള എല്ലാവരേയും പല രീതികളിൽ ഈ ഓർമ്മകൾ സ്വാധീനിക്കുന്നു. ജന്മനാട്ടിലെ ബാല്യകാലത്തെക്കുറിച്ചുള്ള ഓർമ്മകളിൽ സ്വയം മറക്കുന്ന നിതയും ശങ്കറും. പലപ്പോഴും നിതയാണ് ശങ്കറെ അവ ഓർമ്മിപ്പിക്കുന്നത്. കുട്ടിക്കാലത്ത് ഒരു പിറന്നാൾ ദിവസം ശങ്കറുമൊന്നിച്ച് കുന്നിനു മുകളിൽക്കയറി സൂര്യോദയം കണ്ട ഓർമ്മ നിതയെ വിടാതെ പിന്തുടരുന്നുണ്ട്. നിതയുടെ മുറിയിൽ നിധി പോലെ അവൾ സൂക്ഷിക്കുന്ന അന്നത്തെ ഫോട്ടോ ചിത്രത്തിൽ ആദ്യവസാനം ആവർത്തിക്കുന്നുണ്ട്. അതിന്റെ ഓർമ്മയിലാണ് കൽക്കത്തയിൽ വെച്ച് പിതാവിന്റേയും ശങ്കറിന്റേയും ഒപ്പം സൂര്യോദയം കാണാൻ നിത പോകുന്നത്. ചിത്രത്തിന്റെ അവസാന ഭാഗത്ത്, ഷില്ലോംഗിൽ മലമുകളിലെ സാനിട്ടോറിയത്തിൽ പോകാൻ തയ്യാറാവുന്ന നിതയോട് ഒരിക്കൽക്കൂടി കുന്നുകൾ കാണാമെന്ന് പറഞ്ഞ് ആശ്വസിപ്പിക്കുന്ന ശങ്കർ. ഈ ബാല്യകാല ഓർമ്മകൾ ഒരു പ്രമേയ സംഗീതത്തോ (theme music) ടെയാണ് നമ്മളിലെത്തുന്നത് എന്നതും ശ്രദ്ധേയമാണ്. നഷ്ടപ്പെട്ട നാട്, നിതയുടെ അച്ഛന്റെ ഓർമ്മകളിലും സജീവമാണ്. പണ്ട് സന്തോഷത്തോടെ ചൊല്ലിയിരുന്ന കീറ്റ്സ്, വേഡ്സ് വർത്ത്, യേറ്റ്സ് എന്നിവരുടെ കവിതകൾ ഇനി എപ്പോൾ മനസ്സ് തുറന്ന് ചൊല്ലാൻ കഴിയുമെന്ന ഉൽക്കണ്ഠയിലാണ് അദ്ദേഹം ജീവിക്കുന്നത്. അതുപോലെ, കഴിഞ്ഞ പത്ത് വർഷങ്ങൾക്കിടെ താൻ ആകെ മാറിപ്പോയെന്ന് പറയുന്ന അമ്മയും ജന്മനാട്ടിൽ കഴിഞ്ഞ നല്ല നാളുകൾ ആണ് ഓർമ്മിക്കുന്നത്. എല്ലാവരും ദുരിതപൂർണ്ണമായ വർത്തമാനത്തിൽ,

ഭൂതകാലഓർമ്മകളിൽ മാത്രം ആശ്വാസം കണ്ടെത്തുന്നു. അത് ജീവിതം മുമ്പോട്ട് കൊണ്ടുപോകാനുള്ള ഊർജ്ജം കുറച്ചൊന്നുമല്ല അവർക്ക് നൽകുന്നത്.

ഘട്ടക്ക് സൂചിപ്പിക്കുന്നതു പോലെ, മലിനീകരിക്കപ്പെട്ട പതിവ് മേലോഡ്രാമകളിൽ നിന്നും തികച്ചും വ്യത്യസ്തമായ അനുഭവമാണ് ചിത്രം നമുക്ക് നൽകുന്നത്. ദുർബ്ബലമായ, പരാജയപ്പെടുന്ന സ്ത്രീയുടെ പ്രതിരൂപമായിട്ടല്ല നിതയെന്ന കഥാപാത്രം സൃഷ്ടിക്കപ്പെട്ടിരിക്കുന്നത്. തന്റെ തെറ്റ് എന്തായിരുന്നു എന്ന് തിരിച്ചറിയുന്ന, അത് പ്രകടിപ്പിക്കുന്ന സ്ത്രീയായാണ് നിതയെ നാം കാണുന്നത്. പതിവ് നായികാ സങ്കല്പത്തിന് പുറത്തുള്ള നിതയുടെ ജീവിതം രക്തസാക്ഷിത്വത്തിന്റേതല്ല. “തന്നെ ചില്ലുകൂടിനുള്ളിൽ പ്രതിഷ്ഠിക്കേണ്ടതില്ല” എന്ന് നിത ശക്തമായി രണ്ട് പ്രാവശ്യം പറയുന്നത് ഓർമ്മിക്കുക.

മദ്ധ്യവർഗ്ഗ- ബൂർഷ്വാ സങ്കൽപ്പം ചിത്രത്തിൽ കാണുന്ന, പ്രശസ്ത നിരൂപക ഷോമ ചൗധരി, തന്റെ ലേഖനത്തിൽ നിതയുടെ പിതാവിന്റെ നിലപാടുകൾ വിമർശന വിധേയമാക്കുന്നുണ്ട്. യേറ്റ്സ്, കിറ്റ് സ്, വേഡ് സ് വർത്ത് എന്നിവരുടെ കവിതകൾ മാത്രം ആസ്വദിക്കുന്ന (ഘട്ടക്ക് കരുതുന്നപോലെ ഏറ്റവും മികച്ച കവിയായ ടാഗോറിനെ ഓർമ്മിക്കാത്ത), മോണ്ടുവിന്റെ ഫാക്ടറി ജോലിയിൽ മുഖം തിരിക്കുന്ന (‘തൊഴിലാളിയോ ?’ എന്ന് പുച്ഛത്തോടെയുള്ള ചോദ്യം അത് തന്നെയാണ്വ്യക്തമാക്കുന്നത്) ബൂർഷ്വാ വിഭാഗത്തിൽപ്പെടുന്നു എന്ന് അവർ ഹിന്ദുസ്ഥാൻ ടൈംസിൽ എഴുതിയ ലേഖനത്തിൽ അഭിപ്രായപ്പെടുന്നു.

പതിവ് ചലച്ചിത്രപാതയിൽ നിന്നുള്ള ഘട്ടക്കിന്റെ വേറിട്ട യാത്ര ചിത്രം ഏറെ അടയാളപ്പെടുത്തുന്നുണ്ട്. അദ്ദേഹത്തിന്റെ രചനകളിൽ ഇമേജുകളും ശബ്ദങ്ങളും പുതിയ അർത്ഥങ്ങൾ സ്വീകരിക്കുകയാണ്. ‘മേഘ ധാക്കാ താര’ യിലെ അസാധാരണമായ ശബ്ദക്രമീകരണം ഇതിന് ദൃഷ്ടാന്തമാണ്. ഇടിമുഴക്കങ്ങൾ (സനതുമായുള്ള തന്റെ വിവാഹം തീരുമാനിച്ച വാർത്ത ഗീത നിതയോട് പറയുമ്പോൾ, തനിക്ക് ക്ഷയരോഗമാണെന്ന് നിത മനസ്സിലാക്കുമ്പോൾ), റെയിൽ വേസ്റ്റേഷനിലെ അസാധാരണ ശബ്ദങ്ങൾ, അപസ്വരങ്ങൾ (നിതയും സനതും അസ്വസ്ഥരായി സ്റ്റേഷനിൽ ഇരിക്കുമ്പോൾ), പട്ടികളുടെ ഓലിയിടൽ (നിതയും മാതാവും തമ്മിലുള്ള അവസാനസംഭാഷണത്തിനിടയിൽ), ചാട്ട വീശുന്ന ശബ്ദം (ശങ്കറുമൊന്നിച്ച രബീന്ദ്രസംഗീതം പാടുന്ന രംഗം) തീവണ്ടിയുടെ ശബ്ദം, ഇവിടങ്ങളിലൊക്കെ ഈ ശബ്ദവിന്യാസങ്ങൾ

ചിത്രത്തിന്റെ അനുഭവം തീവ്രവും വ്യത്യസ്തവുമാക്കുന്നു. ചിത്രത്തിന്റെ സംഗീതം ക്രമീകരിച്ചിരിക്കുന്നത് ജ്യോതിരിന്ദ്ര മൊയിത്രയാണ്. ഘട്ടക്ക് ചിത്രങ്ങളിൽ അലി അക്ബർ ഖാൻ, ബഹാദൂർ ഖാൻ തുടങ്ങിയ പ്രശസ്തരായ സംഗീതജ്ഞരാണ് പശ്ചാത്തല സംഗീതം ചിട്ടപ്പെടുത്തിയിരിക്കുന്നത്.

ചിത്രത്തിന്റെ അവസാനഭാഗത്ത്, ശങ്കറും നിതയും ചേർന്ന് രബീന്ദ്രസംഗീതം പാടുന്ന ദൃശ്യം വളരെ ശ്രദ്ധേയമാണ്. ശങ്കറിന്റെ മുഖം ഫ്രെയിമിന്റെ ഇടത് അറ്റത്ത്, അയാൾ ഇരുട്ടിൽ പാടിക്കൊണ്ടിരിക്കുന്നു. അൽപ്പം കഴിഞ്ഞു മാത്രമാണ് അടുത്തിരിക്കുന്ന നിതയെ നാം കാണുന്നത്, അവർ നോക്കുന്നത് വ്യത്യസ്ത ദിശകളിലേക്കാണ്. അയാളോടൊപ്പം സീതയും പാടുന്നുണ്ട്. ക്യാമറയുടെ ചലനങ്ങൾ ശ്രദ്ധിക്കുക. ലക്ഷ്യമില്ലാതെ ചലിക്കുന്ന ക്യാമറ. ഇരുളും വെളിച്ചവും അതോടൊപ്പം ചാട്ട വീശുന്ന ശബ്ദവും. നിതയുടെ ആത്മപീഡനങ്ങൾ തന്നെയാണ് ഇവ സൂചിപ്പിക്കുന്നത്. പ്രസിദ്ധ നിരൂപകൻ അഡ്രിയാൻ മാർട്ടിൻ ഇങ്ങനെ നിരീക്ഷിക്കുന്നു: "ഘട്ടക്കിനെ സംബന്ധിച്ചിടത്തോളം ഓരോ കട്ടും, ഓരോ ശബ്ദവും ഒരു സംഭവമാണ്. ഒരു ദൃശ്യം ഒരുക്കുകയല്ല അദ്ദേഹം ചെയ്യുന്നത്, അസ്വസ്ഥതകളോടെ, അതിലെ വികാരങ്ങൾക്കനുസൃതമായി, പിൻവലിക്കുകയും വീണ്ടും ചേർക്കുകയുമാണ്, ഇത് അദ്ദേഹം ആവർത്തിച്ചുകൊണ്ടേയിരിക്കുന്നു."

'മേഘ ധാക്കാ താര' യിലെ നിതയുടെ മാനസികസംഘർഷങ്ങൾ ആവിഷ്ക്കരിക്കുന്നതിൽ നടി സുപ്രിയ ദേവിയുടെ പങ്ക നിർണ്ണായമാണ്.

1953 ൽ മ്യാന്മറിൽ ജനിച്ച സുപ്രിയ ദേവി, അഭിഭാഷകനായ പിതാവിന്റെ നാടകങ്ങളിൽ അഭിനയിച്ചുകൊണ്ട് അഭിനയ രംഗത്ത് വന്നു. രണ്ടാം ലോക മഹായുദ്ധത്തോടെ ഇന്ത്യയിൽ വന്ന കുടുംബം കൽക്കത്തയിൽ സ്ഥിരതാമസമാക്കി. പ്രസിദ്ധ ബംഗാളി നടന്മാരായ സൗമിത്ര ചാറ്റർജി, ഉത്പൽ ദത്ത് എന്നിവർക്കൊപ്പം അഭിനയിച്ചുകൊണ്ട് ബംഗാളി സിനിമ പുതിയ കാഴ്ചാനുഭവമാക്കി അവർ മാറ്റി. ഘട്ടക്കിന്റെ കോമൾഗാന്ധാറിലും അവർ അഭിനയിച്ചിട്ടുണ്ട്. ബംഗാളി സിനിമയിൽ സജീവസാന്നിദ്ധ്യമായിരുന്ന സുപ്രിയ ദേവി 2018 ൽ അന്തരിച്ചു.

"എന്തെങ്കിലും ചെയ്തേ പറ്റൂ" (Something had to be done) എന്ന് ഘട്ടക്കിന്റെ അവസാനചിത്രം 'ജുക്തി താക്കൊ ഔർ ഗപ്പോ' വിലെ

നീലകണ്ഠ ബാഗ്ചി തന്റെ മരണത്തിനു തൊട്ടു മുമ്പ് പറയുന്നു. (അത് ഘട്ടക്ക് തന്നെയായിയിരുന്നു, അഭിനയിച്ചതും ജീവിച്ചതും) ഇത് 'ജുക്തി താക്കൊ ഔർ ഗപ്പോ' വിൽ മാത്രമല്ല നാം കേൾക്കുന്നത്, ഘട്ടക്കിന്റെ എല്ലാ ചിത്രങ്ങളിലേയും കഥാപാത്രങ്ങളുടെ ഹൃദയത്തോട് നമ്മുടെ മനസ്സ് ചേർത്തു വെച്ചാൽ അവർ മന്ത്രിക്കുന്നതു നമുക്ക് കേൾക്കാം, "എന്തെങ്കിലും ചെയ്തേ പറ്റൂ."

Refernces:

1. Jacob Levich: Ritwik Ghatakh and Cinema of Partition (1997)
2. Adrian Martin: A Tribute to Megha Dhaka Thara (2013)
3. Swagato Chakravorty: Out of the Waiting Room of History - Ritwik

Ghataka's Cinema of Partition (2020)

4. Ritwik Ghatak: Cinema and I - Rupa and Co. (1987)

പ്രതിരോധ വഴികളാവുന്ന നൃത്തച്ചുവടുകൾ

"പെൺകുട്ടികൾ നൃത്തം ചെയ്യരുത്. അവർ ചോദ്യങ്ങൾ ചോദിക്കരുത്." മനുസ്മൃതിയിൽ നിന്നും എടുത്തു ചേർത്ത വാചകങ്ങളല്ല ഇത്, കഴിഞ്ഞ വർഷം ഏറ്റവും മികച്ച ചിത്രത്തിനുള്ള ദേശീയപുരസ്കാരം, സ്വർണ്ണകമൽ നേടിയ മറാത്തി ചിത്രം 'ഹെല്ലാരോ' (Hellaro) യുടെ തുടക്കമാണ്. ഇന്ത്യൻ സമാന്തര സിനിമയിൽ സജീവ സാന്നിദ്ധ്യമായ മറാത്തിചിത്രങ്ങൾ ഗ്രാമങ്ങളിൽ നിലനിൽക്കുന്ന ജാതീയവും ലിംഗപരവുമായ വേർതിരിവുകൾ ശക്തമായി ആവിഷക്കരിച്ചു കൊണ്ടിരിക്കയാണ്. നാഗരാജ് മഞ്ജുളെയുടെ ഫാൻഡ്രി, സൈറത്ത്, ഗജേന്ദ്ര ആഹിരെയുടേ 'ദ സൈലൻസ്'', ചൈതന്യ തമാനെയുടെ 'കോർട്ട്'' തുടങ്ങിയ ചിത്രങ്ങൾ ഇന്ത്യയ്ക്കകത്തും പുറത്തും ഏറെ ചർച്ചചെയ്യപ്പെട്ടിരുന്നു. രാജ്യത്തെ പാർശ്വവൽക്കരിക്കപ്പെട്ടവരുടേയും പുരുഷകേന്ദ്രീകൃത സമൂഹങ്ങളിലെ സ്ത്രീകളുടേയും പ്രതിരോധകഥകൾ പറയുന്ന ഈ ചിത്രങ്ങൾ അടിച്ചമർത്തപ്പെട്ടവരുടെ പുത്തൻ ഉണർവ്വിനെയാണ് അടയാളപ്പെടുത്തുന്നത്. ഈ ചിത്രങ്ങളുടെ തുടർച്ചയായിത്തന്നെ നമുക്ക് 'ഹെല്ലാരോ'യെ കാണാൻ കഴിയും. ചലച്ചിത്ര ചരിത്രത്തിലാദ്യമായി മറാത്തി ചിത്രം ദേശീയതലത്തിൽ മികച്ച ചിത്രമായി പുരസ്കാരം നേടിയത്, മറാത്തി സിനിമയ് ക്കും ചിത്രത്തിന്റെ സംവിധായകൻ അഭിഷേക് ഷായ്ക്കും ലഭിച്ച മികച്ച അംഗീകാരമാണ്.

ഇന്ത്യൻ ജനത നേരിട്ടുകൊണ്ടിരിക്കുന്ന രണ്ട് പ്രധാന പ്രശ്നങ്ങളാണ് ഹെല്ലാരോ കൈകാര്യം ചെയ്യുന്നത്. പുരുഷകേന്ദ്രീകൃത സമൂഹങ്ങളിൽ സ്ത്രീകൾ അനുഭവിച്ചുകൊണ്ടിരിക്കുന്ന അവഗണനയും

പീഡനങ്ങളും ചിത്രീകരിക്കുന്നതിനോടൊപ്പം പിന്നോക്കജാതികളിൽപ്പെട്ടവർ രാജ്യത്ത് നേരിടുന്ന അതിക്രമങ്ങളും ചിത്രം പ്രമേയവൽക്കരിക്കുന്നു. തങ്ങളുടെ പ്രതിഷേധത്തിന്റെയും പ്രതിരോധത്തിന്റെയും വഴികളായി സംഗീതവും നൃത്തവും മാറുന്ന കാഴ്ചകളാവിഷ്കരിക്കുന്ന ചിത്രം ഫ്രഞ്ച ചലച്ചിത്രകാരൻ ടോണി ഗാറ്റ്ലിഫിനെ ഓർമ്മിപ്പിക്കുന്നു. നൃത്തവും സംഗീതവുമാണല്ലോ അദ്ദേഹത്തിന്റെ ചിത്രങ്ങളിൽ അഭയാർത്ഥികളുടെ അതിജിവന വഴികളാവുന്നത്. മറ്റ് മറാത്തി ചിത്രങ്ങളിൽ നിന്നും തികച്ചും വ്യത്യസ്തമായ അനുഭവതലങ്ങളിലൂടെ സഞ്ചരിക്കുന്ന ഹെല്ലാരോ ഇന്ത്യൻ സിനിമയിലെ വേറിട്ട കാഴ്ചയാണ്.

ഗുജറാത്തിലെ കച്ച് പ്രദേശങ്ങളിൽ പ്രചാരത്തിലുള്ള ഒരു നാടോടി കഥയിൽ നിന്നുമാണ് സംവിധായകൻ ചിത്രം രൂപപ്പെടുത്തുന്നത്. കച്ച് ഗ്രാമം പശ്ചാത്തലമാക്കിയ ചിത്രം രാജ്യത്ത് അടിയന്തരാവസ്ഥ പ്രഖ്യാപിച്ച 1975 ജൂണിൽ ആരംഭിക്കുന്നു. ആ വാർത്ത റേഡിയോവിൽ കേട്ടുകൊണ്ടിരിക്കുന്ന ജനങ്ങളുടെ ആദ്യകാഴ്ചയിൽ ത്തന്നെ അവരുടെ പിന്നോക്കാവസ്ഥ നമുക്ക് ബോദ്ധ്യപ്പെടുന്നു. തീർത്തും നിരക്ഷരരായ ജനങ്ങൾക്കിടയിൽ പുറം ലോകവുമായി ബന്ധപ്പെടുന്ന രണ്ടു പേർ മാത്രം. ഗ്രാമത്തലവന്റെ തീരുമാനങ്ങൾക്കനുസൃതമായി മാത്രം ചലിക്കുന്ന ഗ്രാമീണർ. മൂന്ന് വർഷങ്ങളായി മഴ കിട്ടാതെ വരണ്ട ഗ്രാമത്തിൽ മഴക്കായി പൂജകൾ പതിവായി നടക്കുന്നെങ്കിലും വരൾച്ച വർദ്ധിക്കുന്നതേയുള്ളൂ. വീടുകളിൽ നിന്നും വളരെ അകലെ നടന്നു പോയി വെള്ളം കൊണ്ടുവരുന്ന ഉത്തരേന്ത്യൻ സ്ത്രീകളുടെ കാഴ്ചകൾ ഇവിടേയും ആവർത്തിക്കുന്നു.

ഗ്രാമത്തിലെ സ്ത്രീജീവിതം നേരിടുന്ന വിലക്കുകളും നിയന്ത്രണങ്ങളും സംവിധായകൻ കൃത്യമായി ആവിഷ്കരിക്കുന്നു. അന്യപുരുഷന്മാരോട് സംസാരിക്കാൻ അനുവാദമില്ലാതെ, വസ്ത്രങ്ങൾ തുന്നുവാൻ അനുമതിയില്ലാതെ, പുരുഷന്മാർ പതിവായി ചെയ്യുന്ന ഗർബ്ബ നൃത്തം (ഗുജറാത്തിലെ കച്ച് മേഖലയിൽ പ്രചാരത്തിലുള്ള നൃത്തരൂപം) സ്ത്രീകൾ ചെയ്യാൻ പാടില്ലെന്ന കർശനമായ വിലക്കോടെ അവരുടെ ജീവിതം അടുക്കളയിൽ തളച്ചിടപ്പെടുകയാണ്. ശക്തമായ പുരുഷകേന്ദ്രികൃത സമൂഹത്തിന്റെ അടിമകൾ മാത്രമായിത്തീരുന്ന സ്ത്രീജീവിതകാഴ്ചകളാണ്പല സംഭവങ്ങളിലൂടെ ചിത്രത്തിൽ നാം കാണുന്നത്. അതിനൊപ്പം പുരുഷന്മാരുടെ നിർദ്ദേശമനുസരിച്ച് ഗ്രാമീണർ ഒറ്റപ്പെടുത്തിയ വിധവ കേസറും കൂടെയാവുമ്പോൾ ഗ്രാമത്തിലെ സ്ത്രീവിരുദ്ധതയുടെ ചിത്രം പൂർത്തിയാവുന്നു. അതു പോലെ,

കർശനമായ ജാതിവിലക്കുകളും ഗ്രാമത്തിൽ നിലനിൽക്കുന്നുണ്ട്. ഉയർന്ന ജാതിക്കാർ മാത്രം താമസിക്കുന്ന ഗ്രാമത്തിൽ മറ്റുള്ളവർക്ക് പ്രവേശിക്കാൻ കഴിയില്ല. ദേവീ കോപമെന്ന വാൾ ഉയർത്തി തങ്ങൾക്കാവശ്യമായ എല്ലാ വിലക്കുകളും ഈ പുരുഷകേന്ദ്രികൃത സമൂഹം നടപ്പിലാക്കുന്നു.

ഗ്രാമത്തിൽ നിന്നും പുറത്തുപോകുന്ന രണ്ടുപേരിൽ ഒരാളായ പട്ടാളക്കാരൻ അർജുന്റെ വിവാഹത്തോടെ ഈ പുരുഷകോട്ടയ്ക്ക് വിള്ളലുകൾ ഉണ്ടാവുകയാണ്. നഗരത്തിൽ നിന്നുള്ള സാമാന്യം വിദ്യാഭ്യാസമുള്ള വധു മഞ്ജരി, വിലക്കുകൾ വകവെക്കാതെ സ്വന്തം നിലപാടുകൾ തുറന്ന് പറയുവാൻ തയ്യാറാവുന്നു. വെള്ളമെടുക്കാനായി പ്രഭാതത്തിൽ സ്ത്രീകൾ നടത്തുന്ന യാത്രയിൽ ചേരുന്ന മഞ്ജരി, മറ്റെല്ലാവരും അകറ്റി നിർത്തുന്ന വിധവ കേസർ അടക്കമുള്ളവരുമായി സൗഹൃദം ഉണ്ടാക്കുകയും ഗ്രാമത്തിന്റെ യഥാർത്ഥ അവസ്ഥ അവരെ ബോദ്ധ്യപ്പെട്ടുത്തുകയും ചെയ്യുന്നു. ശരിയായ ദൈവവിശ്വാസം എന്താണെന്ന് മഞ്ജരി അവർക്ക് കൃത്യമായി മനസ്സിലാക്കിക്കൊടുക്കുന്നു. അതോടെയാണ് ഈ പ്രഭാത യാത്രകൾ, സ്ത്രീകൾക്ക് തിരിച്ചറിവിന്റെ വഴികളായി മാറുന്നത്.

ഇത്തരം ഒരു യാത്രയ്ക്കിടയിലാണ് ഗ്രാമത്തിലെ സ്ത്രീ ജീവിതം മാറ്റിമറിച്ച മുൽജി പ്രത്യക്ഷപ്പെടുന്നത്. ധോല (ചെണ്ടയ്ക്ക് സമാനമായ ഉപകരണം) വായിക്കുന്ന, താഴ്ന്ന ജാതിയിൽപ്പെട്ട അയാൾ വഴിയിൽ തളർന്ന കിടക്കുന്നതായി കണ്ട സ്ത്രീകൾ, അയാൾക്ക് കുടിക്കാൻ വെള്ളം കൊടുക്കുന്നു. അതിനുശേഷം, അയാളോട് ധോല വായിക്കാൻ അവർ ആവശ്യപ്പെടുന്നു. ധോലയുടെ താളം ഉയർന്നതോടെ, തങ്ങളറിയാതെ സ്ത്രീകൾ ഗർബ്ബ നൃത്തം ചവിട്ടാൻ തുടങ്ങുകയാണ്. സ്വയം സ്വാതന്ത്ര്യം പ്രഖ്യാപിച്ചു കൊണ്ട്, പുരുഷസമൂഹം തങ്ങൾക്ക് ഏർപ്പെടുത്തിയ വിലക്ക് ലംഘിച്ചുകൊണ്ട്, അവർ നൃത്തം ചെയ്യാൻ തുടങ്ങുന്നു. തങ്ങളുടെ ജീവിതത്തെ അർത്ഥരഹിതമായ വിലക്കുകളാൽ നിയന്ത്രിച്ച സമൂഹത്തോടുള്ള പ്രതിഷേധമായി, പ്രതിരോധമായി, അവർ സ്വയം മറന്നു നൃത്തം ചെയ്യുന്നു. പുതിയ ഒരു ഉണർവ്വായി, ഊർജ്ജമായി ഇത് തുടർ ദിവസങ്ങളിലും ആവർത്തിക്കുന്നു. ഓരോ പ്രഭാതത്തിലേയും സ്വാതന്ത്ര്യ പ്രഖ്യാപനത്തിലേക്ക് അവരുടെ ജീവിതം കേന്ദ്രീകരിക്കപ്പെടുന്നു. ദിനംപ്രതി അടുത്ത പ്രഭാതത്തിലെ സ്വാതന്ത്ര്യ നൃത്തത്തിനായി അവർ ആകാംക്ഷയോടെ കാത്തിരിക്കുന്നു.

ഇതിനിടയിൽ ഗ്രാമത്തിൽ നടക്കുന്ന ചില അനിഷ്ടസംഭവങ്ങൾ തങ്ങൾ നൃത്തം ചെയ്തത് കൊണ്ടുള്ള ദൈവകോപമാണോ എന്ന് ചിലർ സംശയിക്കുന്നുമുണ്ട്. ഇത്തരത്തിലൊരു ഒരു സംശയമാണ് സംഭവങ്ങൾ കീഴ്മേൽ മറിക്കുന്നത്. തങ്ങൾ ചെയ്യാൻ പാടില്ലാതിരുന്ന നൃത്തം ചെയ്തതിലുള്ള ദൈവകോപമാണ് തന്റെ സഹോദരന്റേയും പിതാവിന്റേയും ആകസ്മിക മരണങ്ങൾക്ക് കാരണമായതെന്ന് വിശ്വസിച്ച യുവതി അത് തുറന്നു പറയുന്നതോടെ എല്ലാം പരസ്യമാകുന്നു. ഇത് അറിഞ്ഞ പുരുഷന്മാർ എല്ലാവരേയും ക്രൂരമായി മർദ്ദിച്ച് അടുക്കളയിൽത്തന്നെ തളച്ചിടുന്നു. മുൽജിയെ പിടിച്ചുകൊണ്ടു വന്ന് കെട്ടിയിടുന്നു. താഴ്ന്ന ജാതിയിലുള്ള മുൽജിയെ നവരാത്രി പൂജാദിവസം ചുട്ടുകൊല്ലാനാണ് ഗ്രാമത്തലവൻ തീരുമാനിക്കുന്നത്. അടുക്കള ജനലുകൾക്കിടയിലൂടെ, സ്ത്രീകളുടെ ഉൽക്കണ്ഠനിറഞ്ഞ നോട്ടങ്ങൾക്കിടയിൽ, അവസാനമായി ഒരിക്കൽ കൂടി ധോല വായിക്കുന്നു മുൽജി. ധോലയുടെ താളം ഉയർന്നതോടെ, എല്ലാ നിയന്ത്രണങ്ങളും മറന്ന മഞ്ജരി, നൃത്തം ചവുട്ടിക്കൊണ്ട് അടുക്കളയിൽ നിന്നും പുറത്തേക്ക് വരുന്നു. സ്തബ്ധരായി നിൽക്കുന്ന പുരുഷന്മാർക്കിടയിലൂടെ ഗർബ്ബ നൃത്തം ചവുട്ടിക്കൊണ്ട് മഞ്ജരി മുമ്പോട്ട് നീങ്ങുമ്പോൾ, മൂന്ന് വർഷമായി ഇല്ലാതിരുന്ന മഴ പെയ്യാൻ തുടങ്ങുന്നു. ധോല മുറുകുന്നതിനിടയിൽ, മറ്റുള്ള സ്ത്രീകളും പുറത്തേക്ക് വന്ന് നൃത്തത്തിൽ പങ്ചേരുന്നു. തിമിർത്തു പെയ്യുന്ന മഴയിൽ കുളിച്ച് ധോലയുടെ താളം നൽകിയ പുതിയ ഊർജ്ജം സ്വീകരിച്ച്കൊണ്ട് സ്വയം സ്വാതന്ത്ര്യം പ്രഖ്യാപിച്ചു കൊണ്ട് ജീവിതത്തിൽ പുതുവഴിയിലൂടെ അവർ നൃത്തം തുടരുന്നു. പുതിയ ഒരു ജീവിതത്തിന് തുടക്കം കുറിച്ചുകൊണ്ട് 'ഹെല്ലാരോ' അവസാനിക്കുന്നു.

ധോല വായിക്കുന്ന പിന്നോക്ക ജാതിയിൽ ജനിച്ച മുൽജിയുടെ ജീവിതം അയാൾ പറയുന്നുണ്ട്. ധോല വായിച്ചുകിട്ടുന്ന ധാന്യവും പണവും കൊണ്ട് ഭാര്യയും മകളുമൊത്ത് സന്തോഷമായി കഴിയുകയായിരുന്നു അയാൾ. ഒരിക്കൽ അമ്പലത്തിലെ ചടങ്ങിന് ശേഷം മകൾ ദേവളയുടെ നിർബ്ബന്ധത്തിൽ ധോല വായിച്ച അയാളെ ഉയർന്ന ജാതിക്കാർ ആക്രമിക്കുന്നു. വീടിനകത്ത് ഉറങ്ങിക്കിടക്കുന്ന അവരെ ചുട്ടുകൊല്ലാനായി വീടിന് തീ വെക്കുന്നു. ഭാര്യ മംഗളയും മകൾ ദേവളയെയും വെന്തു മരിക്കുന്നതോടെ മാനസികനില തെറ്റിയ മുൽജി നാട്ടു വിടുകയാണ്. ജാതിവേർതിരിവുകൾ കൂട്ടക്കൊലപാതകങ്ങളിലേക്ക് എത്തുന്ന കാഴ്ച ഇന്ത്യൻ ഗ്രാമങ്ങളിൽ അപൂർവ്വമല്ല. താഴെടക്കിടയിലുള്ളവരുടെ ജീവനും ജീവിതത്തിനും നേരെ

• ഹെല്ലാരോ

നടക്കുന്ന അതിക്രമങ്ങളുടെ ദാരുണമായ കാഴ്ച ചിത്രം നൽകുന്നുണ്ട്. ചിത്രത്തിന്റെ അവസാനഭാഗത്ത് സവർണ്ണന്റെ നീതി നടപ്പിലാക്കുന്ന ഗ്രാമം, താഴ്ന്ന ജാതിയിലുള്ള മുൽജിയെ കെട്ടിയിട്ടശേഷം ചുട്ടുകൊല്ലാൻ തീരുമാനിക്കുന്നു. രാജ്യത്തെ സമകാലീന ഗ്രാമീണ അവസ്ഥയുടെ കണ്ണാടിയായി ചിത്രം മാറുന്നു.

മറാത്തി സിനിമയിൽ സജീവമായ ജാതിസംഘർഷങ്ങൾ ആവിഷ്കരിക്കുന്നതോടോപ്പം സ്ത്രീകൾ അനുഭവിച്ചുകൊണ്ടിരിക്കുന്ന പുരുഷമേധാവിത്വ ചൂഷണങ്ങളും അതിനെതിരെയുള്ള അവരുടെ പ്രതിരോധവും ചിത്രം ദൃശ്യവൽക്കരിക്കുന്നുണ്ട്. മറ്റ് മറാത്തി ചിത്രങ്ങളിൽ നിന്നും വ്യത്യസ്തമായ ആഖ്യാനരീതി പിന്തുടരുന്ന ഹെല്ലാരോയിൽ ആദ്യവസാനം സംഗീതത്തി ന്റെയും നൃത്തത്തിന്റെയും സാന്നിദ്ധ്യമുണ്ട്. ഗർബ്ബ നൃത്തത്തിനായി പുറപ്പെടുന്ന പിതാവിനൊപ്പം പോകാൻ നിർബ്ബന്ധം പിടിക്കുന്ന മകളെ 'പെൺകുട്ടികൾ നൃത്തം ചെയ്യാൻ പാടില്ല എന്ന് പറഞ്ഞ് താക്കീത് ചെയ്യുന്ന അച്ഛനിൽ നിന്നാണ് ചിത്രം ആരംഭിക്കുന്നത്. 'സ്വയം കൊമ്പും ചിറകും മുറിക്കണെ'മെന്ന് പറഞ്ഞാണ് നവവധുവായി വീട്ടിലെത്തിയ മഞ്ജരിയെ ഭർത്താവ് ഭീഷണിപ്പെടുത്തുന്നത്. സ്ത്രീകൾ അന്യപുരുഷന്മാരോട് സംസാരിക്കുന്നത് വിലക്കുന്ന ഗ്രാമം വിധവയായ കേസറിനെ ഒരു ദുശ്ശകുനമായി മാത്രം കാണുന്ന ഗ്രാമീണർ. താൻ ചിത്രത്തുന്നലുകൾ നടത്തിയ

വസ്ത്രങ്ങൾ പട്ടണത്തിൽ വിൽക്കാൻ കൊണ്ടുപോയ കച്ചവടക്കാര നൊപ്പം ഒളിച്ചോടിയ യുവതിയുടെ കഥ പറഞ്ഞ് ആരേയും തുന്നാൻ അനുവദിക്കാത്ത ഗ്രാമം. ഭർത്താവിന്റെ മർദ്ദനം കാരണം ഗർഭസ്ഥ ശിശു മരിച്ചിട്ടും ഒന്ന് പ്രതികരിക്കാൻ പോലും സ്വാതന്ത്ര്യമില്ലാത്ത യുവതി. ഇതു പോലുള്ള നിരവധി സ്ത്രീവിരുദ്ധ നിലപാടുകളുടെ കാഴ്ചകൾ ഗ്രാമത്തിലെ ജീവിതം നമുക്ക് നൽകുന്നു.

ചിത്രം മുമ്പോട്ട് വെക്കുന്ന രണ്ട് പ്രശ്നങ്ങളും സകാലീന ഇന്ത്യൻ അവസ്ഥയിൽ വളരെയേറെ പ്രസക്തമാണ്. സ്വാതന്ത്ര്യം ലഭിച്ച് പതിറ്റാണ്ടുകൾ കടന്നു പോയിട്ടും അംബേദ്കറെ പോലുള്ള നിരവധി സാമൂഹ്യപരിഷ്കർത്താക്കൾ ജീവിച്ചിരുന്നതിനു ശേഷവും, അനവധി നിയമങ്ങൾ നിർമ്മിക്കപ്പെട്ടിട്ടും ജാതി കൊലകളിൽ നിന്നും സംഘർ ഷങ്ങളിൽ നിന്നും രാജ്യം മോചിതമായിട്ടില്ല എന്നു മാത്രമല്ല, അടുത്ത് കാലങ്ങളിൽ അവ രൂക്ഷമായിക്കൊണ്ടിരിക്കയുമാണ്. താഴ്ന്ന ജാതിയിൽപ്പെട്ടവരുടെ കുടിലുകളും കോളനികളും ചുട്ടുകരിക്കപ്പെടുന്ന പതിവ് ആവർത്തിക്കുന്നു. മുൽജിയും കുടുംബവും സ്വന്തം നിയമങ്ങൾ നടപ്പാക്കുന്നവരുടെ ഇരകളായി മാറുന്നു.

പുരുഷ കേന്ദ്രികൃതസമൂഹത്തിലെ പീഡനങ്ങൾ ഇന്ന് ഇന്ത്യൻ നഗരങ്ങളിലും അതിലേറെ ഗ്രാമങ്ങളിലും സാധാരണ കാഴ്ചയാണ്. സാഹചര്യമനുസരിച്ച് സ്വന്തം മനുസ്മൃതി സൃഷ്ടിച്ചുകൊണ്ട് പുരുഷ സമൂഹം സ്ത്രീകൾക്ക് പല രീതിയിലും വിലക്കുകൾ ഏർപ്പെടുത്തുന്നു. ഇതിൽ നിന്നും മോചനം നേടാൻ ഗ്രാമത്തിലെ സ്ത്രീകൾ സ്വന്തം വഴികൾ കണ്ടെത്തുകയാണ്. ഇവിടെ ഗർബ്ബ നൃത്തച്ചുവടുകളാണ് വിമോചനവഴികളായി മാറുന്നത്. മുൽജിയുടെ ധോല ശബ്ദം സ്ത്രീ സ്വാതന്ത്ര്യത്തിന്റെ കാഹളമായി മാറുന്നു. അത് വിമോചനത്തിന്റെ ചുവടുകൾ രൂപപ്പെടുത്തുകയാണ്. അതോടെ ദീർഘകാലമായി നിലനിന്നിരുന്ന വിലക്കുകൾ ലംഘിക്കപ്പെടുകയാണ്. 'ഹെല്ലാരോ' എന്ന മറാത്തി വാക്ക് 'പൊട്ടിത്തെറി' (outburst) യെന്ന് പരിഭാഷ പ്പെടുത്തുമ്പോൾ, ചിത്രത്തിന്റെ പ്രമേയത്തിലേക്ക് തന്നെയാണ് നാം എത്തുന്നത്.

നേരത്തെ സൂചിപ്പിച്ചതുപോലെ, സംഗീതവും നൃത്തവും ചിത്രത്തി ന്റെ ചാലക ശക്തികളാണ്. അത് 'ഹെല്ലാരോ'യെ വ്യത്യസ്ത അനുഭ വമാക്കിക്കൊണ്ട് പ്രേക്ഷകരുമായി കൂടുതൽ അടുപ്പിച്ചു നിർത്തുന്നു. തങ്ങൾക്ക് നഷ്ടപ്പെട്ട സ്വാതന്ത്ര്യവും അനുഭവിച്ച്കൊണ്ടിരിക്കുന്ന വിലക്കുകളും സ്ത്രീകളെ ഓർമ്മിപ്പിച്ചുകൊണ്ട് പ്രതിരോധത്തിനായുള്ള

ഊർജ്ജം നേടാനുള്ള വഴികൾ ആയി മാറുന്ന അവ. തങ്ങൾക്ക് നേരെ ഏർപ്പെടുത്തപ്പെട്ട വിലക്കുകൾ അതിജീവിക്കാൻ വഴികൾ തേടിക്കൊണ്ട് ചുവടുകൾ വെക്കുന്ന അവർ, അഭയാർത്ഥിജീവിതങ്ങൾ ശക്തമായി ആവിഷ്ക്കരിക്കുന്ന ഫ്രഞ്ച് ചലച്ചിത്രകാരൻ ടോണി ഗാറ്റ്ലിഫിന്റെ ചിത്രങ്ങൾ ആണ് ഓർമ്മിപ്പിക്കുന്നത്. തങ്ങൾക്ക് നഷ്ടപ്പെട്ട സ്വന്തം നാടിന്റെയും ബന്ധുക്കളുടെയും ഓർമ്മകൾ, സംഗിതവും നൃത്തവുമുപയോഗിച്ച് തിരിച്ചുപിടിക്കുന്നവരാണ് ഗാറ്റ്ലിഫ് ചിത്രങ്ങളിൽ മിക്കവയിലും നാം കാണുന്നത്. അതിന് സമാനമായി 'ഹെല്ലാരോ'യിലെ സ്ത്രീകൾക്ക് നഷ്ടപ്പെട്ട സ്വാതന്ത്ര്യവും ജീവിതവും തിരിച്ചുപിടിക്കാനുള്ള വഴികളായി സംഗീതവും നൃത്തവും മാറുകയാണ്.

താൻ കണ്ട ഗർബ്ബ നൃത്തത്തിന്റെ അനുഭവമാണ് ചിത്രം യാഥർത്ഥ്യമാക്കി യത് എന്ന സംവിധായകൻ അഭിഷേക് ഷാ പറയുന്നു. അത് സ്ത്രീകൾക്ക് വളരെയേറെ ഊർജ്ജം നൽകുന്നുണ്ട് എന്നും അവർക്ക് സ്വയം ആവിഷ്ക്കരിക്കാനുള്ള പാത തുറക്കുന്നുവെന്നുമുള്ള സംവിധായകന്റെ തിരിച്ചറിവാണ് അദ്ദേഹത്തെ ചിത്രത്തിലെത്തിച്ചത്. 'ഹെല്ലാരോയി'ലെ മുഖ്യകഥാപാത്രമായി മാറുന്ന ഗർബ്ബ നൃത്തം ചിത്രത്തിന് തികച്ചും വ്യത്യസ്തമായ അസ്തിത്വമാണ് നൽകുന്നത്. നാടക പ്രവർത്തനങ്ങളിൽ സജീവമായ അഭിഷേക് ഷാ കഴിഞ്ഞ പത്തൊൻപത് വർഷങ്ങളായി നാടകങ്ങൾ എഴുതുകയും സംവിധാനം ചെയ്തു വരികയുമാണ്. തന്റെ ആദ്യചിത്രം 'ഹെല്ലാരേ', ഇന്ത്യയിലെ മികച്ച ചിത്രമായി സ്വർണകമൽ നേടിയത് അദ്ദേഹത്തിന് ലഭിച്ച വലിയ അംഗീകാരം തന്നെയാണ്. ചിത്രത്തിൽ സ്ത്രീകളുടെ മുഖ്യവേഷങ്ങളിൽ അഭിനയിച്ച പന്ത്രണ്ട് നടിമാരും പ്രത്യേക പുരസ്ക്കാരങ്ങൾക്ക് അർഹരായി. ചിത്രത്തെക്കുറിച്ചുള്ള അഭിപ്രായം ആരാഞ്ഞപ്പോൾ ഷായുടെ പ്രതികരണം ഇങ്ങനെയായിരുന്നു. 'എനിക്ക് ശരിയായ രീതിയിൽ ജനങ്ങളിൽ എത്തുന്ന ചിത്രം നിർമ്മിക്കണമെന്ന ആഗ്രഹം മാത്രമാണുണ്ടായിരുന്നത്. ബോക്സോഫീസ് വിജയം പ്രശ്നമേയല്ലായിരുന്നു. ഏറ്റവും കൂടുതൽ പ്രേക്ഷകരിൽ

• അഭിഷേക് ഷാ

എങ്ങനെ ചിത്രം എത്തിക്കുക എന്നതായിരുന്നു പ്രധാനം.' സംവിധായകന്റെ ഉദ്ദേശ്യം ഫലപ്രാപ്തിയിൽ എത്തി എന്നു തന്നെയാണ് ഹെല്ലാരോയുടേ പ്രദർശനവിജയം സൂചിപ്പിക്കുന്നത്. ചിത്രത്തിന്റെ സംഗീതം, നൃത്തസംവിധാനം എന്നിവ പ്രത്യേകപരാമർശങ്ങൾ അർഹിക്കുന്നു. നാടോടി, ശാസ്ത്രീയ സംഗീതധാരകൾ ചേർത്ത് സംഗീതസംവിധാനം ചെയ്തത് മേഹൽ സുർതിയാണ്. നൃത്തസംവിധാനം നിർവ്വഹിച്ചിരിക്കുന്നത് സമീർ തന്നെയാണ്. രണ്ടു പേരും ചിത്രത്തിന്റെ വിജയത്തിന് പിന്നിൽ പ്രവർത്തിച്ചവരിൽ പ്രഥമസ്ഥാനത്ത് തന്നെയുണ്ട്.

മറാത്തി സിനിമയുടെ സമകാലീന അവസ്ഥയിലേക്ക് ഒരു പുതിയ ചിത്രം കൂടി ചേർക്കപ്പെടുന്നു. ഇന്ത്യൻ സമാന്തര സിനിമരംഗം കൂടുതൽ സജീവമാക്കിക്കൊണ്ട്, സാമൂഹ്യപ്രമേയങ്ങൾ കൈകാര്യം ചെയ്തുകൊണ്ട്, മറാത്തി ചിത്രങ്ങൾ ഇനിയും നിർമ്മിക്കപ്പെട്ടുമെന്നും ഭാവിയിൽ സാമൂഹിക മാറ്റങ്ങൾക്ക് ദിശാബോധം നൽകാൻ ഈ ചിത്രങ്ങൾ സഹായകരമാവുമെന്നും നമുക്ക് പ്രതീക്ഷിക്കാം.

‘ആനന്ദിഗോപാൽ’ രേഖപ്പെടുത്തുന്ന അതിജീവന പോരാട്ടങ്ങൾ

ഇന്ത്യയിലെ ആദ്യത്തെ വനിതാ ഡോക്ടർ ജീവിച്ചത് വെറും ഇരുപത്തിരണ്ട് വർഷങ്ങൾ മാത്രം. ഇതിനിടയിൽ, വിദ്യാഭ്യാസത്തിലും ആതുരശുശ്രൂഷയിലും നിലനിന്നിരുന്ന ലിംഗവേർതിരിവികൾക്കെതിരെ ശക്തമായ നിലപാടുകളെടുത്ത്, എക്കാലത്തേയും മാതൃകയായി അവർ മാറി. 1865-1887 കാലത്ത് ജീവിച്ചിരുന്ന, ഇന്ത്യയിലെ ആദ്യവനിതാ ഡോക്ടറും രാജ്യത്ത് നിന്നു വിദേശത്ത് പോയി പഠനം നടത്തിയ ആദ്യ ബ്രാഹ്മണവനിതയുമായ ഡോ. ആനന്ദി ഗോപാൽ ജോഷി സൃഷ്ടിച്ച ചരിത്രം, അവർ മരണമടിഞ്ഞ് വർഷങ്ങൾക്ക് ശേഷവും പ്രസക്തമാവുന്നു എന്നത് നമ്മുടെ രാജ്യത്തിന്റെ സമകാലീന സാമൂഹിക അവസ്ഥയിലേക്കാണ് വിരൽ ചൂണ്ടുന്നത്. ഒരു നൂറ്റാണ്ടിലേറെ പഴക്കമുള്ള ആനന്ദി ഗോപാലിന്റെ ജീവിതം പ്രമേയമാക്കി, പ്രശസ്ത മറാത്തി ചലച്ചിത്രകാരൻ സമീർ വിദ്വാൻസ് സംവിധാനം ചെയ്ത ‘ആനന്ദി ഗോപാൽ’ 2019 നവമ്പറിൽ നടന്ന സുവർണ്ണജൂബിലി ഇന്ത്യൻ അന്താരാഷ്ട്ര ചലച്ചിത്രമേളയിലെ’ ഇന്ത്യൻ പനോരമ’യിലും അതേ വർഷം ഡിസമ്പറിലെ തിരുവനന്തപുരം മേളയിലെ ‘ഇന്ത്യൻ സിനിമ ഇന്ന് ‘വിഭാഗത്തിലും പ്രദർശിപ്പിച്ചതിന്റെ കാരണവും മറ്റൊന്നല്ല. ജാതീയ വേർതിരിവുകളുടേ ശക്തമായ ആവിഷ്കാരങ്ങൾ പുറത്തു വരുന്ന മറാത്തി സിനിമയിൽ,’ ആനന്ദി ഗോപാൽ ‘പോലൊരു ചിത്രം നിർമ്മിക്കുന്നതിന്, ചിത്രം മുമ്പോട്ട് വെക്കുന്ന അക്കാലത്തെ അനാചാരങ്ങളും, പുരുഷമേധാവിത്വവും തന്നെയാണ് കാരണമായിത്തീർന്നത്.

ആനന്ദി ഗോപാലിന്റെ ജീവിതം ആദ്യന്തം സംഘർഷഭരിതമായിരുന്നു. ഒമ്പത് വയസ്സ് മാത്രം പ്രായമുള്ളപ്പോൾ യമുനയെന്ന

പെൺകുട്ടിയെ, വിഭാര്യനും പോസ്റ്റ് ഓഫീസ് ജീവനക്കാരനുമായ ഗോപാൽ റാവു വിവാഹം കഴിക്കുന്നു. പിന്നീട് യമുന,ആനന്ദിയും ആനന്ദി ഗോപാലായും, ഒടുവിൽ ഡോ. ആനന്ദിഗോപാൽ ജോഷിയുമായും മാറുന്നതിനിടയിൽ ഗോപാലിന്റേയും ആനന്ദിയുടേയും ജീവിതം, പീഡനങ്ങളുടേയും ഒറ്റപ്പെടലിന്റേതുമായിരുന്നു. പെൺകുട്ടികൾ എഴുത്തും വായനയും പഠിക്കുന്നത് പാപമാണെന്ന് കരുതുന്ന സമൂഹത്തിൽ നിന്ന് ബഹിഷ്കൃതരായി, കുടുംബത്തിനകത്തും പുറത്തും അന്യയായി, ഇംഗ്ലീഷ് വിദ്യാഭ്യാസവും, തുടർന്ന് അമേരിക്കയിൽ നിന്നു മെഡിക്കൽ ബിരുദവും നേടുന്നു ആനന്ദി. അതുവഴി രാജ്യത്തെ മുഴുവൻ പെൺകുട്ടികൾക്കും ശക്തമായ മാതൃകയായി മാറി അവർ. ഈ പെൺവിമോചനത്തിന്റേയും അതിജീവനത്തിന്റേയും ചരിത്രം, കാര്യമായ വ്യതിയാനങ്ങളില്ലാതെ ശക്തമായ ഒരു ബയോപിക് ആയി സംവിധായകൻ മാറ്റുന്നു.

ആനന്ദിയുടെ അമേരിക്കയിലെ പഠനം സാദ്ധ്യമായത് മിസ്സിസ് കാർപ്പെന്റർ എന്ന മിഷനറിയുടെ സഹായത്താലാണ്. അവർക്ക് ആനന്ദിയെഴുതുന്ന എഴുത്തിന്റെ രൂപത്തിലാണ് ചിത്രം ആരംഭിക്കുന്നത്. എന്റെ ജീവിതം അപ്പാടെ മാറ്റിമറിച്ച ഒരാളേക്കുറിച്ചാണ് ഞാനെഴുതുന്നത് എന്ന് തുടങ്ങുന്ന കത്ത്, ആനന്ദിയുടെ ജീവിതത്തിന്റെ വിശദാംശങ്ങളിലൂടെ മുമ്പോട്ട് പോകുന്നു. ഭർത്താവ് ഗോപാൽറാവുവിനെയാണ് ആനന്ദി സൂചിപ്പിച്ചിക്കുന്നത്. എന്നാൽ അതോടൊപ്പം ആനന്ദിയെന്ന പെൺകുട്ടിയുടെ നിശ്ചയദാർഢ്യവും വിട്ടുവീഴ്ചയില്ലായ്മയും, സ്വന്തമായി തീരുമാനങ്ങളെടുക്കാനുള്ള ആർജ്ജവവും അവരുടെ വിജയത്തിന് പിന്നിലുണ്ടായിരുന്നു. പെൺകുട്ടികൾ വിദ്യാഭ്യാസം നേടുന്നത് തടയുന്ന സമൂഹത്തിലെ ഒരംഗമായ താൻ, ഇംഗ്ലീഷിൽ കത്തെഴുതുന്നത് പാപമാണെന്ന് ആണ് പൊതുവേ കരുതുന്നതെന്ന് അവർ എഴുത്തിൽ തുടരുന്നു. ഈ വിശ്വാസങ്ങൾക്കെതിരെയാണ് ആനന്ദി സ്വന്തം സമുദായത്തിനകത്തും പുറത്തും പോരാടിയത്.

യാഥാസ്ഥികത്വത്തിന്റേയും അനാചാരങ്ങളുടേയും ജീർണ്ണതയിൽ കഴിഞ്ഞിരുന്ന സമൂഹത്തിലെ അംഗമായിരുന്നിട്ടും, ആദ്യഭാര്യ മരിച്ച ഗോപാൽ, ഒരു വിധവയെയായിരുന്നു വിവാഹം കഴിക്കാൻ തീരുമാനിച്ചത്. എഴുത്തും വായനയും അറിയുന്ന /പഠിക്കാൻ തയ്യാറായ ഒരാൾ വേണമെന്ന ഒരു നിബന്ധന മാത്രമേ അയാൾക്കുണ്ടായിരുന്നുള്ളൂ. വിവാഹശേഷം ആനന്ദി, ഗോപാലിന്റെ കർക്കശമായ നിർദ്ദേശങ്ങൾ അനുസരിച്ച് പഠനം തുടങ്ങുന്നു. തുടക്കത്തിൽ തന്റെ കണക്ക് കൂട്ടലുകളിലേക്ക് എത്താൻ കഴിയാത്ത ആനന്ദിയോട്

പലപ്പോഴും അയാൾക്ക് രൂക്ഷമായി പെരുമാറേണ്ടി വരുന്നു. സ്വന്തം സമുദായത്തിൽ നിലവിലുണ്ടായിരുന്ന അനാചാരങ്ങളെ രണ്ട് പേരും ചേർന്ന് ശക്തമായി നേരിടുന്നു. ക്ഷേത്രത്തിനടുത്ത് വെച്ച് ഡിക്കൻസിന്റെ നോവൽ വായിക്കുന്ന ഗോപാലിനോട് ഇംഗ്ലിഷ് വായിക്കുകയും പഠിക്കയും ചെയ്യുന്നത് പാപമാണെന്ന് പൂജാരി പറയുന്നെങ്കിലും, അതൊന്നും അയാൾ ഗൗനിക്കുന്നതേയില്ല. ആനന്ദിക്കായി ഗോപാൽ കൊണ്ടുവന്ന പുസ്തകങ്ങൾ, പഠനം പെൺകുട്ടികളെ വഴിതെറ്റിക്കുമെന്ന കാരണം പറഞ്ഞ് അവരുടെ അമ്മ നശിപ്പിക്കുന്നു. അതിനെതിരെ തട്ടിക്കയറുന്ന ഗോപാൽ, ബ്രാഹ്മണസമുദായം നിഷേധിക്കുന്ന വിദ്യാഭ്യാസം നേടാൻ, ക്രിസ്തുമതം സ്വീകരിക്കാൻ പോലും തയ്യാറായിരുന്നു.

ഇതിനിടയിൽ, ഗോപാലിന് അലിബാഗിലേക്ക് ലഭിച്ച സ്ഥലം മാറ്റം ആനന്ദിയുടെ പഠനത്തിന് ഗുണകരമാവുന്നു. ഗ്രാമവാസികളുടെ പരിഹാസങ്ങൾക്കിടയിലും ആനന്ദി പഠനം തുടരുന്നു. ആദ്യഭാര്യയുടെ പിതാവിന്റെ മരണത്തോടെ കോലാപ്പൂരിലെത്തിയ ആനന്ദിയും ഗോപാലും അവിടെ താമസമാക്കുന്നു. തുടർന്നുള്ള ആനന്ദിയുടെ പ്രസവമാണ് അവരുടെ ജീവിതം മാറ്റിയെഴുതുന്നത്. ജനിച്ച് അധികം താമസിയാതെ കുഞ്ഞു മരിക്കുന്നു. കൃത്യസമയത്ത് വൈദ്യസഹായം ലഭിക്കാതിരുന്ന കാരണം സംഭവിച്ച മരണം ആനന്ദിയെ പുതിയ തീരുമാനങ്ങളെടുക്കാൻ പ്രേരിപ്പിക്കുന്നു. ഒരു ഡോക്ടറാവാൻ ആനന്ദിയെടുത്ത തീരുമാനം, അവർക്ക് ശേഷം വന്ന നിരവധി തലമുറകൾക്ക് വെളിച്ചമായിത്തീരുകയായിരുന്നു. നമ്മുടെ കുട്ടി മരിച്ചല്ലോ എന്ന ഗോപാലിന്റെ ചോദ്യത്തിന്, മറ്റുള്ളവരുടെ കുട്ടികളെ സഹായിക്കാമല്ലോ എന്ന ആനന്ദിയുടെ മറുപടി അവരുടെ വ്യക്തിത്വത്തിന്റെ സവിശേഷതയിലേക്കാണ് പ്രേക്ഷകരെ എത്തിക്കുന്നത്.

തുടർന്നുള്ള ആനന്ദിയുടേയും ഗോപാലിന്റേയും ജീവിതം, ഈ ആഗ്രഹ പൂർത്തീകരണത്തിനായുള്ള കഠിനപ്രയത്നമായിരുന്നു. പഠനത്തിനായി, കോലാപൂരിലെ മിഷനറി സ്കൂളിൽ ആനന്ദി ചേരുന്നു. നാട്ടുകാരുടെ പ്രതിഷേധങ്ങൾക്കും പരിഹാസങ്ങൾക്കും നടുവിൽ പഠനം തുടരുന്ന ആനന്ദിക്ക്, സ്കൂളിലെ വിദേശപെൺകുട്ടികളിൽ നിന്നും നേരിട്ട അപമാനവും പീഡനങ്ങളും സഹിക്കാവുന്നതിനുമപ്പുറമായിരുന്നു. (അവിടെയുണ്ടായിരുന്ന ഏക ഇന്ത്യൻ വിദ്യാർത്ഥിനിയായിരുന്നു ആനന്ദി.) ഇതിനെതിരെ പ്രതികരിച്ച ആനന്ദി സ്കൂളിൽ നിന്നും പുറത്താവുന്നു.

അതിനിടയിലാണ് മിസ്സിസ്സ് കാർപ്പെന്റെർ, അമേരിക്കയിലെ പെനിസിൽവാലിയ മെഡിക്കൽ കോളേജിൽ ആനന്ദിക്ക് പഠനത്തിനായുള്ള ക്രമീകരണങ്ങൾ നടത്തുന്നത്. അവരുടെ നിർദ്ദേശ പ്രകാരം ആനന്ദി കൽക്കത്തയിലെ കോളേജിൽ ചേരുന്നു. അതിനു ശേഷം, ഒറ്റയ്ക്ക് അമേരിക്കയിലേക്ക് പോകണമെന്ന അവസ്ഥ വന്നപ്പോൾ ആനന്ദി അതിനും തയ്യാറാവുന്നു. അവരുടെ മുമ്പിൽ ഡോക്ടറാവുക എന്ന ഒരു ലക്ഷ്യം മാത്രമേ ഉണ്ടായിരുന്നുള്ളൂ. ഒടുവിൽ അമേരിക്കയിലെത്തി,ആനന്ദി മെഡിക്കൽ കോളേജിൽ പഠനമാരംഭിക്കുന്നു. രോഗാവസ്ഥയിലും തന്റെ പഠനം തുടരുന്ന ആനന്ദി, കൃത്യസമയത്ത് അത് പൂർത്തിയാക്കി ഇന്ത്യയിലേക്ക് മടങ്ങുകയാണ്.

എന്നാൽ ഇന്ത്യയിലെത്തിയ ആനന്ദിയ്ക്ക് രോഗം മൂലം അധികകാലം ജീവിക്കാനായില്ല. ജനങ്ങളെ സഹായിക്കാൻ തനിക്ക് അവസരമില്ലാതായല്ലോ എന്ന അവരുടെ ചോദ്യത്തിന് ഗോപാലിന്റെ മറുപടി ശ്രദ്ധേയമാണ്: "നിന്റെ അനുഭവത്തിൽ നിന്നും പാഠമുൾക്കൊണ്ട്, ഇന്ത്യയിലെ പെൺകുട്ടികൾ വിദ്യാഭ്യാസം നേടുകയും മറ്റുള്ളവരെ സഹായിക്കുകയും ചെയ്യും." സംതൃപ്തിയോടെ, കടൽക്കരയിലിരിക്കുന്ന ആനന്ദിയുടേയും ഗോപാലിന്റേയും ദൃശ്യത്തിലാണ് ചിത്രം അവസാനിക്കുന്നത്.

സവിശേഷതകൾ

സ്വന്തം കുടുംബത്തിലും സമുദായത്തിലും താൻ നേരിട്ട തീക്ഷ്ണമായ പ്രശ്നങ്ങൾ അതിജീവിച്ച്, ഇന്ത്യയിലെ ആദ്യത്തെ വനിതാ ഡോക്ടർ എന്ന ബഹുമതിക്കർഹയായ ആനന്ദിയെന്ന പെൺകുട്ടിയുടെ സംഭവബഹുലമായ ജീവിതം നിരവധി സൂചനകൾ നൽകുന്നുണ്ട്. അത് വഴിയാണ് ചിത്രം സമകാലീനമായ സാമൂഹ്യപ്രസക്തി നേടുന്നത്. ഭർത്താവിന്റെ നിഴൽ പിന്തുടരുന്ന വെറുമൊരു ഭാര്യയായിരുന്നില്ല ആനന്ദി. പെൺകുട്ടികൾ വിദ്യാഭ്യാസം നേടേണ്ട ആവശ്യകത, ഭർത്താവ് ഗോപാലാണ് അവരെ ബോദ്ധ്യപ്പെടുത്തുന്നതെങ്കിലും, പിന്നീട് ആനന്ദിയുടേ ജീവിതം ക്രമപ്പെടുത്തിയത് അവരുടെ നിശ്ചയദാർഢ്യവും ഇച്ഛാശക്തിയുമായിരുന്നു. ഇതിനിടെ തികച്ചും സ്വതന്ത്രമായ ഒരു വ്യക്തിത്വം രൂപപ്പെടുത്തിയിരുന്നു ആനന്ദി. തന്റെ ജീവിതത്തിലെ നിർണ്ണായകമായ തീരുമാനങ്ങൾ എപ്പോഴും അവർ തനിച്ചായിരുന്നു എടുത്തിരുന്നത്. മകൻ ശരിയായ ശുശ്രൂഷ ലഭിക്കാതെ മരിക്കാനിടയായപ്പോൾ, ഡോക്ടറായി മറ്റുള്ളവരെ സഹായിക്കാൻ ഉറച്ച തീരുമാനം അവരെടുക്കുന്നു. അതിനായി

• ആനന്ദി ഗോപാൽ

തനിച്ച് അമേരിക്കയിലേക്ക് പോകാൻ ആനന്ദിയെടുത്ത തീരുമാനം ഗോപാലിനെ അത്ഭുതപ്പെടുത്തുന്നുണ്ട്. പഠനസമയത്ത്, സ്വന്തം സമുദായത്തിലുള്ളവർ അപമാനിക്കയും, പരിഹസിക്കയും, തടഞ്ഞുവെക്കയും ചെയ്തപ്പോൾ അവർ തനിച്ച്തന്നെ എല്ലാം നേരിടുന്നു. അമേരിക്കയിലെ പഠനകാലത്ത്, രോഗാവസ്ഥയിലും കൃത്യസമയത്ത് പഠനം പൂർത്തിയാക്കുന്ന ആനന്ദി. നൂറ്റിമുപ്പതിലേറെ വർഷങ്ങൾക്ക് മുമ്പ്, ഇത്തരം ഉറച്ച നിലപാടുകളുള്ള ഒരു പെൺകുട്ടി ബ്രാഹ്മണസമുദായത്തിൽ ഉണ്ടായിരുന്നു എന്നത് ഏറെ ശ്രദ്ധേയമാണ്. കൃത്യമായ സ്ത്രീപക്ഷ - സ്ത്രീശാക്തീകരണ നിലപാടുകളുടെ പ്രതിരൂപമാവുന്ന ആനന്ദി. തനിക്ക് ശേഷമുള്ള രാജ്യത്തെ പെൺജീവിതങ്ങൾക്ക് ശക്തമായ മാതൃകയാവുന്നു ഡോ. ആനന്ദി ഗോപാൽ ജോഷി. സാക്ഷരതയിൽ വളരെ പിന്നിൽ നിൽക്കുന്ന നമ്മുടെ രാജ്യത്തെ പെൺകുട്ടികൾക്ക്, തൊഴിൽരഹിതരായ ലക്ഷക്കണക്കിന് സ്ത്രീകൾക്ക് ആനന്ദിയുടെ ജീവിതം ഒരു പാഠപുസ്തകമായി മാറുകയാണ്.

താനുൾപ്പെട്ട ബ്രാഹ്മണസമൂഹത്തിനകത്ത് നവീകരണം അത്യന്താ പേക്ഷിതമാണെന്ന തന്റെ നിലപാട് ശക്തമായി പ്രകടിപ്പിക്കുന്ന ഗോപാൽ. വിദ്യാഭ്യാസം നേടാതെ, ഒരു തരത്തിലുമുള്ള നവീകരണവും പുരോഗതിയും സാദ്ധ്യമല്ലെന്നും തിരിച്ചറിയുന്ന അയാൾ. ഒരു ഘട്ടത്തിൽ, അതിനായി സ്വന്തം മതം മാറാൻ വരെ അയാൾ തയ്യാറാവുന്നുണ്ട്. വിദ്യാഭ്യാസത്തിന് ശേഷം, ജോലി നേടി, സ്വന്തം കാലിൽ നിൽക്കാൻ അയാൾ ആനന്ദിയോട് ആവശ്യപ്പെടുന്നു. സമുദായത്തിൽ മറ്റാരും ധൈര്യപ്പെടാത്ത അവസ്ഥയിലും സ്ത്രീവിദ്യാഭ്യാസം പ്രോൽസാഹിപ്പിക്കുന്ന ഗോപാൽ. സ്വന്തം

കുടുംബത്തിലേയും സമുദായത്തിലേയും അനാചാരങ്ങളെ ശക്തമായി ഗോപാൽ എതിർക്കുന്നു. ആർത്തവകാലത്ത് മറ്റുള്ളവരെ സ്പർശിക്കാനോ, ഭക്ഷണം പാകം ചെയ്യാനോ പാടില്ലെന്ന വിശ്വാസത്തെ തകർക്കുന്നു അയാൾ. വിധവകൾ കുടുംബകാര്യങ്ങളിൽ ഇടപെടാൻ പാടില്ലെന്ന ആചാരവും സ്വന്തം കുടുംബത്തിൽ ഗോപാൽ അവസാനിപ്പിക്കുന്നു. ആനന്ദിയുടെ പഠനം നിർത്താൻ സമുദായനേതാക്കൾ സമീപിച്ചപ്പോൾ അതിനെ അതിശക്തമായി നേരിടുന്നു ഗോപാൽ. അന്ധവിശ്വാസങ്ങളും അനാചാരങ്ങളും ഇരുൾ പരത്തിയ സമുദായത്തിനെതിരെ ഒറ്റയാൾ പോരാട്ടം നടത്തുന്ന ഗോപാൽ, പഠനത്തിന്റേയും ചിന്തയുടേയും പുതിയ തുറസ്സുകളിലേക്കാണ് സമൂഹത്തെ എത്തിക്കുക്കുന്നത്.

സമകാലീന പ്രസക്തി

നൂറ്റാണ്ടിനുമപ്പുറമുള്ള സംഭവങ്ങൾ ദൃശ്യവൽക്കരിക്കുമ്പോഴും ഇന്നത്തെ ഇന്ത്യൻ അവസ്ഥയിൽ ചിത്രത്തിന്റെ പ്രസക്തി സംവിധായകൻ തിരിച്ചറിഞ്ഞിട്ടുണ്ട്. പ്രധാനമായും പെൺകുട്ടികളുടെ വിദ്യാഭ്യാസവും അതുവഴിയുള്ള ശാക്തീകരണവും ചിത്രം അടിവരയിടുന്നുണ്ട്. കേരളമൊഴിച്ചുള്ള ഇന്ത്യൻ സംസ്ഥാനങ്ങൾ പെൺകുട്ടികളുടെ വിദ്യാഭ്യാസ കാര്യത്തിൽ വളരെ പുറകിലാണെന്നാണ് കണക്കുകൾ സൂചിപ്പിക്കുന്നത്. രാജ്യത്തെ ആൺ-പെൺ സാക്ഷരതളിലുള്ള വ്യത്യാസം 22 % നും മുകളിലാണ്. മുന്നാക്ക വിഭാഗങ്ങളിലെ പെൺകുട്ടികൾ ചെറുപ്രായത്തിൽ വിവാഹിതരായി കുടുംബിനികളാവുന്നു. പിന്നാക്ക വിഭാഗക്കാർ തൊഴിലിടങ്ങളിൽ മാതാപിതാക്കളെ സഹായിക്കയോ, വീട് സംരക്ഷിക്കയോ ചെയ്യുന്നു. വിദ്യാഭ്യാസത്തിലൂടെ മാത്രമേ സ്ത്രീശാക്തീകരണം സാദ്ധ്യമാകയുള്ളൂ എന്ന അടിസ്ഥാനവസ്തുത ചിത്രം ഒരുക്കൽ കൂടി അടിവരയിടുന്നു.

നമ്മുടെ രാജ്യം മുമ്പൊരിക്കലുമില്ലാത്ത രൂപത്തിൽ അന്ധവിശ്വാസങ്ങളിലേക്കും അനാചാരങ്ങളിലേക്കും തിരിച്ച് പോയ് ക്കൊണ്ടിരിക്കയാണ്. ആർത്തവമടക്കമുള്ള വിഷയങ്ങളിൽ ഉയർന്ന് വന്നിട്ടുള്ള സ്ത്രീവിരുദ്ധത നാം തിരിച്ചറിയുന്നുണ്ട്`. ഉന്നത സമുദായങ്ങളിൽ ഒരു നൂറ്റാണ്ടിന് മുമ്പുണ്ടായിരുന്ന വിശ്വാസങ്ങളെ തിരശ്ശീലയിലെത്തിക്കുക വഴി, അത്തരമൊരു തിരിച്ചുപോക്കിന് തടയിടാനുള്ള ശ്രമം കൂടെ ചിത്രം ലക്ഷ്യമാക്കുന്നുണ്ട്. സമകാലീന പ്രസക്തി ഏറെയുള്ളതിനാലാണ് ചിത്രം ഇന്ത്യയിലെ രണ്ട് പ്രധാന മേളകളിലേക്കും തിരഞ്ഞെടുക്കപ്പെട്ടത്.

• സമീർ വിദ്വാൻസ്

കൃത്യതയാർന്ന ബയോപിക്

ഒരു ബയോപിക് എന്ന രൂപത്തിൽ, ആനന്ദി ഗോപാൽ, യഥാർത്ഥസംഭവങ്ങളിൽ നിന്നും തീരെ വഴിമാറുന്നില്ല. ഡോ. ആനന്ദി ഗോപാലിന്റെ ജീവിതത്തിൽ ഉണ്ടായ പ്രധാനസംഭവങ്ങളെല്ലാം ചിത്രം ആവിഷ്കരിക്കുന്നുണ്ട്. പതിവ് ബയോപിക്കുകളിൽ . സംഭവിക്കുന്നത് പോലെ, അതി/അമിത വൈകാരികതകളിലേക്കോ വാണിജ്യ ചലച്ചിത്രരീതികളിലേക്കോ പോകാതെ, ഒരു ഡോക്യുമെന്ററിയുടേ സൂക്ഷ്മതയോടും അതേ സമയം കഥാചിത്രത്തിന്റെ അന്തരീക്ഷത്തോട് ഇണങ്ങിച്ചേർന്നും ചിത്രം മുമ്പോട്ട് പോകുന്നു. അതുകൊണ്ടാണ് ആനന്ദി ഗോപാൽ, വളരെ കൃത്യവും ആസ്വാദകരമായ ചലച്ചിത്രകാഴ്ചയായി മാറുന്നത്.

സമിർ വിദ്വാൻസ്

മറാത്തി സിനിമയിലെ ശ്രദ്ധേയനായ ചലച്ചിത്രകാരൻ, സമീർ വിദ്വാൻസ്, ആദ്യചിത്രം 'ടൈം പ്ലീസ്'' നിർമ്മിക്കുന്നത് 2013 ലാണ്. തുടർന്ന് 'ഡബിൾ സീറ്റ്' (2015), 'മഹാ കചി പ്രോബ്ളം നഹി' (2017) എന്നീ ചിത്രങ്ങൾക്ക് ശേഷമാണ് 2019 ൽ ആനന്ദി ഗോപാൽ അദ്ദേഹം സംവിധാനം ചെയ്യുന്നത്. ശ്രീകാന്ത ശർമ്മയുടെ ശക്തമായ തിരക്കഥയും ലളിത് പ്രഭാകർ (ഗോപാൽ), ഭാഗ്യശ്രീ മിലിന്ദ് (ആനന്ദി) എന്നിവരുടെ അഭിനയ മികവും ചിത്രത്തിന്റെ വിജയത്തിനുവളരെയേറെ സഹായകരമായിത്തീർന്നിട്ടുണ്ട്.

സ്മരണ

ആനന്ദി ഗോപാൽ 130 ലേറെ വർഷങ്ങൾക്ക് മുമ്പെ മരിച്ചെങ്കിലും അവരുടെ സ്മരണ ഇപ്പോഴും ജനമനസ്സുകളിൽ നിലനിൽക്കുന്നുണ്ട്. അതിന് സഹായകരമായ നിരവധി രചനകൾ ഉണ്ടായിക്കൊണ്ടിരിക്കുന്നു. ആനന്ദിയുടേ ആദ്യ ജീവിതകഥ 1888 ൽ എഴുതിയത് അവരുടെ സുഹൃത്തായിരുന്ന, അമേരിക്കൻ ഫെമിനിസ്റ്റ് എഴുത്തുകാരി, കരോലിൻ ഹീലി ഡാൾ ആയിരുന്നു. ഇന്ത്യയിൽ നിന്നുള്ള ആദ്യ രചന ഡോ. അഞ്ജലി കിർതാനെ മറാത്തിയിൽ എഴുതിയ 'ഡോ. ആനന്ദിബായി ജോഷി, ജീവിതവും സേവനവും' എന്ന

ജീവചരിത്രമാണ്. ആനന്ദിയുടെ ജീവിതകഥ കേന്ദ്രീകരിച്ച് ശ്രീകൃഷ്ണ ജനാർദ്ദൻ ജോഷിയുടെ മറാത്തി നോവൽ 'ആനന്ദി ഗോപാലും' അതിനെ അടിസ്ഥാനമാക്കി റാം ജോഗ്ലേക്കർ അതേ പേരിലൊരു നാടകവും രചിച്ചു. കമലാക്കർ സാരംഗ, ദൂർദർശനുവേണ്ടി ആനന്ദിയുടെ കഥ ഹിന്ദി സീരിയലായി അവതരിപ്പിച്ചിരുന്നു. മഹാരാഷ്ട്ര സർക്കാർ ഡോ. ആനന്ദി ഗോപാലിന്റെ സ്മരണയ്ക്കായി പുരസ്കാരങ്ങളും സ്കോളർഷിപ്പുകളും ഏർപ്പെടുത്തിയിട്ടുണ്ട്.

ഇന്ത്യയിലെ മുഴുവൻ പെൺകുട്ടികൾക്കും നിശ്ചയദാർഢ്യത്തിന്റേയും ഇച്ഛാശക്തിയുടേയും അതിജീവനത്തിന്റേയും മാതൃകയായി ഡോ. ആനന്ദി ഗോപാൽ റാവുവിന്റെ ജീവിതം മാറുന്നു. നമ്മുടെ രാജ്യം അഭിമുഖീകരിക്കുന്ന പെൺകുട്ടികളുടെ വിദ്യാഭ്യാസരംഗത്തെ പിന്നോക്കാവസ്ഥ മാറ്റാൻ ഇത്തരം ചിത്രങ്ങൾ പങ്ക് വഹിക്കുമെന്ന കാര്യം തീർച്ചയാണ്.

(ദേശാഭിമാനി വാരിക, ജൂൺ 21)

www.ingramcontent.com/pod-product-compliance
Lightning Source LLC
LaVergne TN
LVHW100832051026
849519LV00006B/2261